सावित्रीबाई फुले पुणे विद्यापीठाच्या ऑगस्ट २०२३ पासून सुरू झालेल्या एम. ए. अर्थशास्त्र (औद्योगिक अर्थशास्त्र) (ECO-561 MJ) या विषयाच्या अभ्यासक्रमासाठी व इतर विद्यापीठांच्या संबंधित अभ्यासक्रमासाठी उपयुक्त पुस्तक

अर्थशास्त्र

(औद्योगिक अर्थशास्त्र)

(ECO-561 MJ)

M. A. - I (Sem. - II)

As per New Education Policy (2020)

Dr. Suhas Avhad
(M.A., Ph.D.)
Sahakar Maharshi Bhausaheb Santuji Thorat Arts, Science and Commerce College, Sangamner, Ahmednagar.

Dr. Suresh S. Patil
(M.A., M.Phil., Ph.D.)
SNJB's Karmaveer K. H. Abad Arts, Shriman M. G. Lodha Commerce and Shriman P. H. Jain Science College, Chandwad, Nashik.

Dr. Rajendra Shirasi
(M.A., Ph.D.)
Hutatma Rajguru Mahavidyalaya, Rajgurunagar, Pune.

Dr. Jyoti Gaikwad
(M.A., M.Phil., Ph.D.)
K.V.N. Naik Shikshan Prasarak Sanstha's Loknete Tukaramji Dighole Arts, Commerce & Science College, Sinnar, Nashik.

२०२३

SUCCESS PUBLICATIONS

प्रकाशक :
डॉ. राजेश पाटणे
सक्सेस पब्लिकेशन्स
राधाकृष्ण अपार्टमेंट, ५३५ शनिवार पेठ,
आप्पा बळवंत चौक, प्रभात टॉकिज समोर, पुणे ४११ ०३०
मोबा. - ९३२५३१५४६४, ८३९०८४८८३३

आवृत्ती
२०२३

संपादक
श्री. वाल्मिक गायकवाड

अक्षरजुळणी :
कु. वर्षा लोखंडे

मुखपृष्ठ :
कु. वर्षा लोखंडे

***ISBN NO.* - 978-81-19939-20-6**

प्रस्तावना

सावित्रीबाई फुले पुणे विद्यापीठाच्या एम.ए. या शैक्षणिक वर्षासाठीच्या अभ्यासक्रमात या वर्षापासून सुधारणा करण्यात आली आहे. नवीन शैक्षणिक धोरण २0२0 ची अंमलबजावणी करण्यात आली आहे. अर्थशास्त्र (औद्योगिक अर्थशास्त्र) (ECO-561 MJ) या पेपरच्या अभ्यासक्रमात करण्यात आलेल्या सुधारणांची ऑगस्ट २०२३ पासून अंमलबजावणी होत आहे. या सुधारित अभ्यासक्रमासाठी उपयुक्त असलेले पुस्तक आपल्या हाती देताना विशेष आनंद होत आहे. प्रस्तुत पुस्तकात औद्योगिक अर्थशास्त्राबाबत महत्त्वपूर्ण विवचेन करण्यात आले आहे. त्यामुळे या पुस्तकाचे स्वागत विद्यार्थी व प्राध्यापक करतील हा विश्वास आहे.

प्रस्तुत पुस्तकाच्या सुरूवातीला औद्योगिक अर्थशास्त्राची संकल्पना सविस्तर स्पष्ट करण्यात आली आहे. त्याचप्रमाणे औद्योगिक संयोगीकरण, औद्योगिक संरचना, सार्वजनिक आणि खासगी क्षेत्रातील उद्योग, औद्योगिक आणि आर्थिक विकास यांच्यातील संबंध याबाबत स्पष्टता देण्यात आली आहे. दुसऱ्या प्रकरणात औद्योगिक स्थाननिश्चिती, त्याचे सिद्धांत, भारतातील औद्योगिक स्थाननिश्चितीचे धोरण, उद्योगांच्या संतुलित प्रादेशिक विकासाची गरज याची माहिती देण्यात आली आहे. तिसऱ्या प्रकरणात औद्योगिक उत्पादकता, औद्योगिक उत्पादकतेस प्रभावित करणारे घटक, औद्योगिक उत्पादकता सुधारण्यासाठी आवश्यक उपाय, भारतातील औद्योगिक वृद्धी, प्रादेशिक असमतोल, भारतातील औद्योगिक वृद्धीच्या समस्या, सूक्ष्म, लघु आणि मध्यम उद्योगांची कामगिरी व समस्या तसेच बहुराष्ट्रीय कंपन्यांची भारतातील भूमिका याबाबतचे विवेचन करण्यात आले आहे. शेवटच्या प्रकरणात औद्योगिक वित्तपुरवठा, औद्योगिक वित्तपुरवठ्याचे स्त्रोत, परकीय भांडवल, भारतातील औद्योगिक धोरण, औद्योगिक धोरणातील विकास आणि भारतातील सार्वजनिक व खाजगी क्षेत्राची बदलती भूमिका व कामगिरी याचा आढावा घेण्यात आला आहे. एकूणच औद्योगिक अर्थशास्त्राची माहिती पुरविणारे हे एक उपयुक्त पुस्तक आहे.

पुस्तक लेखनासाठी अनेक संदर्भ ग्रंथांची मदत झाली. पुस्तक लेखनाच्या बाबतीत महाविद्यालयाचे प्राचार्य, व्यवस्थापन सदस्य, सहकारी प्राध्यापक व प्राध्यापकेतर कर्मचारी, अभ्यासमंडळ सदस्य, विविध ग्रंथालयाचे ग्रंथपाल, विविध महाविद्यालयातील प्राध्यापक मित्र यांचे सहकार्य व प्रोत्साहन मिळाले. संदर्भ ग्रंथांच्या लेखकांसहीत इतर सर्वांविषयी मी कृतज्ञता व्यक्त करतो. तसेच पुस्तकाचे प्रकाशक डॉ. राजेश पाटणे व सौ. विद्या पाटणे आणि सक्सेस पब्लिकेशन मधील कर्मचारी वर्ग यांच्याविषयी देखील मी कृतज्ञता व्यक्त करतो.

With best wishes.

By Author

Syllabus

M. A. - I (Sem. - II) Economics
Industrial Economics (ECO – 561 MJ)

Unit	Contents	Lectures
1.	**Introduction** **1.1** Meaning, Definition, Nature and Scope of Industrial Economics. **1.2** Need and Significance of Industrial Economics **1.3** Industrial Structure-Large, Medium and Small-Scale Industries. **1.4** Role, Problems of Public and Private Sector Industries. **1.5** Relationship between Industrial Development and Economic Development. **1.6** Industrial Combinations-Causes, Mergers and Amalgamation, Industrial Monopoly- Control of Monopolies	16
2.	**Theories of Industrial Location** **2.1** Meaning of Industrial Location. **2.2** Factors influencing Location of Industries. **2.3** Theories of Industrial Location **2.3.1** Alfred Weber's Theory of Industrial Location **2.3.2** Sergeant Florence's Theory of Industrial Location **2.3.3** August Losch's Theory of Location **2.4** Policy of Industrial Location in India. **2.5** Need for Balanced Regional Development of Industries.	14
3.	**Industrial Productivity and Growth** **3.1** Meaning, Definition, Norms and Measurement **3.2** Factors affecting Industrial Productivity. **3.3** Measures required for improving Industrial Productivity, **3.4** Industrial Growth in India: Cause for Concern, Challenges to Private Sector **3.5** Problems of regional imbalance and Industrial Growth in India. **3.6** Performance and Problems of Micro, Small, Medium Industries. **3.7** Role of MNC"s in India	15
4.	**Industrial Finance and Government Policy** **4.1** Meaning, Scope, importance of Industrial Finance **4.2** Source of Industrial Finance-Private Sector, Public Sector and Cooperative Sector **4.3** Foreign Capital-Direct investment, Foreign institutional investment, Euro issues, GDRs, ADRs, External Resources flow. **4.4** Industrial Policy in India – Progress since 1991 **4.5** Developments in Industrial Policy- Special Economic Zones, "Make in India" Public & Private Partnership. **4.6** Changing Role and Performance of Public and Private Sector in India	15

❖ अनुक्रमणिका ❖

प्रकरण १

औद्योगिक अर्थशास्त्राची ओळख

प्रस्तावना :

अर्थशास्त्र हे एक सामाजिक शास्त्र आहे. मानवाच्या अमर्याद गरजा आणि दुर्मिळ परंतु पर्यायी उपयोगाची साधने यांची सांगड घालताना निर्माण होणाऱ्या आर्थिक समस्या आणि या समस्याची सोडवणूक या विषयीचा अभ्यास यात केला जातो. वस्तुत: अर्थशास्त्र हे आधुनिक सामाजिक शास्त्र असले तरी प्राचीन काळापासून सातत्याने अर्थशास्त्राचा अभ्यास केला जात आहे. तसेच काळानुरूप आणि समस्यानुरूप अर्थशास्त्राच्या अभ्यासात सुधारणा होत आहे. किंबहुना त्यांनाच अर्थशास्त्राच्या शाखा असेही संबोधले जाते. उदा. विकासाशी संबंधित समस्यांचा अभ्यास 'विकासाचे अर्थशास्त्र' या शाखेंतर्गत केला जातो तर कृषीविषयक आर्थिक अभ्यास 'कृषी अर्थशास्त्र' या शाखेंतर्गत केला जातो. उद्योगांविषयीचा आर्थिक समस्यांचा अभ्यास 'औद्योगिक अर्थशास्त्र' या स्वतंत्र शाखेद्वारा केला जातो.

१८ व्या शतकात इंग्लंडमध्ये औद्योगिक क्रांती घडून आली आणि औद्योगिक क्रांतीमुळे संपूर्ण जगाचा चेहरा बदलला. पारंपारिक उत्पादनपद्धती बंद पडून आधुनिक उत्पादन पद्धतीचा वापर केला जाऊ लागला. त्यामुळे औद्योगिक अर्थशास्त्राचे महत्त्व दिवसेंदिवस वाढू लागले. आज तर औद्योगिक विकास म्हणजेच आर्थिक विकास असे समीकरण तयार झाले आहे. त्यामुळे प्रत्येक राष्ट्र औद्योगिक विकास साध्य करण्यासाठी सर्वतोपरी प्रयत्न करीत आहे. भारतातही १९९१ नंतर 'नवीन आर्थिक धोरण कार्यक्रम' अंतर्गत जागतिकीकरण, उदारीकरण आणि खासगीकरणाच्या माध्यमातून औद्योगिक विकासासाठी कसून प्रयत्न केला जात आहे.

१.१ औद्योगिक अर्थशास्त्र :

औद्योगिक अर्थशास्त्र ही संकल्पना सुमारे पाच दशकापूर्वी पी. डब्ल्यू. एस. ॲन्ड्र्युज यांच्या लिखाणात स्वीकारली गेली. त्यानंतर ही संकल्पना अधिकाधिक लोकप्रिय होत गेली. अर्थशास्त्राच्या साहित्यात औद्योगिक अर्थशास्त्र ही शाखा विविध नावांनी ओळखली जाते. उदा. उद्योगांचे अर्थशास्त्र (Economics of Industries), उद्योगधंदा आणि

व्यापार (Industry and Trade), वाणिज्य (Commerce), व्यावसायिक अर्थशास्त्र (Business Economics), इत्यादी. औद्योगिक अर्थशास्त्र ही अर्थशास्त्राची एक भिन्न अशी शाखा आहे. औद्योगिक अर्थशास्त्र व्यवसाय संघटना आणि उद्योग यांच्या समस्या तसेच त्यांचा समाजाशी असलेला संबंध यांच्याशी संबंधित आहे. औद्योगिक अर्थशास्त्र आपल्याला आपल्या अमर्याद इच्छा आणि मर्यादित संसाधने यांचा ताळमेळ कसा घालावा याची कल्पना देते.

१.१.१ अर्थ :

औद्योगिक अर्थशास्त्र ही सूक्ष्म अर्थशास्त्राची अशी शाखा आहे की ज्यामध्ये वित्तीय संस्था आणि उद्योग समूह व या दोहोंचा संपूर्ण समाजाशी असलेला संबंध तसेच यांना निर्माण होणारे आर्थिक समस्या यांचा अभ्यास केला जातो. औद्योगिक अर्थशास्त्र ही अर्थशास्त्राची एक वैशिष्ट्यपूर्ण शाखा आहे. ज्यात उद्योग समूह, वित्तीय संस्था यांच्या आर्थिक समस्यांची चर्चा (ऊहापोह) होतो. अर्थशास्त्रीय साहित्यामध्ये औद्योगिक अर्थशास्त्र हे काही सिमांत फरकाने विविध नावांनी ओळखले जाते जसे की, 'उद्योगांचे अर्थशास्त्र', 'उद्योग आणि व्यापार', 'औद्योगिक संघटना आणि धोरणे', 'वाणिज्य' आणि 'व्यवसाय अर्थशास्त्र' इत्यादी. 'औद्योगिक अर्थशास्त्र' ही संज्ञा पी.डब्ल्यू. एस्. ॲन्ड्युजच्या लेखनामधून घेतली गेली. अर्थात जरी हे नाव दिवसेंदिवस प्रसिद्ध होत गेले असले तरी काही लेखक विशेषतः अमेरिकन अर्थशास्त्रीय लेखक आजही 'औद्योगिक संघटना' हे विषयाचे नाव म्हणून पसंत करतात. अगदी आजपर्यंत ही या विषयाच्या नावावरती एकमत होवू शकलेले नाही. औद्योगिक अर्थशास्त्रामध्ये दोन विस्तीर्ण घटक आहेत. त्यापैकी पहिला आहे तो वर्णनात्मक घटक म्हणून ओळखला जातो जो विषयाचा माहिती देणारा आशय आहे. या पहिल्या घटकाचे उद्दिष्ट कारखानदार किंवा उद्योगपती यांना औद्योगिक आणि व्यावसायिक संघटनांचे ज्या त्याच्या स्वतःच्या देशातील आणि परदेशातल्या आहेत पण तो त्यांच्या संपर्कात येवू शकतो त्या सर्वांची इत्यंभूत माहिती पुरवणे हा आहे.

१.१.२ व्याख्या :

औद्योगिक अर्थशास्त्राच्या व्याख्या पुढीलप्रमाणे जाणून घेता येतील :

१) पी. डब्ल्यू. एस. ॲन्ड्र्युज :

"औद्योगिक अर्थशास्त्र ही अर्थशास्त्राची एक उपयोजित शाखा असून यात व्यवसायसंस्था (Firms) आणि उद्योगधंदे (Industries) यामधील आर्थिक समस्या आणि त्यांचा समाजाशी असलेला परस्परसंबंध या विषयीचा अभ्यास केला जातो."

२) पेंग्विन अर्थशास्त्र शब्दकोष :

"औद्योगिक अर्थशास्त्र ही उपयोजित अर्थशास्त्राची शाखा असून यात उद्योगांची रचना, व्यवस्थापन आणि मालकी हक्क यावर परिणाम करणाऱ्या घटकांचा अभ्यास केला जात असतो."

३) हॅन्सन :

''औद्योगिक अर्थशास्त्र ही अर्थशास्त्रीय विश्लेषणाची अशी एक संकल्पना आहे जी उद्योगाला लागू होते.''

अशा प्रकारे औद्योगिक अर्थशास्त्र ही अशी एक शाखा आहे जी सरकार कार्यपद्धती, ग्राहक आणि कामगार इत्यादींशी संबंधित आहे.

१.१.३ औद्योगिक अर्थशास्त्राचे स्वरूप :

औद्योगिक अर्थशास्त्राचे स्वरूप खालील मुद्यांच्या आधारे स्पष्ट करता येईल :

१) मूलभूत शैक्षणिक विषय :

औद्योगिक अर्थशास्त्र ही एक मूलभूत शैक्षणिक शाखा आहे आणि ते विज्ञानाच्या नियमांचे पालन करते. विज्ञान हे ज्ञानाचे पद्धतशीर शास्त्र आहे. ते स्वतःच्या पद्धतीनुसार चालवले जाते. हा मूलभूत शब्द मूलभूत आर्थिक समस्येच्या मानवी क्रियाकलापांच्या क्षेत्राशी संबंधित आहे. आर्थिक समस्या ही मानवतेला भेडसावणारी मूलभूत समस्या आहे. त्याच वेळी, हा एक शैक्षणिक विषय आहे जो चिकित्सक आणि वैज्ञानिक उपचारांना पात्र आहे. विज्ञान म्हणून त्यात सामान्यीकरण, कायदे आणि अंदाज यांचा समावेश होतो.

२) व्यवसाय प्रशासनाचे आर्थिक तर्क :

औद्योगिक अर्थशास्त्र व्यवसायाच्या प्रशासनाशी संबंधित आहे. असे करताना, ते सरावासाठी आर्थिक सिद्धांत आणि कार्यपद्धती लागू करते. दुसऱ्या शब्दांत, कोणताही निर्णय आर्थिक तर्काच्या आधारावर पारखून घ्यावा लागेल. उदाहरणार्थ, खर्च कमी करणारा, महसूल वाढवणारा किंवा बाजार वाढवणारा कोणताही बदल न्याय्य असेल. यालाच आर्थिक तर्क म्हणता येईल.

३) संसाधनांचे वाटप :

अर्थशास्त्रासमोरील प्रमुख आव्हानांपैकी एक म्हणजे संसाधनांचे इष्टतम वाटप होय. संसाधने भीतीदायक असल्यामुळे या संसाधनांचा शक्य तितका सर्वोत्तम वापर करण्याचे ध्येय ठेवले पाहिजे. कुटुंब, राष्ट्र किंवा फर्मला हे लागू होते. कोणत्याही व्यवसाय एककाच्या व्यवस्थापनाने त्याच्या विल्हेवाटीत जे काही मानवी आणि भौतिक संसाधने आहेत त्याचे असे वाटप निश्चितपणे केले पाहिजे. त्याच्या उत्पादनाच्या नफा आणि जाहिरातीसंबंधीच्या त्याच्या खर्चाचा आणि धोरणांचा अभ्यास करून, फर्मने हे उद्दिष्ट साध्य करण्याचा प्रयत्न केला पाहिजे. औद्योगिक अर्थशास्त्र खर्चांचे विश्लेषण करते, बाजाराच्या श्रेणींचे मूल्यांकन करते आणि सूक्ष्म आर्थिक चलांच्या निश्चितीमध्ये त्याच्या धोरणांमध्ये बदल करण्याचा प्रयत्न करते.

४) बाजार परिस्थिती :

बाजार हे एखाद्याची ताकद आजमावण्याचे क्षेत्र आहे. हे एक आव्हान तसेच फर्मची कार्यक्षमता सिद्ध करण्याची संधी आहे. त्यामुळे बाजाराचे ज्ञान शक्य तितके परिपूर्ण असले पाहिजे. बाजाराच्या श्रेण्यांच्या अभ्यासाद्वारे, औद्योगिक अर्थशास्त्र फर्मसाठी उपलब्ध असलेले विविध धोरण पर्याय सादर करते. हे किंमत आणि गैर-किंमत स्पर्धा, विक्री प्रोत्साहन आणि नफा आणि/किंवा विक्री वाढवण्यावरील मर्यादा यांच्या भूमिकांवर चर्चा करते.

५) समग्र परिप्रेक्ष :

एखाद्या फर्मला दिलेल्या अर्थव्यवस्थेच्या समग्र परिप्रेक्षामध्ये कार्य करावे लागते. त्याची संभावना एकूण उत्पन्न, उपभोग पद्धती आणि अर्थव्यवस्थेतील गुंतवणूक आणि बचत पातळींमधील प्रवाहांद्वारे नियंत्रित केली जाते. वाढत्या उत्पन्नाच्या पातळीसह वाढणारी अर्थव्यवस्था वाढत्या संधी प्रदान करतेसमग्र धोरणे या संधी मर्यादित करू शकतात किंवा वाढवू शकतात. औद्योगिक अर्थशास्त्र सामान्यतः सरकारद्वारे वापरल्या जाणाऱ्या धोरणात्मक साधनासह समग्र-अर्थव्यवस्थेचे स्वरूप आणि कार्यप्रणाली विचारात घेते.

६) नफा आणि किंमत :

नफा हे एकाच वेळी उद्दिष्ट असते तसेच फर्मच्या कार्यक्षमतेची चाचणी असते. औद्योगिक अर्थशास्त्र त्यांच्या सर्व पैलूंमध्ये नफ्याचा अभ्यास करते. परंतु नफ्याचा उदय हा अंशतः कंपन्यांनी निर्धारित केलेल्या किंमतीच्या पद्धतींवर अवलंबून असतो. म्हणून या पद्धतींचा औद्योगिक अर्थशास्त्राद्वारे अभ्यास केला जातो.

७) निर्णय घेण्याचा आधार :

औद्योगिक अर्थशास्त्र आर्थिक वातावरणाचा आणि समग्र-स्तरीय नियोजनाचा अभ्यास करून, निर्णय घेण्यास आधार प्रदान करते. हे निर्णय शास्त्रोक्त पद्धतीने घेतले जातात. शोधाचे निकष औद्योगिक अर्थशास्त्राद्वारे प्रदान

केले जातात. जसे की समतोल स्थिती अमूर्त आहे आणि व्यवहारात लागू करताना त्यात बदल करणे आवश्यक आहे. अमूर्त प्रतिमानाचे स्वरूप दर्शविल्यानंतर औद्योगिक अर्थशास्त्र अशा बदलांना देखील सूचित करते.

१.१.४ औद्योगिक अर्थशास्त्राची व्याप्ती :

औद्योगिक अर्थशास्त्राच्या अभ्यासाचे वरीलप्रमाणे एकूण सहा विभाग आहेत. उत्पादन म्हणजे उपयोगितेची निर्मिती होय. औद्योगिक उत्पादनात भौतिक (material) तसेच अभौतिक (immaterial) वस्तू व सेवांचा समावेश होतो. उत्पादनविषयक विश्लेषण करण्यासाठी पारंपरिक व आधुनिक सिद्धान्ताची मदत होते. विविध उद्दिष्टांची निश्चिती करून ते साध्य करण्यासाठी प्रयत्न केले जातात. औद्योगिक उत्पादनात सहभागी होणाऱ्या सर्व घटकांच्या कामाचा मोबदला व त्याची निश्चिती याविषयीचा अभ्यास 'वितरण' या विभागाद्वारे होतो. भूमी, श्रम, भांडवल, संयोजक व व्यवस्थापन या पाच प्रमुख घटकांचा मोबदला व त्यांची निश्चिती 'वितरणाचे सिद्धान्त' यात अभ्यासता येते. उपभोग या संकल्पनेद्वारा गरजांची उत्पत्ती, स्वरूप, वैशिष्ट्ये, नियम आणि न्युनतम खर्चातून महत्तम समाधान प्राप्त करण्यासाठीचे प्रयत्न याविषयी अभ्यास केला जातो. औद्योगिक उत्पादनाचे वस्तूविनिमय, देशी व्यापार व आंतरराष्ट्रीय व्यापार, व्यापारविषयक धोरणे याविषयीचा अभ्यास 'विनिमय' या विभागाद्वारे केला जातो. गुंतवणूक म्हणजे भांडवल निर्मितीची प्रक्रिया होय. उत्पादन आधिक्य म्हणजे गुंतवणूक असे सर्वसाधारणपणे संबोधिले जाते. वस्तूसुची गुंतवणूक, स्थिर मालमत्तेच्या रूपातील गुंतवणूक, स्थूल गुंतवणूक व निव्वळ गुंतवणूक अशी गुंतवणुकीची विविध रूपे आहेत तर 'राजकोषीय व्यवहार' या विभागाद्वारे उद्योगांशी संबंधित करविषयक धोरणे, आयात-निर्यात धोरणे, मौद्रिक धोरणे, राजकोषीय धोरणे, औद्योगिक धोरणे, पतधोरणे, बँकिंग धोरणे इत्यादी शासकीय धोरणांचा अभ्यास केला जातो. औद्योगिक अर्थशास्त्राची व्याप्ती खालील मुद्यांच्या साहाय्याने स्पष्ट करता येईल.

१) विपणन संरचनेचे घटक :

औद्योगिक अर्थशास्त्रामध्ये विपणन संरचनेच्या घटकांचा सखोल अभ्यास केला जातो. यामध्ये व्यवसाय संस्था, उद्योग, विपणन, विपणन संरचना, औद्योगिक संरचना इत्यादींसारख्या संकल्पनांचा अभ्यास केला जातो.

२) सिद्धान्त :

औद्योगिक अर्थशास्त्रात किंमत सिद्धान्त आणि व्यवसायाचे आकारमान यांसारख्या सिद्धान्ताचा अभ्यास केला जातो. व्यवसायाचे आकारमान ठरविताना अनेक घटकांचा विचार करावा लागतो. या सर्व घटकांचा विचार औद्योगिक अर्थशास्त्रात केला जातो. हे अर्थशास्त्र अनुयायी अनुकूलता आणि एकाच उद्योगामध्ये छोट्या आणि मोठ्या व्यवसाय संस्था कशा अस्तित्वात येतात याचा अभ्यास करते. यामध्ये इष्टतम व्यवसाय संस्था या संकल्पनेचाही अभ्यास केला जातो.

३) स्थान निश्चिती :

औद्योगिक अर्थशास्त्रात व्यवसाय संस्थेची स्थान निश्चिती हा निर्णय प्रक्रियेतील अत्यंत महत्त्वाचा घटक अभ्यासाला जातो. यामध्ये स्थान निश्चितीचे सिद्धान्त, स्थान निश्चितीवर परिणाम करणारे घटक तसेच उद्योगांची स्थान निश्चिती आणि औद्योगिक वसाहती या संदर्भातील सरकारी धोरणांचा अभ्यास केला जातो.

४) सार्वजनिक क्षेत्राची भूमिका :

नवीन औद्योगिक धोरणाने उद्योगातील सार्वजनिक क्षेत्राची भूमिका पुनश्च निश्चित केली आहे. यामध्ये या क्षेत्राचे महत्त्व थोडे कमी केले आहे. पूर्वी या क्षेत्रासाठी राखीव असलेली उद्योगाची क्षेत्रे आता खासगी उद्योगांना खुली करण्यात आली आहेत. औद्योगिक अर्थशास्त्रामध्ये या नवीन धोरणाचा सखोल अभ्यास केला जातो.

सरकारने या सार्वजनिक क्षेत्रातील आपली गुंतवणूक कमी करण्याच्या हेतूने निर्गुंतवणूक धोरण जाहीर केलेले आहे. या सर्वांचा अभ्यास औद्योगिक अर्थशास्त्रात केला जातो.

५) एम. आर. टी. पी. कायदा :

ज्या व्यवसाय संस्थाच्या मत्ता १०० करोडपेक्षा जास्त किमतीच्या असतात अशा व्यवसाय संस्थांना एम.आर. टी.पी. संस्था असे संबोधले जाते. मक्तेदारी रोखण्याच्या दृष्टीने अशा व्यवसाय संस्थांचे नियमन कडक असते तसेच त्यांच्यावर कडक नियंत्रणही असते. मात्र नवीन औद्योगिक धोरणामुळे हे नियमन आणि नियंत्रण शिथिल केले गेले आहे. या विषयाचा अभ्यासही औद्योगिक अर्थशास्त्राचा अभ्यास विषय आहे.

६) परकीय गुंतवणूक :

औद्योगिक अर्थशास्त्रामध्ये व्यवसायातील परकीय गुंतवणुकीचा सखोल अभ्यास केला जातो. नवीन औद्योगिक धोरणामध्ये परकीय गुंतवणूक धोरणामध्ये काही बदल केले आहेत. काही विशिष्ट उद्योगांमध्ये ५१ टक्क्यांपर्यंत थेट परकीय गुंतवणुकीला परवानगी देण्यात आली आहे. ज्या उद्योगांमध्ये मोठ्या प्रमाणावर गुंतवणुकीची, प्रगत तंत्रज्ञानाची गरज असते तसेच ज्या उद्योगांना अग्रक्रम असतात अशा उद्योगांना असा फायदा दिला जातो. औद्योगिक अर्थशास्त्रामध्ये या सर्व बाबींचा अभ्यास केला जातो.

७) परकीय तंत्रज्ञान :

परकीय तंत्रज्ञान आयात करण्यातही काही सूट / सवलती दिल्या आहेत. उच्च अग्रक्रम उद्योगांसंदर्भात तंत्रज्ञान करारांसाठी सरकारची मंजुरी आपोआपच मिळते. भारतीय उद्योगात परकीय तंत्रज्ञांना बोलविण्यासाठी परवानगीची गरज नसते. याचाही अभ्यास औद्योगिक अर्थशास्त्रात केला जातो.

८) औद्योगिक उत्पादकता व कार्यक्षमता :

औद्योगिक अर्थशास्त्रामध्ये औद्योगिक उत्पादकता हा महत्त्वाचा अभ्यासविषय असतो. औद्योगिक उत्पादकता मोजणे, त्याची मोजमापे, उत्पादकता कमी असल्यास त्याची कारणे शोधणे त्यावर उपाय शोधणे / सुचविणे यासारखे विषय हाताळले जातात. औद्योगिक अर्थशास्त्रात औद्योगिक कार्यक्षमता तपासली जाते. त्याचे मूल्यमापन करुन कार्यक्षमता वाढविण्यासाठी योग्य ती पावले उचलली जातात.

९) औद्योगिक संबंध :

कामगार आणि व्यवस्थापन यांच्यातील संबंधाचा औद्योगिक कार्यक्षमतेवर मोठ्या प्रमाणावर परिणाम होतो. त्यामुळे औद्योगिक अर्थशास्त्रामध्ये औद्योगिक संबंधांच्या विविध अंगांचा अभ्यास केला जातो. यामध्ये औद्योगिक कलह, किमान वेतन, सामूहिक सौदेबाजी, कामगार संघटना या विषयांचा समावेश होतो. या अभ्यासात कामगार कल्याण आणि कामगारांचा व्यवस्थापनातील सहभाग इत्यादी विषय अभ्यासले जातात.

१०) वैविध्यीकरण आणि औद्योगिक सहयोग संयोग :

औद्योगिक अर्थशास्त्रामध्ये वैविध्यीकरणाचे विविध पैलू अभ्यासले जातात म्हणजेच, वैविध्यीकरण का, कसे आणि किती करायचे हे ठरविले जाते. तसेच औद्योगिक अर्थशास्त्र विविध प्रकारच्या औद्योगिक संयोगांचे प्रकार अभ्यासते. उदा. व्यवस्थापन हाती घेणे, एकत्रीकरण इत्यादी.

११) औद्योगिक आजारपण :

औद्योगिक विकासामध्ये औद्योगिक आजारपण ही महत्त्वाची समस्या आहे. त्यामुळे औद्योगिक अर्थशास्त्र औद्योगिक आजारपणाच्या विविध अंगाचे विश्लेषण करते. उदा. आजारपणाची कारणे, परिणाम, ते दूर करण्यासाठी उपाययोजना, कामगारांचा विरोध इत्यादी.

१.१.५ औद्योगिक अर्थशास्त्राची गरज :

औद्योगिक अर्थशास्त्रामध्ये उपभोक्ता, उत्पादक, कामगार, श्रमिक, औद्योगिक आदानांचे पुरवठाकर्ते आणि सरकार इत्यादी घटकांना अनुसरुन अभ्यास केला जातो. या सर्वांच्या संदर्भातील सर्व अंगाचा सखोल अभ्यास करण्यासाठी

औद्योगिक अर्थशास्त्राचा अभ्यास करणे गरजेचे असते. औद्योगिक अर्थशास्त्राच्या अभ्यासाची गरज खालील मुद्द्यांच्या साहाय्याने स्पष्ट करता येईल.

१) निर्णय प्रक्रिया :

औद्योगिक अभ्यासामध्ये निर्णय प्रक्रिया या अत्यंत महत्त्वाच्या विषयाचा अभ्यास केला जातो. संसाधनांच्या दुर्मीळतेमुळे औद्योगिक अर्थशास्त्राचा अभ्यास महत्त्वाचा ठरतो. कारण या दुर्मीळ संसाधनांचा योग्य वापर करण्याच्या दृष्टीने औद्योगिक अर्थशास्त्राची मदत होते. दीर्घकालीन व्यावसायिक निर्णय प्रक्रियेची निश्चिती करताना औद्योगिक अर्थशास्त्राची मोलाची मदत होते कारण या अर्थशास्त्रामध्ये या सर्व बाबींचा विविधांगाने अभ्यास केला जातो. निर्णय प्रक्रियेमध्ये किंमत निश्चिती, उत्पादनाची तंत्रे, बाजारपेठ विश्लेषण, औद्योगिक संयोग इत्यादी संदर्भातील निर्णयांचा समावेश होतो. हे निर्णय घेण्यासाठी पर्याप्त माहितीची गरज असते. ती माहिती औद्योगिक अर्थशास्त्राच्या अभ्यासामुळे प्राप्त होऊ शकते.

२) सिद्धान्ताचा अभ्यास आणि त्यांचा उपयोग :

सूक्ष्म अर्थशास्त्रातील पायाभूत सिद्धान्ताचे व त्यातील तत्त्वांचे उपयोजन औद्योगिक अर्थशास्त्राच्या अभ्यासाने शक्य होते. उद्योग क्षेत्रात अनेक सिद्धान्त प्रचलित आहेत. या सिद्धान्ताचा बारकाईने अभ्यास करणे गरजेचे असते. या सिद्धान्ताचा योग्य उपयोग करता आला पाहिजे. त्यासाठी त्यांचे सखोल अध्ययन गरजेचे असते जे औद्योगिक शास्त्राच्या अभ्यासामुळे शक्य होते.

३) औद्योगिक धोरण निश्चिती व सूत्रीकरण :

औद्योगिक धोरणांबाबत सखोल माहिती असणे गरजेचे असते. औद्योगिक अर्थशास्त्रामध्ये अशी धोरण निश्चिती, तिच्या मागील कारणमीमांसा, धोरणातील तरतुदी धोरणाचे सूत्रीकरण इत्यादींचे विवेचन केले जाते. सरकार उद्योग क्षेत्राच्या बाबतीत आपले धोरण वेळोवेळी निश्चित करीत असते. उद्योजकांना तसेच इतरांना या धोरणाचे ज्ञान असणे व्यावसायिक यशासाठी आवश्यक असते. औद्योगिक अर्थशास्त्र धोरणांच्या संदर्भातील विविध बाबींचा सखोल अभ्यास करते. त्यामुळे औद्योगिक अर्थशास्त्राचा अभ्यास अपरिहार्य ठरतो.

४) अस्तित्वात असणाऱ्या प्रणालीचे ज्ञान :

अस्तित्वात असणाऱ्या उद्योग प्रणालीचे ज्ञान असणे आवश्यक असते. औद्योगिक अर्थशास्त्रामध्ये प्रचलित उद्योग प्रणालीचा सखोल अभ्यास केला जातो. त्यामुळे ही प्रणाली समजावून घेण्यासाठी औद्योगिक अर्थशास्त्राचा अभ्यास महत्त्वाचा ठरतो.

५) औद्योगिक संबंधांचे ज्ञान :

औद्योगिक अर्थशास्त्रामध्ये औद्योगिक कलह, किमान वेतन, सामूहिक सौदेबाजी, कर्मचारी संघटना इत्यादींसारख्या औद्योगिक संबंधांच्या विविध अंगांचा अभ्यास केला जातो. तसेच यामध्ये कामगार कल्याण आणि कामगारांचा व्यवस्थापनात सहभाग जो आजच्या औद्योगिक जगताचा आवश्यक घटक आहे, त्याचा अभ्यास केला जातो. औद्योगिक संबंधांच्या या विविध बाजू समजून घेण्यासाठी औद्योगिक अर्थशास्त्राचा अभ्यास करणे गरजेचे आहे.

उत्पादनांच्या निर्मितीपासून ते उपभोक्त्याच्या हातात जाण्यापर्यंतच्या प्रवासात येणाऱ्या प्रत्येक टप्प्यांचे विश्लेषण औद्योगिक अर्थशास्त्रात महत्त्वाचे ठरते. म्हणून औद्योगिक अर्थशास्त्राचा सर्व बाजूने व सर्व टप्प्यांचा या विषयात अभ्यास करणे गरजेचे असते.

१.१.६ औद्योगिक अर्थशास्त्राचे महत्त्व :

आजच्या युगात औद्योगिक अर्थशास्त्राचा अभ्यास महत्त्वाचा ठरतो आहे. अर्थव्यवस्था आणि औद्योगिकरण या दोन्ही गोष्टीचा एकमेकांवर होणारे प्रभाव अभ्यासणे महत्त्वाचे असते. भूतकाळातील अनेक परिमाणांचा अभ्यास

करून भविष्यातील स्थिती, स्थित्यंतरांचे विश्लेषणे यात केले जातात. औद्योगिक अर्थशास्त्राच्या अभ्यासाचे महत्त्व खालील मुद्द्यांच्या साहाय्याने स्पष्ट करता येईल.

१) दीर्घकालीन निर्णय प्रक्रिया :

औद्योगिक अर्थशास्त्रामध्ये उपभोक्ता, उत्पादक, कामगार, श्रमिक, पुरवठादार आणि सरकार यासारख्या विषयांचा अभ्यास केला जातो. व्यवसायामध्ये ही सर्व माहिती अत्यंत उपयोगी असते. निर्णय घेणे हे व्यवसाय व्यवस्थापनाचे एक महत्त्वाचे कार्य आहे. व्यवसायात निर्णय प्रक्रिया ही सातत्याने चालणारी प्रक्रिया आहे. या निर्णय प्रक्रियेमध्ये किंमत निश्चिती, उत्पादनाची तंत्रे, बाजारपेठ विश्लेषण, स्थान निश्चिती, व्यवसायांचे आकारमान, औद्योगिक संयोग इत्यादी संदर्भातील निर्णयांचा समावेश होतो. हे सर्व विषय औद्योगिक अर्थशास्त्राचे अभ्यास विषय आहेत. हे सर्व निर्णय घेण्यासाठी पर्याप्त अशा माहितीची गरज असते. औद्योगिक अर्थशास्त्राच्या अभ्यासामुळे ही माहिती उपलब्ध होऊन योग्य निर्णय घेणे सोपे जाते. त्यामुळे औद्योगिक अर्थशास्त्राच्या अभ्यासाला अनन्यसाधारण असे महत्त्व प्राप्त झाले आहे.

२) औद्योगिक धोरण सूत्रीकरण :

औद्योगिक क्षेत्राच्या विविध अंगांचा अभ्यास औद्योगिक अर्थशास्त्रात केला जातो. प्रत्येक अर्थव्यवस्थेमध्ये औद्योगिक धोरण सूत्रीकरण ही अत्यंत महत्त्वाची बाब असते आणि त्यावरच देशाचा आर्थिक विकास अवलंबून असतो. औद्योगिक अर्थशास्त्राच्या अभ्यासामुळे या महत्त्वाच्या विषयासंबंधीची सर्व माहिती आपल्याला उपलब्ध होते. निरनिराळ्या धोरणांबद्दल माहिती मिळते. त्याचप्रमाणे या धोरण निश्चितीसाठी आवश्यक असणारी माहितीही औद्योगिक अर्थशास्त्राच्या अभ्यासामुळे प्राप्त होऊ शकते. त्यामुळे औद्योगिक अर्थशास्त्राचा अभ्यास महत्त्वाचा ठरतो.

३) किंमत पातळीत होणारे बदल :

किंमत निश्चिती हा औद्योगिक अर्थशास्त्राचा अभ्यास विषय आहे. किंमत निश्चितीच्या अनेक बाबी यामध्ये अभ्यासल्या जातात. किंमत पातळीत नेहमीच बदल होत असतात. औद्योगिक अर्थशास्त्रामध्ये अशा बदलांचा अभ्यास करुन त्याची कारणे आणि परिणाम अभ्यासली जातात. ही सर्व माहिती व्यवसायाच्या यशासाठी महत्त्वाची असतात कारण प्रत्येक व्यवसायाला आपल्या वस्तू वा सेवा यांच्या किमती निश्चित कराव्या लागतात. औद्योगिक अर्थशास्त्राच्या अभ्यासामुळे बाजारातील नवनवीन प्रवाहाची माहिती होऊन किंमत निश्चिती निर्णय घेणे सोपे होते. अशा प्रकारे औद्योगिक अर्थशास्त्राच्या अभ्यासामुळे बदलत्या पर्यावरणात योग्य किंमत निश्चिती निर्णय घेणे शक्य होते.

४) आंतरराष्ट्रीय माहितीचे प्रसारण :

औद्योगिक अर्थशास्त्रामध्ये आंतरराष्ट्रीय अर्थशास्त्राचाही अभ्यास केला जातो. यामध्ये आंतरराष्ट्रीय पातळीवर प्रचलित असणाऱ्या विविध प्रवाहांचा अभ्यास केला जातो. आंतरराष्ट्रीय अर्थव्यवस्थेसंबंधित माहिती देशातील धोरण निश्चितीसाठी आवश्यक ठरते. त्यामुळे औद्योगिक अर्थशास्त्र हा आंतरराष्ट्रीय माहिती प्रसारणाचा महत्त्वाचा स्त्रोत बनला आहे.

५) उत्पादन आणि वितरण :

उत्पादन आणि वितरण हा औद्योगिक अर्थशास्त्राचा महत्त्वाचा अभ्यास विषय आहे. उत्पादनविषयक विश्लेषण केले जाते, त्यासाठी विविध सिद्धान्ताची मदत घेतली जाते. उत्पादनाची नवनवीन तंत्रे कोणती आहेत हे अभ्यासले जाते. त्या संदर्भात विविध उद्दिष्टांची निश्चिती करुन ते साध्य करण्यासाठी प्रयत्न केले जातात. औद्योगिक उत्पादनात सहभागी असणाऱ्या सर्व घटकांच्या कामाचा मोबदला व त्याची निश्चिती याविषयीचा अभ्यास वितरण

या विभागाद्वारे केला जातो. वितरणाचे नवनवीन मार्ग अभ्यासले जातात. औद्योगिक अर्थशास्त्राच्या अभ्यासामुळे व्यवसायातील या दोन महत्त्वाच्या घटकांबद्दल अत्यंत महत्त्वाची माहिती उपलब्ध होते. ज्याचा व्यवसायाच्या यशामध्ये मोठा वाटा असतो.

६) आर्थिक अस्थैर्याची उकल आणि नियंत्रण :

औद्योगिक अर्थशास्त्रामध्ये आर्थिक वृद्धी/विकास आणि त्यातील अस्थैर्य याचा अभ्यास केला जातो. आर्थिक अस्थैर्य असेल तर त्याची कारणमीमांसा केली जाते. संभाव्य उपाययोजना निश्चित करता येते. औद्योगिक अर्थशास्त्रात अशा आर्थिक अस्थैर्याची कारणे व उपाय यांचा उहापोह केला जातो. आर्थिक अस्थैर्याची उकल करण्यासाठी आणि त्यावर नियंत्रण प्रस्थापित करण्यासाठी औद्योगिक अर्थशास्त्राचा अभ्यास करणे महत्त्वाचे ठरते.

७) पूर्ण रोजगार निर्मितीचे प्रयत्न :

औद्योगिक अर्थशास्त्राचा कामगार विश्व हा महत्त्वाचा अभ्यासविषय आहे. यामध्ये कामगारांच्या कार्यक्षमता, त्यांच्या समस्या इत्यादींचा अभ्यास केला जातो. असा अभ्यास महत्त्वाचा असतो कारण कामगारांची कार्यक्षमता हे औद्योगिक कार्यक्षमतेचे द्योतक असते. याचा संबंध विविध उद्योगांची कार्यक्षमता आणि नफा यांच्यांशी असतो. यामध्ये बेरोजगारीची कारणे शोधली जातात. ती दूर करण्याच्या दृष्टीने योग्य अशा उपाययोजना सुचविल्या जातात व पूर्ण रोजगार निर्मितीचे प्रयत्न केले जातात. त्यामुळे औद्योगिक अर्थशास्त्राच्या अभ्यासाला अनन्यसाधारण महत्त्व प्राप्त होते.

८) अर्थव्यवस्थेतील बदलांचा अभ्यास :

औद्योगिक अर्थशास्त्र भारतीय अर्थव्यवस्थेतील बदलांचा अभ्यास करते. या बदलांची कारणे कोणती याचा सखोल अभ्यास या अर्थशास्त्रात केला जातो. अशा बदलांचा अभ्यास करणे महत्त्वाचे असते त्यामुळे औद्योगिक अर्थशास्त्राचे महत्त्व वाढले आहे.

औद्योगिक धोरण आणि त्याचे विश्लेषण आर्थिक परिस्थिती, उत्पादने आणि उपभोक्ता यातील विविध अंगे आणि रोजगार, बाजार या सोबत होणारे आर्थिक स्थित्यंतरे या गोष्टींचे औद्योगिक अर्थशास्त्रात अनन्यसाधारण महत्त्व आहे. वरील मुद्यांच्या आधारे ते स्पष्ट करता येते.

१.२ औद्योगिक संरचना :

अर्थव्यवस्थेची औद्योगिक संरचना त्याच्या क्षेत्रांची रचना आणि परस्परसंबंध परिभाषित करते, ज्यामध्ये संसाधन उत्खननात गुंतलेले प्राथमिक उद्योग, उत्पादनात गुंतलेले दुय्यम उद्योग आणि दोन्हींना समर्थन देणारे तृतीयक सेवा समाविष्ट असतात. हे कृषी, उत्पादन आणि सेवांचे अर्थव्यवस्थेतील सापेक्ष योगदान विकासाच्या टप्प्यांतून विकसित होत असल्याचे प्रतिबिंबित करते.

१.२.१ मोठे उद्योग :

आधुनिक भारतातील जलद वृद्धीसाठी मोठे भारतीय उद्योग हे प्रमुख पैलू आहेत. देशाच्या अर्थव्यवस्थेला आकार देण्यासाठी उद्योगांची भूमिका महत्त्वाची असते. तथापि, भारत एक कृषीप्रधान राष्ट्र आहे, तरीही भारतीय उद्योग देशाला आर्थिक पाठबळ देतात. स्वातंत्र्यानंतर, राष्ट्राने विविध उत्पादनांच्या निर्मितीमध्ये यशस्वीपणे सार्वभौमत्व प्राप्त केले आहे.

अ) अर्थ :

मोठे उद्योग हे सामान्यत: उत्पादन क्षमता, महसूल, कार्यबल आणि बाजारपेठेतील प्रभावाच्या दृष्टीने लक्षणीय प्रमाणात कार्यरत असलेल्या व्यवसाय किंवा क्षेत्रांचा संदर्भ देतात. या उद्योगांमध्ये अनेकदा पायाभूत सुविधा, यंत्रसामग्री आणि तंत्रज्ञानामध्ये मोठी भांडवली गुंतवणूक असते आणि ते मोठ्या प्रमाणात वस्तू किंवा सेवांचे उत्पादन करतात. मोठ्या उद्योगांमध्ये उत्पादन, ऊर्जा, दूरसंचार, ऑटोमोटिव्ह, एरोस्पेस, फार्मास्युटिकल्स यासारख्या विविध क्षेत्रांचा समावेश असतो.

ब) मोठ्या उद्योगांची वैशिष्ट्ये :

मोठ्या उद्योगांमध्ये अनेक प्रमुख वैशिष्ट्ये असतात जी त्यांना लहान उद्योगांपेक्षा वेगळे करतात. पुढे काही परिभाषित वैशिष्ट्ये दिली आहेत :

१) मोठ्या अर्थव्यवस्थेचे फायदे :

मोठ्या उद्योगांना त्यांच्या आकारामुळे मोठ्या प्रमाणावर अर्थव्यवस्थांचा फायदा होतो. ते मोठ्या प्रमाणात वस्तू किंवा सेवांचे उत्पादन करतात, ज्यामुळे उत्पादनाचे प्रमाण वाढते म्हणून प्रति युनिट सरासरी खर्च कमी होतो.

२) उच्च भांडवलाची तीव्रता :

मोठ्या उद्योगांना त्यांच्या कार्यांना कार्यक्षमतेने समर्थन देण्यासाठी यंत्रसामग्री, उपकरणे, तंत्रज्ञान आणि पायाभूत सुविधांमध्ये अनेकदा महत्त्वपूर्ण गुंतवणूकीची आवश्यकता असते.

३) जटिल पुरवठा साखळी :

मोठ्या उद्योगांमध्ये कच्चा माल, घटक आणि तयार उत्पादनांचा प्रवाह व्यवस्थापित करण्यासाठी बहुधा पुरवठादार, वितरक आणि लॉजिस्टिक नेटवर्कचा समावेश असलेल्या व्यापक आणि गुंतागुंतीच्या पुरवठा साखळ्या असतात.

४) बाजारातील वर्चस्व :

मोठ्या उद्योगांच्या संबंधित क्षेत्रांमध्ये त्यांच्याकडे बऱ्याचदा महत्त्वपूर्ण बाजारपेठेतील वाटा असतो, ज्यामुळे ते किंमतींवर प्रभाव टाकू शकतात, उद्योग मानके निश्चित करू शकतात आणि बाजारातील प्रवाह बदलू शकतात.

५) रोजगार निर्मिती :

मोठे उद्योग त्यांच्या परिसंस्थेमधील सहायक व्यवसाय आणि सेवांना समर्थन देऊन प्रत्यक्ष आणि अप्रत्यक्षपणे रोजगाराच्या भरीव संधी निर्माण करतात.

६) तांत्रिक प्रगती :

आपल्या प्रमाणात आणि संसाधनांमुळे, मोठे उद्योग त्यांची उत्पादने, प्रक्रिया आणि कार्यक्षमता नवनवीन आणि सुधारण्यासाठी संशोधन व विकासामध्ये वारंवार गुंतवणूक करतात.

७) नियामक छाननी :

मोठे उद्योग त्यांच्या संभाव्य पर्यावरणीय प्रभावामुळे, कामगारांच्या सुरक्षेची चिंता आणि बाजारातील वर्चस्वामुळे सरकारी संस्थांद्वारे लागू केलेल्या विस्तृत नियम आणि अनुपालन आवश्यकतांच्या अधीन आहेत.

८) जागतिक कार्यपद्धती :

विविध बाजारपेठा आणि संसाधनांमध्ये प्रवेश करण्यासाठी अनेक देशांत उत्पादन सुविधा, वितरण केंद्रे आणि विक्री कार्यालये असलेले अनेक मोठे उद्योग जागतिक स्तरावर कार्यरत आहेत.

९) जोखीम व्यवस्थापन :

मोठे उद्योग बाजारातील अस्थिरता, पुरवठा साखळीतील व्यत्यय, नियामक बदल आणि भू-राजकीय अस्थिरता यासारखे विविध धोके कमी करण्यासाठी अत्याधुनिक जोखीम व्यवस्थापन धोरणे वापरतात.

१०) कॉर्पोरेट गव्हर्नन्स :

मोठ्या उद्योगांमध्ये उत्तरदायित्व, पारदर्शकता आणि कायदेशीर व नैतिक मानकांचे पालन सुनिश्चित करण्यासाठी सामान्यत: मजबूत कॉर्पोरेट गव्हर्नन्स संरचना असतात. अनेकदा संचालक मंडळे आणि कार्यकारी नेतृत्व संघांकडून त्यांची देखरेख केली जाते.

क) मोठ्या उद्योगांचे महत्व :

विविध आयामांमध्ये त्यांच्या महत्त्वपूर्ण योगदानामुळे अर्थव्यवस्थेत मोठमोठे उद्योग महत्त्वपूर्ण भूमिका बजावतात. त्यांचे महत्त्व अधोरेखित करणारे मुद्दे पुढीलप्रमाणे आहेत :

१) आर्थिक वृद्धी :

मोठे उद्योग उत्पादकता सुधारणे, रोजगाराच्या संधी निर्माण करणे आणि नवकल्पना व तंत्रज्ञानाच्या प्रगतीला चालना देऊन आर्थिक वृद्धीसाठी महत्त्वपूर्ण योगदान देतात.

२) रोजगार निर्मिती :

मोठे उद्योग उत्पादन भूमिकांपासून व्यवस्थापकीय, प्रशासकीय आणि पाठिंबा पदांपर्यंत मोठ्या प्रमाणात प्रत्यक्ष आणि अप्रत्यक्ष नोकऱ्या निर्माण करतात. मोठ्या उद्योगांमुळे निर्माण होणारा रोजगार गरिबी दूर करण्यास, जीवनमान सुधारण्यास आणि स्थानिक अर्थव्यवस्थांना चालना देण्यास मदत करतो.

३) पायाभूत सुविधांचा विकास :

मोठ्या उद्योगांना अनेकदा व्यापक पायाभूत सुविधांची आवश्यकता असते, जसे की वाहतूक नेटवर्क, वीज प्रकल्प आणि दळणवळण प्रणाली. त्यांची उपस्थिती पायाभूत सुविधांच्या विकासास उत्प्रेरित करते, ज्यामुळे उद्योगाला आणि आसपासच्या समुदायांना फायदा होतो.

४) परकीय चलन कमाई :

बरेच मोठे उद्योग आंतरराष्ट्रीय व्यापारात गुंतलेले असतात, परदेशी बाजारपेठेत वस्तू आणि सेवा निर्यात करतात. यामुळे परकीय चलनाची कमाई होते, देशाचे पेमेंट संतुलन वाढते आणि जागतिक अर्थव्यवस्थेत त्याचे स्थान मजबूत होते.

५) तंत्रज्ञान हस्तांतरण :

मोठे उद्योग अनेकदा प्रगत तंत्रज्ञान आणि सर्वोत्तम पद्धतींचा लाभ घेतात, ज्यामुळे तंत्रज्ञान हस्तांतरण आणि अर्थव्यवस्थेत ज्ञानाचा प्रसार होतो. हे स्थानिक क्षमतांच्या विकासास हातभार लावते, औद्योगिक स्पर्धात्मकता वाढवते आणि संबंधित क्षेत्रांमध्ये नवकल्पना उत्तेजित करते.

६) पुरवठा साखळी विकास :

मोठ्या प्रमाणावर उद्योग कच्चा माल, घटक आणि मध्यवर्ती वस्तूंची मागणी निर्माण करतात, ज्यामुळे पुरवठादार उद्योगांच्या वृद्धीस चालना मिळते आणि मजबूत पुरवठा साखळी परिसंस्थेच्या विकासास समर्थन मिळते.

७) सरकारी महसूल :

मोठे उद्योग कॉर्पोरेट कर, आयात शुल्क, उत्पादन शुल्क आणि परवाना शुल्कासह विविध माध्यमांद्वारे सरकारी महसुलात महत्त्वपूर्ण योगदान देतात. उत्पन्न होणारा महसूल सार्वजनिक पायाभूत सुविधा, सामाजिक कल्याण कार्यक्रम आणि इतर विकास उपक्रमांसाठी वाटप केला जाऊ शकतो.

८) बाजाराची स्थिरता :

मोठे उद्योग अनेकदा आवश्यक वस्तू आणि सेवा प्रदान करतात जे अर्थव्यवस्थेच्या कार्यासाठी महत्त्वपूर्ण असतात, जसे की ऊर्जा, वाहतूक, आरोग्यसेवा आणि दूरसंचार. त्यांची स्थिरता आणि विश्वासार्हता एकूणच बाजारातील स्थिरता आणि लवचिकतेमध्ये योगदान देते.

९) संशोधन आणि विकास :

बरेच मोठे उद्योग संशोधन आणि विकास (R&D) मध्ये नाविन्यपूर्ण करण्यासाठी, उत्पादनांमध्ये सुधारणा करण्यासाठी आणि नवीन तंत्रज्ञान विकसित करण्यासाठी मोठ्या प्रमाणात गुंतवणूक करतात. हे तांत्रिक प्रगतीला चालना देते, औद्योगिक स्पर्धात्मकता वाढवते आणि दीर्घकालीन आर्थिक वृद्धीस चालना देते.

१०) जागतिक स्पर्धात्मकता :

मोठे उद्योग उच्च दर्जाच्या वस्तू आणि सेवांचे उत्पादन करून, मोठ्या प्रमाणावर अर्थव्यवस्था साध्य करून आणि आंतरराष्ट्रीय व्यापारात भाग घेऊन जागतिक बाजारपेठेत देशाची स्पर्धात्मकता वाढवतात. त्यांचे यश जागतिक मूल्य साखळीत देशाचे स्थान मजबूत करते आणि इतर राष्ट्रांसह आर्थिक एकात्मतेला प्रोत्साहन देते.

१.२.२ मध्यम उद्योग :

मध्यम-स्तरीय उद्योग हा अर्थव्यवस्थेच्या औद्योगिक परिप्रेक्षामधील एक महत्त्वपूर्ण विभाग आहे, जो लघु-उद्योग आणि मोठ्या उद्योगांमध्ये स्थित आहे. हे व्यवसाय विशिष्ट वैशिष्ट्ये धारण करतात आणि आर्थिक वृद्धी व रोजगार निर्मितीमध्ये महत्त्वपूर्ण योगदान देतात.

अ) अर्थ :

मध्यम-स्तरीय उद्योग हे असे व्यवसाय आहेत जे मध्यम स्तरावरील भांडवली गुंतवणूक, कार्यबल आणि उत्पादन क्षमतेद्वारे चालतात, लहान-उद्योग आणि मोठ्या उद्योगांदरम्यान असतात. या व्यवसायांमध्ये सामान्यत: मध्यम बाजार वाटा असतो आणि ते विशिष्ट कोनाड्यांमध्ये किंवा क्षेत्रांमध्ये कार्य करतात. जरी ते मोठ्या उद्योगांसारखे संसाधने किंवा बाजारपेठेचे वर्चस्व मिळवू शकत नसले तरी, ते आर्थिक वृद्धी आणि रोजगार निर्मितीमध्ये महत्त्वपूर्ण भूमिका बजावतात.

ब) मध्यम उद्योगांची वैशिष्ट्ये :

मध्यम उद्योगांची वैशिष्ट्ये पुढील मुद्यांच्या आधारे जाणून घेता येतील :

१) मध्यम भांडवली गुंतवणूक :

मध्यम उद्योगांना मोठ्या उद्योगाच्या तुलनेत मध्यम स्तरावरील भांडवली गुंतवणूक आवश्यक असते. त्यांच्याकडे समान आर्थिक संसाधने नसली तरीही, ते त्यांचे कार्य स्थापित करण्यासाठी आणि विस्तारित करण्यासाठी पुरेशी गुंतवणूक करतात.

२) मर्यादित बाजारपेठ वाटा :

मध्यम उद्योग विशेषत: विशिष्ट कोनाड्यांमध्ये किंवा क्षेत्रांमध्ये कार्यरत असतात, प्रादेशिक किंवा राष्ट्रीय बाजारपेठेत सेवा देतात. जरी ते संपूर्ण बाजारपेठेवर वर्चस्व गाजवू शकत नसले तरी ते अनेकदा त्यांच्या निवडलेल्या उद्योग विभागांमध्ये मजबूत उपस्थिती प्रस्थापित करतात.

३) संतुलित कार्यबल :

मध्यम-उद्योग मध्यम प्रमाणात कामगारांना कामावर ठेवतात, जे लहान-उद्योगांच्या श्रम-केंद्रित कार्यपद्धती आणि मोठ्या-उद्योगांचे व्यापक कर्मचारी वर्ग यांच्यात संतुलन राखतात. ते लोकसंख्येच्या महत्त्वपूर्ण भागाला रोजगाराच्या संधी प्रदान करतात, स्थानिक आर्थिक विकासात योगदान देतात.

४) लवचिकता आणि अनुकूलता :

मध्यम आकाराचे उद्योग मोठ्या कॉर्पोरेशनच्या तुलनेत अधिक लवचिकता आणि अनुकूलता प्रदर्शित करतात. ते बाजारातील परिस्थिती, ग्राहक प्राधान्ये आणि नियामक आवश्यकतांमध्ये बदलांना अधिक जलद प्रतिसाद देतात, ज्यामुळे त्यांना उदयोन्मुख संधींचा फायदा घेता येतो आणि जोखीम कमी करता येतात.

५) केंद्रित उत्पादन किंवा सेवा प्रदान :

मध्यम-स्तरीय उद्योग विशेषत: उत्पादनांच्या किंवा सेवांच्या विशिष्ट श्रेणीच्या उत्पादनावर लक्ष केंद्रित करतात. हे विशेषीकरण त्यांना कौशल्य विकसित करण्यास, उत्पादनाची गुणवत्ता वाढविण्यास आणि त्यांच्या विशिष्ट बाजारपेठेतील प्रतिस्पर्ध्यांपासून वेगळे करण्यास सक्षम करते.

६) प्रादेशिक विकास :

विविध ठिकाणी उत्पादन सुविधा, वितरण नेटवर्क आणि सेवा केंद्रे स्थापन करून क्षेत्रीय विकासाला चालना देण्यासाठी मध्यम-स्तरीय उद्योग महत्त्वपूर्ण भूमिका बजावतात. ते स्थानिक अर्थव्यवस्थेच्या विविधीकरणात योगदान देतात, रोजगाराच्या संधी निर्माण करतात आणि सहायक व्यवसाय आणि सेवांना चालना देतात.

७) पुरवठा साखळीतील एकात्मता :

मध्यम-स्तरीय उद्योग मोठ्या उत्पादक किंवा वितरकांना पुरवठा साखळी, घटक, कच्चा माल किंवा मध्यवर्ती वस्तूंचा पुरवठा करतात. पुरवठा साखळीतील त्यांचे एकत्रीकरण औद्योगिक परिसंस्थेची एकूण लवचिकता आणि कार्यक्षमता मजबूत करते.

क) मध्यम उद्योगांचे महत्त्व :

मध्यम उद्योगांचे महत्त्व पुढील मुद्यांच्या आधारे जाणून घेता येईल :

१) रोजगार निर्मिती :

मध्यम दर्जाचे उद्योग कुशल, अर्ध-कुशल आणि अकुशल मजुरांसारख्या विविध प्रकारच्या कामगारांना रोजगाराच्या संधी उपलब्ध करून देत मोठ्या संख्येने नोकऱ्या निर्माण करतात.

२) देशांतर्गत उत्पादनामध्ये योगदान :

मध्यम उद्योग अर्थव्यवस्थेत उत्पादन, उत्पन्न आणि मूल्यवर्धित क्रियाकलाप निर्माण करून सकल देशांतर्गत उत्पादना (GDP) मध्ये योगदान देतात.

३) नवोन्मेष आणि स्पर्धा :

मध्यम दर्जाचे उद्योग त्यांच्या संबंधित क्षेत्रांमध्ये नावीन्य आणि स्पर्धा वाढवतात, उत्पादन विकास, प्रक्रिया सुधारणा आणि कार्यक्षमतेत वाढ करतात.

४) उद्योजकता आणि नाविन्य :

मध्यम दर्जाचे उद्योग उद्योजकता आणि नाविन्यपूर्णतेसाठी एक व्यासपीठ प्रदान करतात, ज्यामुळे इच्छुक उद्योजकांना आर्थिक विकासात योगदान देताना त्यांचे व्यवसाय स्थापित करता येतात आणि वाढवता येतात.

५) प्रादेशिक विकास :

मध्यम आकाराचे उद्योग औद्योगिक सुविधांची स्थापना करून, पायाभूत सुविधा निर्माण करून आणि विविध क्षेत्रांमध्ये आर्थिक क्रियाकलाप निर्माण करून संतुलित प्रादेशिक विकासाला चालना देण्यासाठी महत्त्वपूर्ण भूमिका बजावतात.

६) बाजारातील स्पर्धा :

मध्यम दर्जाचे उद्योग ग्राहकांना वैविध्यपूर्ण उत्पादने, सेवा आणि किमतीचे पर्याय प्रदान करून बाजारातील स्पर्धा वाढवतात, ज्यामुळे ग्राहकांच्या पसंतीला आणि कल्याणाला चालना मिळते.

७) अर्थव्यवस्था स्थिर करणे :

मध्यम-स्तरीय उद्योग औद्योगिक पायामध्ये विविधता आणून, काही मोठ्या कॉर्पोरेशन्सवरील अवलंबित्व कमी करून आणि अनेक क्षेत्रांमध्ये आर्थिक जोखीम पसरवून आर्थिक स्थिरतेसाठी योगदान देतात.

१.२.३ लघु उद्योग :

ज्या उद्योगांमध्ये उत्पादन, वितरण आणि संधारण प्रक्रिया अल्प प्रमाणात केली जाते अशा उद्योगांना लघु उद्योग म्हणतात. अशा उद्योगांवरील गुंतवणूक एकवेळ असते आणि ही गुंतवणूक बहुतेक यंत्रकुल आणि यंत्रसामग्रीवर केली जाते, अशा उद्योगांवरील एकूण गुंतवणूक एक कोटींपेक्षा जास्त नसते. लघुउद्योगांमध्ये वस्तूंचे उत्पादन आणि सेवांचे प्रस्तुतीकरण लहान यंत्रे आणि अत्यंत मर्यादित मनुष्यबळाच्या सहाय्याने केले जाते.

अ) अर्थ :

लघु उद्योग मर्यादित भांडवली गुंतवणूक, माफक उत्पादन मापनश्रेणी आणि तुलनेने कमी कर्मचारी यांच्याद्वारे वैशिष्ट्यीकृत व्यवसायांचा संदर्भ देतात. हे उपक्रम राष्ट्राच्या आर्थिक चौकटीत महत्त्वाची भूमिका बजावतात, विशेषत: त्यांच्या मोठ्या समकक्षांपेक्षा लहान प्रमाणात वस्तू आणि सेवांच्या उत्पादनावर लक्ष केंद्रित करतात. त्यांची कार्ये अनेकदा स्थानिकीकृत असतात आणि विशिष्ट बाजारपेठांची पूर्तता करतात. रोजगार निर्मिती, नवकल्पना आणि संतुलित आर्थिक वृद्धीसाठी महत्त्वपूर्ण योगदान देतात.

ब) लघुउद्योगांची वैशिष्ट्ये :

लघु उद्योग अनेक विशिष्ट वैशिष्ट्ये प्रदर्शित करतात, जे त्यांना मोठ्या उद्योगांपेक्षा वेगळे करतात. लघु-उद्योगांच्या काही प्रमुख वैशिष्ट्ये पुढीलप्रमाणे आहेत :

१) मर्यादित भांडवली गुंतवणूक :

मोठ्या व्यवसायांच्या तुलनेत लहान-उद्योग सामान्यत: मर्यादित भांडवली गुंतवणुकीने सुरू होतात. त्यांच्या कार्यपद्धती सुरू करण्यासाठी ते सहसा वैयक्तिक बचत, लहान कर्ज किंवा कुटुंब आणि मित्रांच्या योगदानावर अवलंबून असतात.

२) स्थानिकीकृत कार्यपद्धती :

लघु उद्योग प्रामुख्याने स्थानिक किंवा प्रादेशिक बाजारपेठांना सेवा देतात, तत्काळ समुदायाच्या गरजा आणि मागण्यांवर लक्ष केंद्रित करतात. त्यांचे उत्पादन आणि वितरण बहुतेक वेळा स्थानिक ग्राहकांना पुरवणारे लहान प्रमाणात असते.

३) लहान कामगार :

नावाप्रमाणेच लघुउद्योग मर्यादित संख्येने कामगारांना काम देतात. त्यांच्याकडे काही मूठभर कर्मचारी असतात आणि काही प्रकरणांमध्ये, व्यवसाय केवळ उद्योजक आणि त्यांच्या कुटुंबातील सदस्यांद्वारे चालवला जातो.

४) लवचिकता आणि अनुकूलता :

बाजारातील बदल आणि ग्राहकांच्या पसंतींना प्रतिसाद देण्यासाठी लघु उद्योग अधिक लवचिक आणि चपळ असतात. मागणी चढउतारांवर आधारित ते त्यांच्या उत्पादन प्रक्रिया किंवा उत्पादन सेवा त्वरीत समायोजित करतात.

५) साधी संघटनात्मक रचना :

या उपक्रमांमध्ये सामान्यत: व्यवस्थापन आणि नोकरशाहीच्या कमी स्तरांसह एक साधी संस्थात्मक रचना असते. निर्णय घेण्याची प्रक्रिया जलद आणि अधिक थेट असते.

६) विशिष्ट उत्पादने किंवा सेवा :

लघुउद्योग अनेकदा विशिष्ट उत्पादने तयार करण्यावर किंवा विशेष सेवा प्रदान करण्यावर लक्ष केंद्रित करतात. ते विशिष्ट ग्राहक विभागांना लक्ष्य करतात किंवा अनन्य गरजा पूर्ण करतात ज्या मोठ्या कंपन्या पूर्ण करू शकत नाहीत.

७) उद्योजक वृत्ती :

लघुउद्योगांमध्ये उद्योजकांची मध्यवर्ती भूमिका असते. या उपक्रमांचे यश हे व्यवसायामागील उद्योजकाची दृष्टी, नावीन्य आणि चालना यावर अवलंबून असते.

८) निविष्टांचे स्थानिक सोर्सिंग :

लघुउद्योग अनेकदा त्यांच्या उत्पादनासाठी स्थानिक पातळीवर उपलब्ध कच्चा माल आणि निविष्ठांवर अवलंबून असतात. यामुळे वाहतूक खर्च कमी होण्यास मदत होते आणि स्थानिक पुरवठा साखळी मजबूत होते.

९) तंत्रज्ञानाचा अवलंब :

लघुउद्योगांना अत्याधुनिक तंत्रज्ञानाचा वापर करता येत नसला तरी ते अनेकदा कार्यक्षमता आणि उत्पादकता वाढवण्यासाठी किफायतशीर आणि योग्य तंत्रज्ञानाचा अवलंब करतात.

क) लघुउद्योगांची उद्दिष्टे :

लघु-उद्योगांची उद्दिष्टे विविध आर्थिक, सामाजिक आणि विकासात्मक उद्दिष्टांभोवती फिरतात. ती पुढीलप्रमाणे आहेत :

१) रोजगार निर्मिती :

लघुउद्योगांच्या प्राथमिक उद्दिष्टांपैकी एक म्हणजे रोजगाराच्या संधी निर्माण करणे, विशेषत: मर्यादित नोकरीच्या संधी असलेल्या भागात. हे उपक्रम स्थानिक समुदायांना नोकऱ्या देऊन बेरोजगारी आणि अल्प बेरोजगारी कमी करण्यास योगदान देतात.

२) गरिबी निर्मूलन :

कमी उत्पन्न असलेल्या पार्श्वभूमीतील लोकांना उत्पन्नाच्या संधी उपलब्ध करून देऊन दारिद्र्य निर्मूलनात लघुउद्योग महत्त्वपूर्ण भूमिका बजावतात. या उद्योगांचा विस्तार होत असताना, ते अनेक व्यक्ती आणि कुटुंबांचे जीवनमान उंचावण्यास मदत करतात.

३) स्थानिक आणि प्रादेशिक विकास :

लघु उद्योगांचे उद्दिष्ट स्थानिक आणि प्रादेशिक स्तरावर आर्थिक विकासाला चालना देणे आहे. स्थानिक व्यवसायांना समर्थन देऊन, ते समुदायाच्या वृद्धीस हातभार लावतात आणि प्रादेशिक अर्थव्यवस्थेला चालना देतात.

४) उद्योजकतेला प्रोत्साहन :

लघुउद्योग हे उद्योजकतेला प्रोत्साहन आणि समर्थन देतात. ते इच्छुक उद्योजकांसाठी मर्यादित संसाधनांद्वारे व्यवसाय सुरू करण्यासाठी आणि स्वावलंबी होण्यासाठी एक व्यासपीठ तयार करतात.

५) आयात प्रतिस्थापन :

देशांतर्गत वस्तूंचे उत्पादन करून आयात केलेल्या मालावरील अवलंबित्व कमी करणे हा मुख्य उद्देश आहे. लघुउद्योग आयात प्रतिस्थापन आणि स्वदेशी उत्पादनाला चालना देण्यासाठी योगदान देतात.

६) ठराविक बाजारपेठ :

लघु उद्योग सहसा विशिष्ट उत्पादने तयार करण्यावर किंवा विशेष सेवा प्रदान करण्यावर लक्ष केंद्रित करतात ज्या मोठ्या उद्योगांद्वारे पुरेशा प्रमाणात पुरवल्या जात नाहीत. विशिष्ट ग्राहकांच्या गरजा लक्ष्य करून, ते एक स्पर्धात्मक फायदा निर्माण करतात.

७) प्रादेशिक संतुलन आणि विकेंद्रीकरण :

आर्थिक क्रियाकलापांचे विकेंद्रीकरण करून समतोल प्रादेशिक विकास साधण्यास लघुउद्योग मदत करतात. ते ग्रामीण आणि निमशहरी भागात वृद्धीस प्रोत्साहन देतात, गर्दीच्या शहरी केंद्रांवरचा भार कमी करतात.

८) नावीन्य आणि अनुकूलता :

लघुउद्योगांचे उद्दिष्ट नावीन्य आणि अनुकूलता वाढवणे हे आहे. ते बाजारातील बदल आणि ग्राहकांच्या मागणीला प्रतिसाद देण्यासाठी, त्यांच्या उत्पादनांमध्ये किंवा सेवांमध्ये सर्जनशीलता आणि विशिष्टता चालविण्यास अधिक तत्पर असतात.

९) निर्यात प्रोत्साहन :

स्थानिक बाजारपेठांवर प्राथमिक लक्ष केंद्रित केले जात असताना, काही लघु उद्योग आंतरराष्ट्रीय बाजारपेठांमध्ये त्यांची उत्पादने किंवा सेवांचा प्रचार करण्याचे उद्दिष्ट ठेवतात. निर्यात-केंद्रित लघु उद्योग देशाच्या परकीय चलनाच्या कमाईत योगदान देतात.

ड) भारतीय अर्थव्यवस्थेत लघुउद्योगांची भूमिका :

लघुउद्योग भारतीय अर्थव्यवस्थेत महत्त्वाची आणि बहुआयामी भूमिका बजावतात, ते वृद्धी, रोजगार निर्मिती आणि सर्वांगीण विकासात महत्त्वपूर्ण योगदान देतात. भारतीय अर्थव्यवस्थेतील लघु-उद्योगांची प्रमुख भूमिका खालीलप्रमाणे आहे :

१) रोजगार निर्मिती :

लघुउद्योग भारतातील रोजगार निर्मितीमध्ये मोठे योगदान देतात. विशेषत: ग्रामीण आणि निमशहरी भागात जिथे नोकरीच्या संधी मर्यादित असतात तिथे ते मोठ्या संख्येने लोकांना उपजीविका प्रदान करतात. अनेक लघु-उद्योगांचे श्रम-केंद्रित स्वरूप लक्षणीय श्रमशक्ती आत्मसात करण्यास मदत करते.

२) प्रादेशिक विकास :

समतोल प्रादेशिक विकासाला चालना देण्यासाठी लघुउद्योग महत्त्वाचे आहेत. ग्रामीण आणि मागास भागात कार्ये स्थापित करून, ते शहरी केंद्रांमधील आर्थिक क्रियाकलापांची एकाग्रता कमी करतात आणि या प्रदेशांच्या विकासास हातभार लावतात.

३) उद्योजकता प्रोत्साहन :

लघुउद्योग उद्योजकता आणि स्वयंरोजगाराला प्रोत्साहन देतात. ते मर्यादित संसाधनांद्वारे इच्छुक उद्योजकांना स्वतःचा व्यवसाय सुरू करण्यासाठी आणि आर्थिकदृष्ट्या स्वतंत्र होण्यासाठी एक व्यासपीठ प्रदान करतात.

४) आयात प्रतिस्थापन :

अनेक लघुउद्योग आयातीला पर्यायी वस्तूंच्या उत्पादनावर भर देतात. देशांतर्गत वस्तूंचे उत्पादन करून, ते परदेशी वस्तूंवरील देशाचे अवलंबित्व कमी करण्यास मदत करतात, अशाप्रकारे परकीय चलनाचा साठा वाचवतात.

५) विशिष्ट बाजारपेठ :

लघुउद्योग अनेकदा विशिष्ट बाजारपेठांची पूर्तता करतात किंवा विशिष्ट वस्तूंचे उत्पादन करतात ज्या मोठ्या उद्योगांना पुरेशा प्रमाणात मिळत नाहीत. हे विशिष्ट लक्ष त्यांना ग्राहकांच्या अद्वितीय गरजा पूर्ण करण्यास आणि स्पर्धात्मक फायदा मिळविण्यास चालना देते.

६) देशांतर्गत उत्पादनात योगदान :

भारताच्या सकल देशांतर्गत उत्पादनात (जीडीपी) लघुउद्योगांचे योगदान मोठे आहे. वैयक्तिकरित्या त्यांचे योगदान लहान वाटू शकते, मात्र सामूहिकरित्या ते देशाच्या अर्थव्यवस्थेवर महत्त्वपूर्ण प्रभाव पाडतात.

७) निर्यात प्रोत्साहन :

भारतातील अनेक लघु-उद्योग निर्यात-केंद्रित क्रियाकलापांमध्ये गुंतलेले आहेत. ते देशासाठी परकीय चलन मिळविण्यात योगदान देतात आणि जागतिक बाजारपेठेत भारताची उपस्थिती वाढवतात.

८) नावीन्य आणि अनुकूलता :
लघुउद्योग त्यांच्या तत्परतेसाठी आणि नवनिर्मितीच्या क्षमतेसाठी ओळखले जातात. ते बऱ्याचदा नवीन उत्पादने किंवा उत्पादन तंत्रे बनवतात, ज्यामुळे अर्थव्यवस्थेत तांत्रिक प्रगती घडून येते.

९) सहायक उद्योग :
लघु उद्योग हे मोठ्या उद्योगांना सहाय्यक घटक म्हणून काम करतात. ते कच्चा माल, घटक आणि मध्यवर्ती उत्पादने पुरवतात, ज्यामुळे मोठ्या उत्पादन उद्योगांच्या वाढीस समर्थन मिळते.

१०) रोजगार विविधीकरण :
लघुउद्योग भारतीय अर्थव्यवस्थेतील रोजगाराच्या स्त्रोतांमध्ये विविधता आणतात. ते उत्पादन आणि कापडापासून हस्तकला आणि सेवांपर्यंत विविध क्षेत्रांमध्ये नोकरीच्या संधी देतात.

१.३ सार्वजनिक क्षेत्रातील उद्योग :

सार्वजनिक क्षेत्र बहुतेकदा राज्य क्षेत्र म्हणून ओळखले जाते, हे प्रामुख्याने वैयक्तिक राज्यांचा एक भाग आहे, जे उत्पादन, वाटप तसेच विविध वस्तू किंवा सेवांचे नागरिक किंवा सरकार यांच्याद्वारे वितरण करते. या क्षेत्रामध्ये शहरी नियोजन प्रशासन, सामाजिक सुरक्षा वितरण आणि राष्ट्रीय संरक्षणाची संघटना समाविष्ट आहे. सार्वजनिक मालकीची कंपनी किंवा कॉर्पोरेशन आणि आंशिक किंवा पूर्णपणे आउटसोर्स कंपन्यांना सार्वजनिक क्षेत्रातील कंपनी म्हणून संबोधले जाते. सध्या देशातील सार्वजनिक क्षेत्रात कोळसा उद्योग, तेल आणि पेट्रोलियम उद्योग, पोलाद उद्योग, बँकिंग उद्योग, औष्णिक ऊर्जा उद्योग, ज्यूट उद्योग, अन्न उद्योग, विमा उद्योग, दूरसंचार उद्योग, विमान वाहतूक उद्योग, सेवा उद्योग, कृषी उद्योग, उत्पादन उद्योग, खाण उद्योग, विद्युत उद्योग, अभियांत्रिकी उद्योग (प्रकाश आणि मध्यम) इ. यासारख्या क्षेत्रांचा समावेश आहे.

१.३.१ सार्वजनिक क्षेत्रातील उद्योगांचा अर्थ :

सार्वजनिक क्षेत्रातील उद्योग हे विविध स्तरांवर-राष्ट्रीय, प्रादेशिक किंवा स्थानिक सरकारच्या मालकीच्या, नियंत्रित किंवा व्यवस्थापित व्यवसाय आणि उद्योगांचा संदर्भ देतात. हे उद्योग आरोग्यसेवा, शिक्षण, वाहतूक आणि उपयुक्तता यासारख्या सामाजिक कल्याणासाठी महत्त्वपूर्ण असलेल्या क्षेत्रांमध्ये कार्य करतात. त्यांचे प्राथमिक उद्दिष्ट जनतेला अत्यावश्यक सेवा आणि पायाभूत सुविधा प्रदान करणे हे आहे, बहुतेक वेळा सुलभता, किफायतशीरता आणि समानता यावर लक्ष केंद्रित केले जाते. ते सामान्यतः नफा मिळवण्याच्या उद्दिष्टांना प्राधान्य देण्याऐवजी व्यापक सामाजिक हित लक्षात घेऊन कार्य करतात आणि ते देश किंवा प्रदेशात आर्थिक विकास व सामाजिक कल्याणामध्ये महत्त्वपूर्ण भूमिका बजावतात.

१.३.२ सार्वजनिक क्षेत्रातील उद्योगांची भूमिका/गुण :

सार्वजनिक क्षेत्रातील उद्योग हे सरकारच्या मालकीचे आणि सरकारद्वारे चालवले जात असून विविध भूमिका आणि योगदानांद्वारे राष्ट्राच्या आर्थिक विकासात आणि कल्याणात योगदान देतात :

१) धोरणात्मक उद्योग आणि राष्ट्रीय सुरक्षा :
सार्वजनिक क्षेत्रातील उद्योग अनेकदा राष्ट्रीय सुरक्षा आणि सार्वभौमत्व सुनिश्चित करून संरक्षण, ऊर्जा आणि पायाभूत सुविधा यासारख्या धोरणात्मक क्षेत्रात कार्य करतात. राष्ट्राच्या आत्मनिर्भरता आणि सुरक्षिततेसाठी आवश्यक असलेल्या गंभीर क्षेत्रांमध्ये ते योगदान देतात.

२) पायाभूत सुविधांचा विकास :

सार्वजनिक क्षेत्रातील उद्योग रेल्वे, रस्ते, बंदरे आणि उपयुक्तता यासारख्या आवश्यक पायाभूत सुविधा प्रकल्पांमध्ये गुंतवणूक करतात. आर्थिक वृद्धीसाठी आणि दळणवळणासाठी आवश्यक असलेल्या पायाभूत सुविधांची उभारणी आणि देखभाल करण्यात ते महत्त्वाची भूमिका बजावतात.

३) रोजगार निर्मिती आणि समाज कल्याण :

सार्वजनिक क्षेत्रातील उद्योग हे लक्षणीय नियोक्ते आहेत, जे कर्मचाऱ्यांच्या मोठ्या भागाला नोकऱ्या देतात. रोजगार निर्मितीमध्ये त्यांची भूमिका सामाजिक स्थिरता आणि कल्याणासाठी योगदान देते.

४) संतुलित प्रादेशिक विकास :

संतुलित प्रादेशिक विकासास समर्थन देणाऱ्या सार्वजनिक क्षेत्रातील उद्योगांची अनेक क्षेत्रांमध्ये उपस्थिती असते. ते आर्थिकदृष्ट्या कमकुवत प्रदेशात काम करतात, संधी निर्माण करतात आणि प्रादेशिक असमानता कमी करतात.

५) संशोधन, नवकल्पना आणि तंत्रज्ञान विकास :

सरकारी मालकीचे उद्योग अनेकदा संशोधन, नवकल्पना आणि तांत्रिक प्रगतीमध्ये गुंतवणूक करतात. ते नवीन तंत्रज्ञानाच्या विकासासाठी, नाविन्यपूर्णता आणि स्पर्धात्मकता वाढविण्यात योगदान देतात.

६) बाजार नियमन आणि किंमत नियंत्रण :

सार्वजनिक क्षेत्रातील उद्योग कधीकधी अशा क्षेत्रांमध्ये कार्य करतात जेथे बाजार नियमन आणि किंमत नियंत्रण महत्त्वपूर्ण असते. ते किमती स्थिर करतात आणि आवश्यक वस्तू व सेवा वाजवी दरात उपलब्ध असल्याची खात्री करतात.

७) अत्यावश्यक क्षेत्रातील सेवा तरतूद :

सार्वजनिक क्षेत्रातील उद्योग बऱ्याचदा आरोग्यसेवा, शिक्षण आणि उपयुक्तता यासारख्या क्षेत्रांमध्ये सेवा प्रदान करतात. त्यांच्या सहभागामुळे समाजातील सर्व घटकांना, विशेषत: सेवा नसलेल्या भागात अत्यावश्यक सेवांची तरतूद सुनिश्चित होते.

८) आर्थिक मंदीच्या काळात आधार :

आर्थिक मंदी किंवा संकटाच्या काळात सार्वजनिक क्षेत्रातील उद्योग स्थिरस्थावर म्हणून काम करतात. खाजगी गुंतवणुकीत घट झाल्यावर ते कार्यपद्धती चालू ठेवतात किंवा अर्थव्यवस्थेला आधार देण्यासाठी प्रकल्प सुरू करतात.

९) दीर्घकालीन नियोजन आणि विकास :

सार्वजनिक क्षेत्रातील उद्योग अशा दीर्घकालीन प्रकल्प आणि गुंतवणुकीत गुंतू शकतात, जे कदाचित त्वरित परतावा देणार नाहीत परंतु राष्ट्राच्या भविष्यातील विकासासाठी महत्त्वपूर्ण आहेत.

१०) सार्वजनिक हित आणि समानतेचा प्रचार :

सार्वजनिक क्षेत्रातील उद्योग अनेकदा नफ्यापेक्षा सार्वजनिक हिताला प्राधान्य देतात, न्याय्य सेवा तरतुदीवर लक्ष केंद्रित करतात आणि सामाजिक गरजा पूर्ण करतात ज्याकडे पूर्णपणे नफा-चालित संस्थांद्वारे दुर्लक्ष केले जाते.

१.३.३ सार्वजनिक क्षेत्रातील उद्योगांच्या समस्या/तोटे :

स्वातंत्र्याच्या वेळी, सार्वजनिक क्षेत्रातील उद्योग व्यवसायात प्रत्यक्ष सहभाग घेऊन किंवा उत्प्रेरक म्हणून काम करून काही उद्दिष्टे साध्य करण्यासाठी महत्त्वाची भूमिका बजावतील अशी अपेक्षा होती. १९९० नंतरच्या काळात, नवीन आर्थिक धोरणांमध्ये उदारीकरण, खाजगीकरण आणि जागतिकीकरणावर भर देण्यात आला. परिणामी, सार्वजनिक

क्षेत्राची भूमिका पुन्हा परिभाषित करण्यात आली आणि ती तोटा आणि गुंतवणुकीवर परतावा यासाठी जबाबदार होती. सार्वजनिक क्षेत्रातील अकार्यक्षम उद्योगांच्या कामकाजाचा अभ्यास करण्यासाठी त्यांची व्यवस्थापकीय कार्यक्षमता आणि उत्तरदायित्व कसे सुधारता येईल याविषयीच्या अहवालांसह विविध समित्यांची स्थापना करण्यात आली. सार्वजनिक क्षेत्रातील कंपन्यांना भेडसावणाऱ्या समस्या खालीलप्रमाणे आहेत :

१) **खराब प्रकल्प नियोजन** :

अनेक सार्वजनिक उपक्रमांमधील गुंतवणुकीचे निर्णय मागणी आणि पुरवठ्याचे योग्य मूल्यमापन, खर्च लाभाचे विश्लेषण आणि तांत्रिक व्यवहार्यता यावर आधारित नसतात. अचूक निकषाचा अभाव आणि नियोजनातील त्रुटींमुळे प्रकल्प सुरू होण्यात अवाजवी विलंब आणि खर्च वाढला आहे. सार्वजनिक क्षेत्रातील अनेक प्रकल्प वेळेनुसार पूर्ण झालेले नाहीत.

२) **अति–भांडवलीकरण :**

अकार्यक्षम आर्थिक नियोजन, प्रभावी आर्थिक नियंत्रणाचा अभाव आणि सरकारकडून पैशाची सहज उपलब्धता यामुळे अनेक सार्वजनिक उपक्रमांना अति–भांडवलीकरणाचा त्रास होतो. प्रशासकीय सुधारणा आयोगाने हिंदुस्तान एरोनॉटिक्स, हेवी इंजिनिअरिंग कॉर्पोरेशन आणि इंडियन ड्रग्स अँड फार्मास्युटिकल्स लिमिटेड यांना अति–भांडवलीकरण केले होते. अशा अति–भांडवलीकरणामुळे उच्च भांडवल–उत्पादन गुणोत्तर आणि भीतीदायक भांडवली संसाधनांचा अपव्यय होतो.

३) **अतिरीक्त खर्च :**

सार्वजनिक उपक्रमांना शहर रचना, शाळा, रुग्णालये इत्यादी सामाजिक कार्यांवर मोठा खर्च करावा लागतो. अनेक प्रकरणांमध्ये असा आस्थापना खर्च एकूण प्रकल्प खर्चाच्या १० टक्के इतका असतो. अशा कल्याणकारी सुविधांच्या देखभालीसाठी आवर्ती खर्च आवश्यक आहे. एकट्या हिंदुस्थान स्टीलने टाऊनशिपवर ७८.२ कोटी खर्च केले. अशा सुविधा इष्ट असू शकतात परंतु त्यावर होणारा खर्च अवास्तव जास्त नसावा.

४) **अतिरिक्त मनुष्यबळ :**

सार्वजनिक क्षेत्रात मनुष्यबळ नियोजन प्रभावी नाही ज्यामुळे भिलाई स्टील सारख्या अनेक सार्वजनिक उपक्रमांकडे जास्त मनुष्यबळ आहे. भरती योग्य कामगार अंदाजांवर आधारित नाही. दुसरीकडे, आवश्यक कर्मचारी उपलब्ध असतानाही मुख्य कार्यकारी अधिकाऱ्यांची पदे वर्षानुवर्षे भरलेली नाहीत.

५) **क्षमतेचा कमी वापर :**

सार्वजनिक क्षेत्राची एक गंभीर समस्या म्हणजे स्थापित क्षमतेचा कमी वापर. उत्पादनाचे निश्चित उद्दिष्ट, प्रभावी उत्पादन नियोजन आणि नियंत्रण आणि भविष्यातील गरजांचे योग्य मूल्यांकन यांच्या अनुपस्थितीत, खराब सामग्री व्यवस्थापन किंवा अप्रभावी मालसाठा नियंत्रणामुळे अनेक उपक्रम त्यांच्या कार्यक्षमतेचा पूर्ण वापर करण्यात अयशस्वी ठरले आहेत.

६) **योग्य किंमत धोरणाचा अभाव :**

सार्वजनिक उपक्रमांसाठी कोणतेही स्पष्ट मूल्य धोरण नाही आणि सरकारने विविध उपक्रमांद्वारे मिळणाऱ्या परताव्याच्या दरासाठी मार्गदर्शक तत्त्वे निश्चित केलेली नाहीत. सार्वजनिक उपक्रमांनी विविध सामाजिक–आर्थिक उद्दिष्टे साध्य करणे अपेक्षित आहे आणि स्पष्ट निर्देश नसताना, किंमतींचे निर्णय नेहमीच तर्कसंगत विश्लेषणावर आधारित नसतात. ताठर किंमत धोरणाव्यतिरिक्त, खर्चाची जाणीव, गुणवत्ता जागरूकता, अपव्यय आणि कार्यक्षमतेवर प्रभावी नियंत्रणाचा अभाव आहे.

७) अकार्यक्षम व्यवस्थापन :

देशातील सार्वजनिक उपक्रमांच्या व्यवस्थापनात खूप गोष्टी आवश्यक असतात. अयोग्य व्यवस्थापन, निरुत्साही नेतृत्व, खूप केंद्रीकरण, वारंवार बदल्या आणि वैयक्तिक भागभांडवल नसल्यामुळे व्यवस्थापकीय कार्यक्षमता आणि परिणामकारकता कमी झाली आहे. उपक्रमाचे व्यवस्थापन करण्यासाठी नियुक्त केलेल्या नागरी सेवकांना बर्याचदा योग्य प्रशिक्षणाचा अभाव असतो आणि नोकरशाही पद्धती वापरतात. दैनंदिन व्यवहारातील राजकीय हस्तक्षेप, कठोर नोकरशाही नियंत्रण आणि अधिकारांचे अप्रभावी प्रतिनिधी पुढाकार, लवचिकता आणि जलद निर्णयांना बाधा आणतात. योग्य प्रोत्साहनांच्या अभावामुळे अधिकारी आणि कामगार दोघांची प्रेरणा आणि मनोबल कमी आहे.

१.४ खाजगी क्षेत्रातील उद्योग :

खाजगी क्षेत्रातील उद्योग हे असे व्यवसाय आणि उपक्रम आहेत, जे सरकार किंवा सार्वजनिक प्राधिकरणांच्या मालकीच्या आणि नियंत्रणात न राहता खाजगी व्यक्ती किंवा संस्थांच्या मालकीचेअसतात व व्यवस्थापित आणि संचालित केले जातात. खाजगी क्षेत्र हे अर्थव्यवस्थेत महत्त्वपूर्ण भूमिका बजावते, कारण ते रोजगार निर्मिती, नवकल्पना, आर्थिक वृद्धी आणि सर्वांगीण विकासामध्ये महत्त्वपूर्ण योगदान देतात.

१.४.१ खाजगी क्षेत्रातील उद्योगांचा अर्थ :

खाजगी क्षेत्रातील उद्योग हे असे व्यवसाय आणि उद्योग आहेत, जे सरकारच्या ऐवजी खाजगी व्यक्ती किंवा गटांच्या मालकीचे असून त्यांच्याद्वारे चालवतात आणि नियंत्रित होतात. हे उद्योग उत्पादन, सेवा, तंत्रज्ञान, वित्तपुरवठा यासारख्या विविध क्षेत्रांमध्ये कार्यरत आहेत. नफा वाढवणे आणि भागधारक मूल्य निर्मिती हे त्यांचे प्राथमिक उद्दिष्ट आहे. खाजगी क्षेत्रातील उद्योग स्पर्धात्मक बाजारपेठेत कार्यरत असतात, ग्राहकांच्या मागण्या पूर्ण करणे, नवनवीन शोध घेणे आणि आर्थिक वृद्धीस चालना देणे याबाबत ते महत्वाची भूमिका पार पडतात. त्यांच्याकडे बाजारातील बदलांशी झटपट जुळवून घेण्याची लवचिकता असते; गुंतवणूक, किंमत आणि धोरणांबाबत ते स्वायत्त निर्णय घेतात आणि स्पर्धात्मकता टिकवून ठेवण्यासाठी अनेकदा कार्यक्षमता व उत्पादकतेवर लक्ष केंद्रित करतात.

१.४.२ खाजगी क्षेत्रातील उद्योगांची भूमिका :

खाजगी क्षेत्रातील उद्योग हे व्यक्ती किंवा कॉर्पोरेशनच्या मालकीचे असून त्यांच्याद्वारे चालविली जातात. आर्थिक वृद्धी, नवकल्पना आणि रोजगारामध्ये ते महत्त्वपूर्ण योगदान देतात. राष्ट्राच्या विकासासाठी त्यांच्या भूमिका विविध पैलूंचा समावेश करतात :

१) आर्थिक वृद्धी आणि सकल देशांतर्गत उत्पादनात योगदान :

देशाच्या सकल देशांतर्गत उत्पादनात (जीडीपी) खाजगी क्षेत्रातील उद्योगांचे मोठे योगदान आहे. ते उत्पादन, गुंतवणूक आणि बाजार-चालित क्रियाकलापांद्वारे आर्थिक वृद्धी घडवून आणतात, संपूर्ण समृद्धी वाढवतात.

२) रोजगार निर्मिती :

खाजगी क्षेत्रातील उद्योग हे भरीव नियोक्ते आहेत, जे विविध क्षेत्रांमध्ये मोठ्या प्रमाणात नोकऱ्या देतात. रोजगार निर्मितीतील त्यांची भूमिका बेरोजगारी दर कमी करण्यास आणि उपजीविकेला आधार देण्यास हातभार लावते.

३) नवकल्पना आणि तंत्रज्ञान प्रगती :

खाजगी क्षेत्रातील उद्योग त्यांच्या लवचिकता, अनुकूलता आणि स्पर्धात्मक स्वभावामुळे सहसा नाविन्यपूर्ण आणि तांत्रिक प्रगतीमध्ये आघाडीवर असतात. खाजगी उद्योग संशोधन आणि विकास यामध्ये गुंतवणूक करतात, नाविन्य आणतात आणि उत्पादकता वाढवतात.

४) कार्यक्षमता आणि उत्पादकता :

खाजगी क्षेत्रातील उद्योग कार्यक्षमतेने आणि स्पर्धात्मकतेने चालतात. बाजारपेठेत स्पर्धात्मक राहण्यासाठी उत्पादनक्षमता, खर्च-प्रभावीता आणि संसाधनांचे पर्याप्तीकरण हे त्यांचे उद्दिष्ट असते.

५) जागतिक स्पर्धात्मकता आणि बाजार विस्तार :

खाजगी क्षेत्रातील उद्योग जागतिक बाजारपेठांमध्ये महत्त्वपूर्ण भूमिका बजावतात, आंतरराष्ट्रीय व्यापार आणि गुंतवणुकीत गुंततात. खाजगी उद्योग बाजारपेठेतील पोहोच वाढवतात, वस्तू आणि सेवा निर्यात करतात आणि देशाच्या जागतिक स्पर्धात्मकतेमध्ये योगदान देतात.

६) उद्योजकता आणि जोखीम :

खाजगी क्षेत्रातील उद्योग उद्योजकता आणि जोखीम स्वीकारण्यास प्रोत्साहन देतात. ते अशा पर्यावरणास प्रोत्साहन देतात जिथे व्यक्ती नवनिर्मिती करू शकतात, व्यवसाय सुरू करू शकतात आणि वृद्धी व प्रगतीसाठी मोजलेलय जोखीम स्वीकारू शकतात.

७) संसाधन वाटप आणि गुंतवणूक :

खाजगी उद्योग सक्षमपणे संसाधनांचे वाटप करतात, उच्च विकास क्षमता असलेल्या क्षेत्रांमध्ये धोरणात्मक गुंतवणूक करतात. ते परतावा देणाऱ्या, आर्थिक विकासाला चालना देणाऱ्या प्रकल्पांकडे भांडवल निर्देशित करतात.

८) कॉर्पोरेट सामाजिक जबाबदारी (CSR) :

अनेक खाजगी क्षेत्रातील उद्योग सामाजिक विकास, समुदाय कल्याण आणि पर्यावरणीय स्थिरतेसाठी योगदान देत कॉर्पोरेट सामाजिक जबाबदारी क्रियाकलापांमध्ये गुंतलेले आहेत. ते नफा कमावण्याच्या उद्दिष्टांच्या पलीकडे सामाजिक गरजा पूर्ण करणाऱ्या उपक्रमांना समर्थन देतात.

९) कार्यक्षम सेवा वितरण आणि ग्राहक-केंद्रित दृष्टीकोन :

खाजगी उद्योग त्यांच्या ग्राहक-केंद्रित दृष्टीकोनामुळे सेवा वितरणात उत्कृष्ट कामगिरी करतात. ते ग्राहकांच्या मागण्या पूर्ण करण्यावर, गुणवत्ता वाढवण्यावर आणि वस्तू व सेवांमध्ये विविध पर्याय प्रदान करण्यावर लक्ष केंद्रित करतात.

१०) बाजारातील बदलांशी जुळवून घेण्याची क्षमता :

खाजगी क्षेत्रातील उद्योग बाजारातील मागणी आणि बदलांना त्वरित प्रतिसाद देतात. ते नवीन बाजार परिस्थिती, तांत्रिक अडथळे आणि ग्राहकांच्या बदलत्या प्राधान्यांशी त्वरीत जुळवून घेतात.

१.४.३ खाजगी क्षेत्रातील उद्योगांच्या समस्या/आव्हाने :

खाजगी क्षेत्रातील उद्योगांना आर्थिक वृद्धी आणि विकासामध्ये त्यांचे महत्त्वपूर्ण योगदान असूनही, विविध आव्हाने आणि समस्यांना तोंड द्यावे लागते. खाजगी क्षेत्रातील उद्योगांना भेडसावणाऱ्या काही सामान्य समस्या पुढीलप्रमाणे आहेत :

१) भांडवल आणि पत यामध्ये प्रवेशाचा अभाव :

खाजगी क्षेत्रातील उद्योगांसमोरील प्राथमिक आव्हानांपैकी एक म्हणजे पुरेसे भांडवल आणि पत मिळवण्यात अडचण होय. लहान व्यवसाय, स्टार्ट-अप आणि उद्योजकांना कर्ज देण्याचे कठोर निकष आणि वित्तीय संस्थांद्वारे लादलेल्या उच्च-व्याजदरांमुळे निधी सुरक्षित करण्यासाठी अनेकदा संघर्ष करावा लागतो. भांडवलाचा मर्यादित प्रवेश त्यांच्या नवीन तंत्रज्ञानामध्ये गुंतवणूक करण्याच्या, कार्यप्रणालीचाविस्तार करण्याच्या किंवा कार्यरत भांडवलाच्या गरजा पूर्ण करण्याच्या क्षमतेमध्ये अडथळा आणतो. ज्यामुळे त्यांची वृद्धीची क्षमता आणि बाजारपेठेतील स्पर्धात्मकता बाधित होते.

२) नियामक ओझे आणि अनुपालन खर्च :

खाजगी क्षेत्रातील उद्योगांना सरकारद्वारे लादलेल्या जटिल आणि सतत बदलणाऱ्या नियामक चौकटीचा सामना करावा लागतो. विविध कायदे, परवाने आणि प्रमाणपत्रांचे पालन करणे वेळखाऊ आणि महाग असते, विशेषत: मर्यादित संसाधनांसह लहान उद्योगांसाठी हे फार त्रासदायक ठरते. नियमांचे काटेकोर पालन केल्याने नवकल्पना आणि लवचिकता मर्यादित होऊ शकते. ज्यामुळे बाजारातील मागणीला प्रभावीपणे प्रतिसाद देण्याच्या उद्योगाच्या क्षमतेस अडथळा निर्माण होतो.

३) कामगार–संबंधित समस्या :

खाजगी क्षेत्राला अनेकदा कामगार शक्तीशी संबंधित आव्हानांना सामोरे जावे लागते. कौशल्याचा तुटवडा, अपुरे प्रशिक्षण कार्यक्रम आणि कुशल कामगारांना आकर्षित करण्यात आणि टिकवून ठेवण्यात येणाऱ्या अडचणी उत्पादकता आणि कार्यक्षमतेवर विपरित परिणाम करू शकतात. याव्यतिरिक्त, कामगार विवाद, मजुरीच्या मागण्या आणि कठोर कामगार कायदे कार्यात्मक खर्च वाढवू शकतात आणि उत्पादन प्रक्रियेत व्यत्यय आणू शकतात, ज्यामुळे एकूण नफा प्रभावित होतो.

४) बाजारातील स्पर्धा आणि किमतीतील अस्थिरता :

खाजगी क्षेत्रातील उद्योग अत्यंत स्पर्धात्मक बाजारपेठेत चालतात आणि तीव्र स्पर्धेमुळे किमतीतील अस्थिरता आणि नफ्याचे प्रमाण कमी होऊ शकते. मागणी आणि पुरवठ्यातील चढ–उतार, तसेच प्रतिस्पर्ध्यांकडून आक्रमक किंमत धोरणे, व्यवसायांसाठी वेळोवेळी स्थिर महसूल आणि नफा राखणे आव्हानात्मक बनवू शकतात.

५) तांत्रिक अप्रचलितता आणि नाविन्यपूर्ण अंतर :

तांत्रिक प्रगतीचा वेग हे खाजगी क्षेत्रातील उद्योगांसमोर एक महत्त्वपूर्ण आव्हान आहे. उदयोन्मुख तंत्रज्ञान किंवा नवनवीन गोष्टींशी जुळवून घेण्यात अयशस्वी झाल्यास उत्पादने आणि सेवा अप्रचलित होऊ शकतात, ज्यामुळे बाजारातील प्रासंगिकता आणि स्पर्धात्मकता प्रभावित होऊ शकते. नवीन तंत्रज्ञानाचा अवलंब करण्यासाठी महत्त्वपूर्ण गुंतवणुकीची आवश्यकता असते आणि यामुळे पारंपारिक पद्धतींचा प्रतिकार होऊन प्रगतीला अडथळा निर्माण होतो.

६) जागतिक आर्थिक अनिश्चितता आणि व्यापार अडथळे :

खाजगी क्षेत्र जागतिक आर्थिक अनिश्चितता आणि विविध देशांनी लादलेल्या व्यापार अडथळ्यांना बांधील आहे. आर्थिक मंदी, चलनातील चढउतार आणि भू–राजकीय तणाव हे घटक पुरवठा साखळी विस्कळीत करू शकतात, निर्यातीच्या संधी कमी करू शकतात आणि आयात खर्च वाढवू शकतात. अशा घटकांमुळे नफा कमी होऊ शकतो आणि खाजगी क्षेत्रातील उद्योगांच्या आंतरराष्ट्रीय वाढीच्या शक्यतांना अडथळा निर्माण होऊ शकतो.

७) पर्यावरण आणि शाश्वतता :

पर्यावरणीय समस्यांबद्दल जागरूकता वाढत असताना, खाजगी क्षेत्रातील उद्योगांना शाश्वत पद्धतींचा अवलंब करण्यासाठी वाढत्या दबावाचा सामना करावा लागतो. पर्यावरणीय नियमांचे पालन करणे, कार्बन फूटप्रिंट्स कमी करणे आणि इको–फ्रेंडली प्रक्रियांची अंमलबजावणी करणे महाग असू शकते आणि नवीन तंत्रज्ञान व कार्यात्मक बदलांमध्ये भरीव गुंतवणूक करणे आवश्यक आहे.

८) पायाभूत सुविधा आणि लॉजिस्टिक आव्हाने :

अपुऱ्या पायाभूत सुविधा, वाहतूक आणि लॉजिस्टिक यंत्रणा खाजगी क्षेत्रातील उद्योगांच्या सुरळीत कामकाजात अडथळा आणू शकतात. कच्चा माल किंवा तयार मालाची वाहतूक करण्यात उशीर झाल्यामुळे मुदत चुकते,

स्टोरेज खर्च वाढतो आणि ग्राहक असंतुष्ट होऊ शकतात. पायाभूत सुविधा आणि लॉजिस्टिक सुधारण्यासाठी अनेकदा सरकार आणि इतर भागधारकांच्या सहकार्याची आवश्यकता असते, ज्यामुळे या आव्हानांना सामोरे जाण्याची जटिलता वाढते.

९) राजकीय अस्थिरता आणि धोरणातील बदल :

खाजगी क्षेत्रातील उद्योग राजकीय अस्थिरता आणि आकस्मिक धोरण बदलांना बळी पडतात, विशेषत: अस्थिर राजकीय हवामान असलेल्या प्रदेशांमध्ये. सरकारी धोरणे, व्यापार करार किंवा कर आकारणी कायद्यातील अचानक बदल व्यवसाय कार्यप्रणाली, गुंतवणुकीचे निर्णय आणि एकूणच आर्थिक स्थिरतेवर लक्षणीय परिणाम करू शकतात.

१०) मक्तेदारी पद्धती आणि अयोग्य स्पर्धा :

खाजगी क्षेत्रातील उद्योगांना मक्तेदारी पद्धती आणि मोठ्या कॉर्पोरेशन्समधील अयोग्य स्पर्धेशी संबंधित समस्या देखील येतात. लहान व्यवसायांना लक्षणीय बाजारपेठेतील प्रबळ प्रतिस्पर्ध्यांशी स्पर्धा करण्यासाठी संघर्ष करावा लागतो, ज्यामुळे वृद्धी आणि विस्तारासाठी मर्यादित संधी निर्माण होतात.

११) सायबर सुरक्षा धोके :

आजच्या डिजिटल युगात, खाजगी क्षेत्रातील उद्योगांसाठी सायबर सुरक्षा धोके ही एक महत्त्वाची चिंता आहे. माहितीचे उल्लंघन, सायबर हल्ला आणि हॅकिंगच्या प्रयत्नांमुळे आर्थिक नुकसान, प्रतिष्ठेचे नुकसान आणि ग्राहकांच्या विश्वासाशी तडजोड होऊ शकते. मजबूत सायबर सुरक्षा उपायांची अंमलबजावणी करण्यासाठी, संवेदनशील माहितीचे संरक्षण करण्यासाठी सतत गुंतवणूक आणि दक्षता आवश्यक असते.

१२) सामाजिक आणि नैतिक आव्हाने :

खाजगी क्षेत्रातील उद्योगांना त्यांच्या सामाजिक आणि नैतिक जबाबदाऱ्यांसाठी अधिकाधिक जबाबदार धरले जाते. कामगार हक्क, पुरवठा साखळी पारदर्शकता आणि कॉर्पोरेट सोशल रिस्पॉन्सिबिलिटी (CSR) शी संबंधित समस्या कंपनीची प्रतिष्ठा आणि ब्रँड इमेज प्रभावित करू शकतात. नैतिक पद्धती त्यांच्या कार्यप्रणालीमध्ये समाकलित केल्या गेल्या आहेत हे सुनिश्चित करताना व्यवसायांनी या आव्हानांना हाताळणे करणे आवश्यक आहे.

१.५ औद्योगिक आणि आर्थिक विकास यांच्यातील संबंध :

औद्योगिक विकास आणि आर्थिक विकास यांच्यातील संबंध एकमेकांशी जोडलेले आहेत आणि परस्परांना बळकट करणारे आहेत, अनेकदा राष्ट्राच्या वृद्धीस आणि समृद्धीच्या मार्गाला आकार देतात :

१) रोजगार निर्मिती :

औद्योगिक विकासामुळे उत्पादनापासून सेवांपर्यंत विविध क्षेत्रांमध्ये रोजगाराच्या संधी निर्माण होतात, ज्यामुळे बेरोजगारीचा दर कमी होतो आणि उत्पन्नाच्या पातळीत वाढ होते, ज्यामुळे वाढीव ग्राहक खर्चाद्वारे आर्थिक विकासाला चालना मिळते.

२) उत्पादकता वाढ :

औद्योगिकीकरण तांत्रिक प्रगती आणि नवकल्पना यास चालना मिळते, ज्यामुळे उत्पादन प्रक्रियांमध्ये उत्पादकता आणि कार्यक्षमता वाढते. ही उच्च उत्पादकता जास्तीत-जास्त उत्पादन आणि खर्च कमी करून आर्थिक विकासाला हातभार लावते, शेवटी एकूण आर्थिक कामगिरीला चालना देते.

३) पायाभूत सुविधांमध्ये गुंतवणूक :

औद्योगिक वृद्धीसाठी अनेकदा परिवहन नेटवर्क, ऊर्जा सुविधा आणि दळणवळण प्रणाली यासारख्या पायाभूत सुविधांमध्ये लक्षणीय गुंतवणूक आवश्यक असते. हा पायाभूत सुविधांचा विकास केवळ औद्योगिक उपक्रमांनाच

सहाय्य करत नाही तर दळणवळण सुधारून आणि व्यापार सुलभ करून व्यापक आर्थिक विकासाचा पाया देखील घालतो.

४) मूल्यवर्धन :

औद्योगिक क्रियाकलाप उत्पादन प्रक्रियेद्वारे कच्च्या मालाचे मूल्य वाढवतात, त्यांची बाजारपेठ वाढवतात आणि मूल्यवर्धित उत्पादने तयार करतात. औद्योगिक उत्पादनाचा विस्तार करून, अर्थव्यवस्थेत विविधता आणून आणि जागतिक बाजारपेठेत स्पर्धात्मकता वाढवून या मूल्यवर्धनाचा आर्थिक विकासास फायदा होतो.

५) उत्पन्न निर्मिती :

औद्योगिक क्षेत्रे सामान्यत: इतर क्षेत्रांच्या तुलनेत जास्त वेतन आणि पगार देतात, ज्यामुळे कामगारांचे बचतयोग्य उत्पन्न वाढते. उत्पन्नाच्या पातळीतील ही वाढ ग्राहकांच्या खर्चाला चालना देते, वस्तू आणि सेवांच्या मागणीला उत्तेजन देते व गुणक प्रभावांद्वारे आर्थिक वृद्धीस हातभार लावते.

६) तंत्रज्ञान हस्तांतरण :

औद्योगिकीकरणामध्ये प्रगत तंत्रज्ञानाचा अवलंब आणि अनुकूलन यांचा समावेश होतो, ज्यामुळे विविध क्षेत्रांमध्ये ज्ञान आणि कौशल्यांचे हस्तांतरण होते. हे तंत्रज्ञान हस्तांतरण नवकल्पना आणि उद्योजकतेला चालना देते, नवीन उद्योग आणि बाजारपेठेच्या संधींच्या निर्मितीद्वारे आर्थिक विकासास चालना देते.

७) व्यापार विस्तार :

औद्योगिक विकास देशांतर्गत आणि आंतरराष्ट्रीय बाजारपेठेसाठी वस्तू आणि सेवांचे उत्पादन करून देशाची निर्यात क्षमता वाढवते. वाढलेली निर्यात परकीय चलनाची कमाई करून, व्यापार संतुलन सुधारून आणि जागतिक मूल्य शृंखलांमध्ये एकीकरणाला प्रोत्साहन देऊन आर्थिक वृद्धीस हातभार लावते.

८) शहरीकरण :

औद्योगिकीकरण हे शहरीकरणाशी जवळून जोडलेले आहे कारण उत्तम पायाभूत सुविधा आणि बाजारपेठेतील प्रवेशामुळे उद्योग शहरी भागात एकत्रित होतात. ही शहरीकरण प्रक्रिया आर्थिक क्रियाकलापांची शहरी केंद्रे तयार करते, गुंतवणूक आकर्षित करते आणि सहाय्यक उद्योग व सेवांच्या विकासाला चालना देते.

९) मानवी भांडवल विकास :

औद्योगिक वृद्धीसाठी कुशल कामगारांची आवश्यकता असते; ज्यामुळे शिक्षण, प्रशिक्षण आणि कौशल्य विकास कार्यक्रमांमध्ये गुंतवणूक होते. हा मानवी भांडवल विकास श्रम उत्पादकता, नवकल्पना क्षमता आणि एकूणच आर्थिक स्पर्धात्मकता वाढवतो, शाश्वत आर्थिक विकासाला चालना देतो.

१०) शाश्वत विकास :

संसाधन कार्यक्षमता, पर्यावरण संरक्षण आणि सामाजिक समावेशनास प्रोत्साहन देऊन औद्योगिकीकरण शाश्वत विकासासाठी उत्प्रेरक ठरते. पर्यावरणास अनुकूल तंत्रज्ञानाचा अवलंब करणे, हरित पद्धती लागू करणे आणि फायद्यांचे न्याय्य वितरण सुनिश्चित करणे नैसर्गिक संसाधने आणि परिसंस्थांचे रक्षण करताना दीर्घकालीन आर्थिक विकासास हातभार लावतात.

१.६ औद्योगिक संयोगिकरण :

१७६० च्या औद्योगिक क्रांतीनंतर कारखानदारी पद्धती अस्तित्वात येवून उत्पादन कार्यात मोठ्या प्रमाणात यांत्रिकीकरण करण्यात आले. जलद औद्योगिकीकरणामुळे औद्योगिक विकास झपाट्याने होऊ लागला. पर्यायाने उद्योजकांची संख्याही वाढू लागली. उद्योजकांमध्ये अस्तित्वासाठी तीव्र स्पर्धा निर्माण होऊ लागली. ही स्पर्धा प्रामुख्याने वस्तू

विभेदन (Diversification), गुणवत्ता (Quality), बाजार भाग (Market Share), किंमत युद्ध (Price War), विपणन तंत्र (Marketing Technique) याबाबतीत होती. प्रत्येक उद्योजकाला केवळ अंतर्गत उद्योजकांबरोबर स्पर्धा करावी लागली असे नव्हे तर आंतरराष्ट्रीय स्तरावरील संस्था व उद्योजकांशीही स्पर्धा करावी लागली. पर्यायाने या गळेकापू स्पर्धेचा थेट परिणाम उद्योजकांच्या नफ्यावर होऊ लागला. बाजारपेठेतील या तीव्र स्पर्धेत लहान उद्योजक बळी पडले. त्यांच्या अस्तित्वाचा प्रश्न निर्माण झाला. अशा अनिश्चित परिस्थितीतून मार्ग काढण्यासाठी अनेक उद्योजकांच्या सहकार्यातून 'औद्योगिक संयोग' अस्तित्वात येऊ लागले. या प्रमुख आर्थिक कारणांशिवाय उद्योजकांनी स्वतःचे औद्योगिक साम्राज्य स्थापन करून सामाजिक प्रतिष्ठा मिळविण्याच्या उद्देशानेही औद्योगिक संयोग झाल्याचे दिसून येते.

१.६.१ अर्थ :

१७६० च्या औद्योगिक क्रांतीनंतर कारखानदारी पद्धती अस्तित्वात येवून उत्पादन कार्यात मोठ्या प्रमाणात यांत्रिकीकरण करण्यात आले. जलद औद्योगिकीकरणामुळे औद्योगिक विकास झपाट्याने होऊ लागला. पर्यायाने उद्योजकांची संख्याही वाढू लागली. उद्योजकांमध्ये अस्तित्वासाठी तीव्र स्पर्धा निर्माण होऊ लागली. ही स्पर्धा प्रामुख्याने वस्तू विभेदन (Diversification), गुणवत्ता (Quality), बाजार भाग (Market Share), किंमत युद्ध (Price War), विपणन तंत्र (Marketing Technique) याबाबतीत होती. प्रत्येक उद्योजकाला केवळ अंतर्गत उद्योजकांबरोबर स्पर्धा करावी लागली असे नव्हे तर आंतरराष्ट्रीय स्तरावरील संस्था व उद्योजकांशीही स्पर्धा करावी लागली. पर्यायाने या गळेकापू स्पर्धेचा थेट परिणाम उद्योजकांच्या नफ्यावर होऊ लागला. बाजारपेठेतील या तीव्र स्पर्धेत लहान उद्योजक बळी पडले. त्यांच्या अस्तित्वाचा प्रश्न निर्माण झाला. अशा अनिश्चित परिस्थितीत अनेक मोठ्या उद्योगांनी लहान उद्योग ताब्यात घेतले किंवा लहान उद्योगांचे संलग्न मोठ्या उद्योगात विलीनीकरण झाले. या उद्योग संपादन / विलीनीकरणाच्या प्रक्रियेला 'औद्योगिक संयोग' म्हटले जाते. या प्रमुख आर्थिक कारणांशिवाय उद्योजकांनी स्वतःचे औद्योगिक साम्राज्य स्थापन करून सामाजिक प्रतिष्ठा मिळविण्याच्या उद्देशानेही औद्योगिक संयोग झाल्याचे दिसून येते.

१.६.२ औद्योगिक संयोगाची कारणे :

सर्वसाधारणतः औद्योगिक संयोगाच्या स्थापनेला कारणीभूत ठरणाऱ्या विविध घटकांबद्दल थोडक्यात विवेचन केले आहे.

१) बाजारपेठेमधील तीव्र गळेकापू स्पर्धा :

औद्योगिक क्रांतीनंतर उत्पादनसंस्थांची संख्या वाढली. त्याचबरोबर त्यांचे उत्पादनही वाढले. प्रचंड उत्पादनामुळे उत्पादकांमध्ये परस्परांतर्गत स्पर्धा निर्माण झाली. ही स्पर्धा प्रामुख्याने वस्तू विभेदन, गुणवत्ता, बाजार भाग, किंमत व विपणन तंत्र याबाबतीत होती. किंमत युद्धामुळे अनेक उत्पादकांना तोटा होऊ लागला व काहींना आपले उत्पादन बंद करावे लागले. स्पर्धेचे नियंत्रण करण्यासाठी उत्पादकांनी केलेल्या प्रयत्नांमुळेच औद्योगिक संयोग करण्यात येऊ लागले.

२) मोठ्या प्रमाणावरील उत्पादनाचे फायदे :

मोठ्या प्रमाणावरील उत्पादनामुळे उत्पादकांना अंतर्गत व बाह्य फायदे प्राप्त होतात. जर उत्पादन मोठ्या प्रमाणावर केले तर सरासरी उत्पादन खर्च कमी होतो. व्यवस्थापन खर्च व स्थिर खर्चात बचत होते. वाहतूक खर्च व विक्री खर्च कमी होऊ लागतो. जाहिरात व विपणन खर्चही कमी होतो. अनेक उत्पादक एकत्र आल्याने कच्च्या मालाची मोठ्या प्रमाणावर खरेदी करता येते. त्यामुळे मोठ्या प्रमाणावरील खरेदीचेही फायदे मिळविता येतात. यांत्रिकीकरण व आधुनिक तंत्रज्ञानाचा वापर करता येतो, उत्पादित मालाची एकत्रित विक्री करता येते. पर्यायाने

उत्पादन खर्चात बचत होते. या सर्व लाभांमुळे अनेक लहान उत्पादक एकत्र येवून औद्योगिक संयोगाच्या विकासाला चालना मिळाली.

३) नफा वाढीची आकांक्षा :

महत्तम नफा प्राप्त करणे ही प्रत्येक उत्पादकाची आकांक्षा असते. असा महत्तम नफा मिळण्यासाठी वस्तूंच्या उत्पादन खर्चात व विपणन खर्चात बऱ्याच प्रमाणात बचत करणे शक्य झाले पाहिजे. यासाठी उत्पादकांचे व्यक्तिगत पातळीवरील प्रयत्न अपुरे पडतात. एकाच क्षेत्रात काम करणारे उत्पादक एकत्र येवून औद्योगिक संयोगाची स्थापना करून यात प्रभावशाली ठरतात. औद्योगिक संयोगाच्या माध्यमातून सामंजस्य असते. उत्पादन खर्चात व विपणन खर्चात बचत होवून उत्पादकांना मिळणाऱ्या नफ्यात वाढ होऊ लागते. नफ्याच्या प्रमाणात वाढ करण्याच्या अपेक्षेनेही औद्योगिक संयोगीकरण केले जाते.

४) मक्तेदारीची अभिलाषा :

औद्योगिक संयोगीकरणामुळे स्पर्धेचे उच्चाटन होते. मक्तेदारीची स्थापना झाली म्हणजे बाजारपेठेवर नियंत्रण ठेवता येते. उत्पादक उत्पादनाबरोबरच पुरवठ्यावरही नियंत्रण ठेवू शकतो. मागणी जर तटस्थ असेल तर मक्तेदारीमुळे किंमत वाढविता येते आणि नफा वाढविता येतो. मक्तेदारी स्थापन करून नफा मिळवावा या अभिलाषेनेही अनेक उत्पादक एकत्र येतात.

५) व्यापारचक्रे :

व्यापारचक्रामुळे औद्योगिक संयोगाला मोठ्या प्रमाणावर चालना मिळते. तेजीच्या काळात वस्तूंच्या किमती वाढत जातात. पर्यायाने उत्पादक उत्पादनात वाढ करून नफा कमवितात. वाढीव नफ्यावर उद्योगाचे आकारमान वाढविण्याची प्रवृत्ती निर्माण होते. याउलट मंदीच्या काळात वस्तूंच्या किमती कमी होत जातात. मंदी दीर्घकाळ असल्यास लहान उद्योग बंद पडतात. असे होऊ नये म्हणून अनेक लहान उद्योग मोठ्या उद्योगांमध्ये विलीन होवून आपले उत्पादन मर्यादित करतात. औद्योगिक संयोगामुळे मंदीच्या दुष्परिणामांची तीव्रता कमी करता येते. तेजी व मंदीच्या परिस्थितीत औद्योगिक संयोगीकरण ही प्रक्रिया महत्त्वपूर्ण ठरते.

६) स्वदेशी उद्योगांना संरक्षण :

स्वदेशी उद्योगांना विदेशी स्पर्धेपासून संरक्षण देण्यासाठी विदेशी मालाच्या आयातीवर सरकार आयात कर लादते यामुळे विदेशी वस्तूंच्या किमती वाढतात आणि स्वदेशी उत्पादक विदेशी उत्पादकांशी स्पर्धा करू शकतात. यालाच स्वदेशी उद्योगांसाठी अवलंबिण्यात आलेली संरक्षणनीती असेही म्हणतात. जकात धोरणाचा फायदा घेवून किमती वाढवून जास्त नफा मिळवावा यासाठी स्वदेशी उत्पादक एकत्र येवून उद्योगांचे औद्योगिक संयोगीकरण करतात.

७) वैज्ञानिक संशोधन :

आधुनिक काळात नवनवीन वैज्ञानिक संशोधन करून अत्याधुनिक तंत्रज्ञान व यंत्रसामग्रीच्या साहाय्याने वस्तूंची गुणवत्ता सुधारणे व त्यासोबतच उत्पादन खर्चात बचत करणे याबाबतीत उत्पादकांमध्ये स्पर्धा सुरू असते; परंतु हे संशोधन सातत्यपूर्ण चालू ठेवण्याची क्षमता स्वतंत्रपणे एका उद्योगाकडे असेलच असे नाही. अशा वेळी औद्योगिक संयोगीकरणाच्या माध्यमातून लहान लहान उत्पादकांना एकत्र करून अत्याधुनिक वैज्ञानिक संशोधनाचा लाभ मिळवून दिला जातो. पर्यायाने लहान लहान उत्पादक औद्योगिक उत्पादकतेमध्ये वाढ करण्यात यशस्वी होतात.

८) संयुक्त भांडवली कंपन्यांचा विकास :

विसाव्या शतकात संयुक्त भांडवली कंपन्यांचा झपाट्याने विकास झाला. कंपनी या व्यवसाय संघटनेच्या प्रकारामुळे औद्योगिक संयोगीकरण सुलभ झाले आहे. कोणतीही व्यक्ती अथवा संस्था एखाद्या कंपनीतील ५०

टक्क्यांपेक्षा जास्त भाग विकत घेऊन त्या कंपनीवर नियंत्रण ठेवू शकते. जर एखादा समूह एकापेक्षा अधिक कंपन्यांवर नियंत्रण ठेवत असेल तर औद्योगिक संयोगीकरण घडवून आणणे सुलभ जाते.

९) वाजवीकरण :

उद्योगांची तांत्रिक व आर्थिक बाजू सुदृढ करण्यासाठी करण्यात येणाऱ्या विविध उपायांचा 'वाजवीकरण' या संकल्पनेमध्ये समावेश होतो. औद्योगिक उत्पादकता व कार्यक्षमता वाढविण्यासाठी उत्पादक स्वयंप्रेरणेने वाजवीकरण करतात. वाजवीकरणासाठी मोठ्या प्रमाणात भांडवलाची आवश्यकता असते. वाजवीकरण करता यावे यासाठी अनेक उत्पादक उद्योगांचे एकत्रीकरण करतात. थोडक्यात, सामुदायिक कृती हा वाजवीकरणाचा गाभा आहे. लहान उद्योगांपेक्षा मोठ्या उद्योगांना वाजवीकरणाचा लाभ अधिक प्रमाणात प्राप्त होतो. म्हणून औद्योगिक संयोगाची स्थापना होते.

१०) शासकीय धोरणातील अनिश्चितता :

शासकीय धोरणांतर्गत औद्योगिक, करविषयक आणि इतर आर्थिक धोरणांचा समावेश होतो. शासकीय धोरणांमध्ये सातत्याने बदल झाल्यास उद्योगांचा धोका व अनिश्चितता यात वाढ होते. या धोका व अनिश्चिततेवर मात करण्यासाठी उद्योग संघटित होवून औद्योगिक संयोगीकरण करतात. शासकीय धोरणातील अनिश्चितता औद्योगिक संयोगीकरणाला साहाय्यक ठरते.

१.६.३ विलीनीकरण :

जेव्हा एखादी कंपनी अंदाजे समान असलेली दुसरी कंपनी खरेदी करते तेव्हा त्याला विलीनीकरण म्हणतात. दोन कंपन्या एकत्र येऊन एक होतात. दोन कंपन्या सहसा विलीन होण्यास सहमती देतात जेव्हा त्यांना असे वाटते की ते एकत्र काहीतरी करू शकतात जे ते स्वतः वेगळे राहून करू शकत नाहीत. दोन किंवा अधिक कंपन्यांचे एकत्रिकरण साधारणपणे एका कंपनीच्या प्रतिभूतींच्या भागधारकांना त्यांच्या भागांच्या समर्पणाच्या बदल्यात एका कंपनीच्या प्रतिभूतींची सेवा देऊन केले जाते.

अ) अर्थ :

विलीनीकरण हे दोन किंवा अधिक संस्थांचे संयोजन आहे ज्यामध्ये एक संस्था भाग किंवा रोखीच्या बदल्यात दुसऱ्याची मालमत्ता आणि दायित्वे मिळवते किंवा दोन्ही संस्था विसर्जित केल्या जातात आणि मालमत्ता, दायित्वे एकत्र केली जातात व नवीन समभाग जारी केला जातो.

ब) व्याख्या :

विलीनीकरणाच्या व्याख्या खालीलप्रमाणे आहेत :

१) रिचर्ड ए. ब्रेली आणि स्टीवर्ट सी. मायर्स :

''विलीनीकरण हे दोन किंवा अधिक कंपन्यांचे संयोजन आहे ज्यामध्ये फक्त एक फर्म टिकते आणि इतर फर्म अस्तित्वात नसतात.''

२) डेव्हिड एच. हल्बर्ट :

''विलीनीकरण हे दोन किंवा अधिक कंपन्यांचे एका संस्थेमध्ये कायदेशीर संयोजन आहे. बहुतेक वेळा समभागधारकांचे मूल्य वाढवणारे समन्वय साधण्याच्या उद्देशाने हे केले जाते.''

क) विलीनीकरणाचे प्रकार :

विलीनीकरणाचे प्रकार खालीलप्रमाणे आहेत :

१) क्षैतिज विलीनीकरण :

क्षैतिज विलीनीकरण हे एकाच व्यवसायात दोन किंवा अधिक संस्थांचे किंवा उत्पादन किंवा विपणन प्रक्रियेच्या काही पैलूंमध्ये गुंतलेल्या संस्थांचे संयोजन असते. म्हणजेच हे समान क्रियाकलापांमध्ये गुंतलेल्या कंपन्यांचे संयोजन आहे. उदाहरणार्थ, पादत्राणे बनवणारी कंपनी दुसऱ्या पादत्राणे कंपनीशी जोडते किंवा औषधांचा किरकोळ विक्रेता त्याच व्यवसायातील दुसर्या किरकोळ विक्रेत्याशी एकत्र येतो.

२) अनुलंब विलीनीकरण :

अनुलंब विलीनीकरण हे दोन किंवा अधिक संस्थांचे संयोजन असते, एकाच व्यवसायात आवश्यक नसते, जे पूरकता निर्माण करतात. अशाप्रकारे, ते एकाच उद्योगाच्या लागोपाठ टप्प्यात कंपन्यांच्या संयोजनाचा संदर्भ देते. उदाहरणार्थ, पादत्राणे कंपनी लेदर टॅनरी किंवा शू रिटेल स्टोअरच्या साखळीसह एकत्र करते.

३) एकाग्र विलीनीकरण :

जेव्हा ग्राहक कार्ये, ग्राहक गट किंवा वापरलेल्या पर्यायी तंत्रज्ञानाच्या संदर्भात दोन किंवा अधिक संस्था एकमेकांशी संबंधित असतात तेव्हा एकाग्र विलीनीकरण होते. अशाप्रकारे, फुटवेअर कंपनी सॉक्स बनवणारी होजरी फर्म किंवा इतर विशेष फुटवेअर कंपनी किंवा चामड्याच्या वस्तू बनवणारी कंपनी पर्स, हँडबॅग इत्यादी बनवते.

ड) विलीनीकरणाचे फायदे :

विलीनीकरणाचे खालील फायदे आहेत :

१) समन्वय आणि खर्च बचत :

विलीनीकरणामुळे खर्चात बचत होऊ शकते आणि कार्यप्रणालीची कार्यक्षमता वाढू शकते. संसाधने एकत्र करून, बनावट कार्ये काढून टाकून आणि कार्यप्रणाली सुव्यवस्थित करून, विलीन केलेली संस्था मोठ्या अर्थव्यवस्थेचा फायदा घेऊ शकते आणि समन्वय साधू शकते.

२) वाढलेली बाजार शक्ती :

विलीनीकरणे एकत्रित घटकाची बाजार शक्ती वाढवू शकतात, ज्यामुळे ते पुरवठादारांशी चांगले व्यवहार करू शकतात, ग्राहकांसोबत मजबूत सौदेबाजीचे स्थान मिळवू शकतात आणि संभाव्य बाजारातील हिस्सा वाढवू शकतात.

३) विविधीकरण :

विलीनीकरण कंपन्यांना त्यांच्या उत्पादन किंवा सेवा प्रदानामध्ये विविधता आणण्यास मदत करू शकते, एकल बाजार किंवा क्षेत्रावरील अवलंबित्व कमी करते. या वैविध्यतेमुळे व्यवसायातील जोखीम कमी होऊ शकते आणि बाजारातील चढउतारांना सामोरे जावे लागते.

४) बाजारपेठ प्रवेश आणि विस्तार :

विलीनीकरण हे कंपन्यांसाठी नवीन बाजारपेठांमध्ये प्रवेश करण्यासाठी किंवा त्यांच्या भौगोलिक उपस्थितीचा विस्तार करण्यासाठी एक प्रभावी धोरण असू शकते. नवीन बाजारपेठेत प्रस्थापित कंपनी ताब्यात घेतल्याने बाजारपेठेत जलद आणि अधिक कार्यक्षम प्रवेश मिळू शकतो.

५) संसाधने आणि तज्ज्ञांमध्ये प्रवेश :

विलीनीकरण संसाधने, प्रगत तंत्रज्ञान, विशेष ज्ञान किंवा कंपनीकडे असलेल्या इतर बौद्धिक संपत्तीमध्ये प्रवेश प्रदान करू शकते. यामुळे नावीन्य आणि सुधारित उत्पादन सेवा प्राप्त होऊ शकतात.

६) आर्थिक लाभ :

विलीनीकरणामुळे एकत्रित घटकासाठी आर्थिक कामगिरी सुधारू शकते. हे वाढीव महसूल, खर्च बचत, वर्धित नफा आणि भांडवलाच्या चांगल्या प्रवेशाद्वारे प्राप्त केले जाऊ शकते.

इ) विलीनीकरणाचे तोटे :

विलीनीकरणाचे खालील तोटे आहेत :

१) एकत्रीकरण आव्हाने :

दोन संस्था एकत्र करणे जटिल आणि आव्हानात्मक असू शकते. विलीनीकरणानंतरच्या एकीकरण प्रक्रियेदरम्यान सांस्कृतिक फरक, तंत्रज्ञान एकत्रीकरण आणि कार्यात्मक अडथळे उद्भवू शकतात.

२) कर्मचारी अनिश्चितता :

विलीनीकरणामुळे नोकऱ्यांमधील संभाव्य अनावश्यकता, भूमिकांमधील बदल आणि संस्थात्मक पुनर्रचना यामुळे कर्मचाऱ्यांमध्ये अनिश्चितता आणि चिंता निर्माण होऊ शकते.

३) नियामक आणि कायदेशीर गुंतागुंत :

विलीनीकरणासाठी नियामक मंजूरी आणि कायद्यांचे पालन आवश्यक असते. कायदेशीर आणि नियामक परिप्रेक्ष नेव्हिगेट करणे वेळखाऊ असू शकते आणि विलीनीकरण प्रक्रियेस विलंब होऊ शकतो.

४) आर्थिक जोखीम :

विलीनीकरण महाग असू शकते आणि कंपन्यांनी व्यवहाराशी संबंधित आर्थिक परिणाम आणि जोखमींचे काळजीपूर्वक मूल्यांकन केले पाहिजे.

५) ओळख गमावणे :

काही प्रकरणांमध्ये, विलीन केलेली संस्था तिची अद्वितीय ओळख, संस्कृती आणि ब्रँड मूल्य गमावू शकते, परिणामी ग्राहकांची निष्ठा गमावू शकते.

६) जादा पेमेंटची शक्यता :

कंपन्या टार्गेट कंपनीला जास्त मूल्य देऊ शकतात, ज्यामुळे अधिग्रहणासाठी अधिमूल्य किंमत दिली जाते. यामुळे अधिग्रहणकर्त्यासाठी गुंतवणूकीवरील परतावा कमी होऊ शकतो.

७) एकत्रीकरण अयशस्वी :

जर विलीनीकरणानंतरची एकीकरण प्रक्रिया प्रभावीपणे हाताळली गेली नाही तर, यामुळे कार्यात्मक व्यत्यय, मुख्य प्रतिभा गमावणे आणि अपेक्षित समन्वय साधण्यात अपयश येऊ शकते.

१.६.४ एकत्रीकरण :

एकत्रीकरण हा कॉर्पोरेट पुनर्रचनाचा एक प्रकार आहे ज्यामध्ये दोन किंवा अधिक कंपन्यांचे संयोजन एकाच घटकामध्ये समाविष्ट असते. एकत्रीकरणात, स्वतंत्र कंपन्या अस्तित्वात नाहीत आणि त्यांची मालमत्ता, दायित्वे आणि कार्यप्रणाली एका नवीन कायदेशीर अस्तित्वात एकत्रित केल्या जातात. ही प्रक्रिया अनेकदा ज्या देशातील कंपन्या आहेत त्या देशातील कायदे आणि नियमांद्वारे पार पाडली जाते.

अ) अर्थ :

एकत्रीकरण ही एक संज्ञा आहे जी दोन किंवा अधिक संस्था, जसे की कंपन्या, संस्था किंवा घटकांना एकत्रित किंवा विलीन करण्याच्या प्रक्रियेचे वर्णन करण्यासाठी वापरली जाते. हे विविध कारणांसाठी केले जाऊ शकते, ज्यामध्ये कार्यक्षमता वाढवणे, संसाधने एकत्रित करणे, बाजारपेठेतील पोहोच वाढवणे किंवा सहभागी संस्थांमधील समन्वय साधणे समाविष्ट आहे. व्यवसायाच्या संदर्भात, विलीनीकरण हे सहसा दोन किंवा अधिक कंपन्यांच्या एका नवीन कंपनीमध्ये विलीनीकरणाचा संदर्भ देते. प्रक्रियेत मालमत्ता, दायित्वे आणि कार्यप्रणाली वैयक्तिक संस्थांकडून नव्याने स्थापन झालेल्या संस्थेकडे हस्तांतरित करणे समाविष्ट आहे. विलीन होणाऱ्या कंपन्यांच्या

भागधारकांना नवीन कंपनीमध्ये भाग मिळू शकतात आणि जुन्या कंपन्या स्वतंत्रपणे अस्तित्वात राहणे बंद करू शकतात.

ब) व्याख्या :

एकत्रीकरणाच्या व्याख्या खालीलप्रमाणे आहेत :

१) ब्लॅकचा कायदा शब्दकोश (दहावी आवृत्ती) :

''एकत्रीकरण म्हणजे दोन किंवा अधिक कॉर्पोरेशन्सना त्यांची सर्व मालमत्ता एकाच कॉर्पोरेशनकडे हस्तांतरित करून एकत्र करण्याची प्रक्रिया आहे, जी इतर कॉर्पोरेशन अस्तित्वात नसतानाही अस्तित्वात राहते.''

२) इन्व्हेस्टोपीडिया :

''एकत्रीकरण म्हणजे दोन किंवा अधिक कंपन्यांचे नवीन घटकामध्ये एकत्रीकरण. ही प्रक्रिया बर्याचदा मैत्रीपूर्ण असते ज्यामध्ये दोन्ही कंपन्यांची परस्पर संमती असते. नव्याने एकत्रित कंपनी विलीन झालेल्या कंपन्यांची कायदेशीर ओळख कायम ठेवते.''

क) एकत्रीकरणाचे फायदे :

एकत्रीकरणाचे खालील फायदे आहेत :

१) मोठ्या प्रमाणावर अर्थव्यवस्थेचा फायदा :

मोठ्या संयुक्त घटकाला अनेकदा मोठ्या प्रमाणावर अर्थव्यवस्थेचा फायदा होऊ शकतो. ज्यामुळे उत्पादन, वितरण आणि खरेदीमधील खर्च कमी होतो. यामुळे नफा आणि स्पर्धात्मकता वाढते.

२) बाजारातील वर्चस्व :

इतर कंपन्यांमध्ये विलीन होऊन किंवा त्यांचे अधिग्रहण करून, एकत्रीकरण केलेली संस्था बाजारपेठेतील मजबूत उपस्थिती आणि अधिक बाजारपेठेचा हिस्सा मिळवू शकते, ज्यामुळे संभाव्यत: सौदेबाजीची शक्ती आणि उच्च नफा वाढतो.

३) विविधीकरण :

एकत्रीकरणामुळे कंपन्यांना त्यांचे उत्पादन किंवा सेवा प्रदानामध्ये विविधता आणता येते, एकल बाजार विभाग किंवा उद्योगावरील अवलंबित्व कमी होते आणि जोखीम पसरते.

४) नवीन बाजारपेठांमध्ये प्रवेश :

संसाधने आणि कौशल्ये एकत्रित केल्याने कंपन्यांना नवीन भौगोलिक क्षेत्रांमध्ये किंवा न वापरलेल्या बाजारपेठांमध्ये त्यांचा ग्राहकवर्ग वाढवण्यास मदत होते.

५) वर्धित टॅलेंट पूल :

एकत्रीकरणामुळे विविध संस्थांकडून अधिक वैविध्यपूर्ण आणि कुशल कर्मचारी वर्ग एकत्र येऊ शकतो, ज्यामुळे नाविन्य आणि सर्जनशीलता वाढण्यास हातभार लागतो.

ड) एकत्रीकरणाचे तोटे :

एकत्रीकरणाचे तोटे खालीलप्रमाणे आहेत :

१) एकत्रीकरण आव्हाने :

एकत्रीकरणाची प्रक्रिया जटिल आणि वेळखाऊ असते, ज्यामध्ये विविध संस्कृती, प्रणाली आणि प्रक्रिया एकत्रित करण्याशी संबंधित आव्हाने असतात. एकीकरण प्रभावीपणे व्यवस्थापित करण्यात अयशस्वी झाल्यास अकार्यक्षमता आणि व्यत्यय येऊ शकतो.

२) प्रतिकार आणि सांस्कृतिक संघर्ष :

वेगवेगळ्या कंपन्यांमधील कर्मचाऱ्यांना नवीन कामाच्या वातावरणाशी जुळवून घेण्यात अडचण येते; ज्यामुळे प्रतिकार, संघर्ष आणि उत्पादकता कमी होते.

३) ओळख गमावणे :

एकत्रीकरणामुळे वैयक्तिक घटकांची ओळख आणि ब्रँड निष्ठा नष्ट होऊ शकते, जे आव्हानात्मक असते, विशेषतः जर एखाद्या कंपनीची ब्रँडची उपस्थिती मजबूत असेल.

४) नियामक अडथळे :

एकत्रीकरण प्रक्रिया नियामक छाननीच्या अधीन असते, विशेषत: जर यामुळे बाजारपेठेतील सामर्थ्य लक्षणीय प्रमाणात एकाग्रतेकडे नेत असेल आणि स्पर्धा प्राधिकरणांकडून मंजुरी आवश्यक असेल तर जास्त अडचणी येतात.

५) आर्थिक जोखीम :

एकत्रीकरणाशी संबंधित आर्थिक जोखीम असू शकतात, ज्यात दायित्वांचे गृहितक आणि एकीकरण व पुनर्रचनाशी संबंधित संभाव्य अनपेक्षित खर्च समाविष्ट आहेत.

६) अंमलबजावणीची जटिलता :

एकत्रीकरण यशस्वीरित्या अंमलात आणण्यासाठी काळजीपूर्वक नियोजन, वाटाघाटी आणि अंमलबजावणी आवश्यक आहे. खराब व्यवस्थापित एकत्रीकरणामुळे अकार्यक्षमता आणि भागधारकांच्या मूल्यात घट होऊ शकते.

१.६.५ औद्योगिक मक्तेदारी :

औद्योगिक मक्तेदारी म्हणजे बाजाराच्या स्थितीचा संदर्भ जेथे एकच कंपनी किंवा संस्था संपूर्ण उद्योगावर किंवा त्यातील महत्त्वपूर्ण भागावर वर्चस्व गाजवते. जेव्हा एखादी कंपनी बाजारातील मोठा वाटा नियंत्रित करते तेव्हा असे घडते, ज्यामुळे बऱ्याचदा स्पर्धा कमीतकमी असते किंवा कोणतीही स्पर्धा नसते, ज्याचे अनेक परिणाम असू शकतात.

अ) अर्थ :

औद्योगिक मक्तेदारी म्हणजे अशी बाजार स्थिती, ज्यामध्ये एकच कंपनी किंवा संस्था संपूर्ण उद्योगावर किंवा त्याच्या महत्त्वपूर्ण भागावर वर्चस्व गाजवते आणि त्यास नियंत्रित करते. हे वर्चस्व मक्तेदारीवादी घटकाला बाजारपेठेतील महत्त्वपूर्ण वाटा देते, ज्यामुळे त्या उद्योगातील वस्तू किंवा सेवांचे उत्पादन, किंमत आणि वितरण यावर लक्षणीय प्रभाव पडतो.

ब) व्याख्या :

औद्योगिक मक्तेदारीच्या व्याख्या खालीलप्रमाणे आहेत :

१) डम स्मिथ :

''औद्योगिक मक्तेदारी ही बाजाराची अशी स्थिती आहे जिथे एक विक्रेता विशिष्ट उत्पादन किंवा सेवेचा संपूर्ण पुरवठा नियंत्रित करतो, स्पर्धा मर्यादित करतो.''

२) अल्फ्रेड मार्शल :

''औद्योगिक मक्तेदारी ही बाजाराची अशी रचना आहे ज्याचे वैशिष्ट्य एकमात्र विक्रेत्याने लक्षणीय स्पर्धेशिवाय उद्योगावर वर्चस्व गाजवणे आहे.''

३) जॉन स्टुअर्ट मिल :

''औद्योगिक मक्तेदारी ही अशी परिस्थिती आहे जिथे बाजारातील एकल विक्रेता किंवा उत्पादक स्पर्धेच्या अनुपस्थितीमुळे पुरवठा आणि किंमतीवर नियंत्रण ठेवतो.''

४) जोसेफ शुम्पीटर :

''औद्योगिक मक्तेदारी ही अशी स्थिती आहे जिथे प्रबळ फर्मची बाजार शक्ती मर्यादित स्पर्धेमुळे नवकल्पना आणि तांत्रिक प्रगतीला परावृत्त करते.''

क) औद्योगिक मक्तेदारीचे प्रकार :

औद्योगिक मक्तेदारीचे विविध प्रकार खालीलप्रमाणे आहेत :

१) नैसर्गिक मक्तेदारी :

नैसर्गिक घटकांचा परिणाम असलेल्या मक्तेदारीला नैसर्गिक मक्तेदारी म्हणता येईल. अनुकूल हवामान, कच्च्या मालाची जवळीक, बाजारपेठेची जवळीक यासारखे घटक नैसर्गिक मक्तेदारीला प्रोत्साहन देतात उदा. पेट्रोलियम उत्पादनांमध्ये अरब राष्ट्रांची मक्तेदारी, ज्यूटमध्ये बांगलादेश इ.

२) कायदेशीर मक्तेदारी :

कायदेशीर निर्बंधांचा हा परिणाम आहे. अशी मक्तेदारी ही सरकारची निर्मिती आहे आणि पेटंट हक्क, कॉपीराइट इत्यादींसाठी कायद्याद्वारे संरक्षित आहे.

३) सामाजिक मक्तेदारी :

सामाजिक उद्दिष्टे साध्य करण्यासाठी सरकारने निर्माण केलेल्या या मक्तेदारी आहेत. संपूर्ण समाजाच्या हितासाठी काही उत्पादन किंवा सेवांमध्ये सरकारची मक्तेदारी असू शकते उदा. रेल्वे, पाणी पुरवठा, वीज इ.

४) ऐच्छिक मक्तेदारी :

ऐच्छिक मक्तेदारी औद्योगिक कंपन्यांनी स्पर्धा दूर करण्यासाठी तयार केलेल्या मक्तेदारीचा संदर्भ देते. हे औद्योगिक संयोजन म्हणून देखील ओळखले जाते उदा. कार्टेल, पूल, होल्डिंग कंपनी इ.

ड) औद्योगिक मक्तेदारीची कारणे कारणे :

औद्योगिक मक्तेदारीचे स्वरूप काहीही असले तरी ती खालील कारणांमुळे निर्माण होटे :

४) मोठ्या अर्थव्यवस्थेचे फायदे :

काही उद्योग मोठ्या प्रमाणावरील अर्थव्यवस्था प्रदर्शित करतात, जेथे मोठ्या उत्पादन खंडामुळे सरासरी खर्च कमी होतो. जसजश्या कंपन्या वाढतात, तसतश्या त्या प्रति युनिट कमी किमतीत वस्तू किंवा सेवा तयार करू शकतात, ज्यामुळे लहान स्पर्धकांना त्यांच्या किमतीशी जुळणे कठीण होते.

२) तांत्रिक श्रेष्ठता :

मालकी तंत्रज्ञान किंवा बौद्धिक संपदा विकसित किंवा नियंत्रित करणाऱ्या कंपन्या मक्तेदारी प्रस्थापित करतात. पेटंट, कॉपीराइट किंवा अनन्य परवाने इतरांना बाजारात प्रवेश करण्यापासून रोखतात, ज्यामुळे मालकीच्या कंपनीला एकाधिकारशाही फायदा होतो.

३) दुर्मिळ संसाधनांवर नियंत्रण :

जेव्हा एखादी कंपनी दुर्मिळ खनिजे, महत्त्वाच्या पायाभूत सुविधा किंवा अत्यावश्यक कच्चा माल यासारख्या महत्त्वाच्या संसाधनांवर विशेष नियंत्रण मिळवते तेव्हा मक्तेदारी निर्माण होऊ शकते. हे नियंत्रण त्यांना या संसाधनांमध्ये स्पर्धेचा प्रवेश मर्यादित करण्यास परवानगी देते.

४) कायदेशीर अडथळे आणि नियमन :

सरकारी नियम, परवाना आवश्यकता किंवा कायदे किंवा नियामक संस्थांनी स्थापित केलेल्या प्रवेशातील उच्च अडथळे अनवधानाने मक्तेदारी निर्माण करतात. काही उद्योग कठोर नियमांमुळे केवळ एकाच प्रबळ स्पर्धकास समर्थन देऊ शकतात.

५) नेटवर्क परिणाम :

ज्या उद्योगांमध्ये उत्पादन किंवा सेवेचे मूल्य अधिकाधिक लोक वापरत असल्याने त्याचे मूल्य वाढते (नेटवर्क परिणाम) ; तेथे एकच प्रबळ स्पर्धक उदयास येतो. उदाहरणार्थ, काही सोशल मीडिया प्लॅटफॉर्म किंवा कम्युनिकेशन नेटवर्क अधिक मौल्यवान बनतात कारण त्यात अधिक वापरकर्ते सामील होतात, ज्यामुळे स्पर्धकांना प्रवेश करण्यास अडथळा निर्माण होतो.

६) शिकारी प्रथा :

आक्रमक व्यावसायिक रणनीती, जसे की शिकारी किंमत किंवा अनन्य करार, प्रबळ कंपन्यांद्वारे स्पर्धा दूर करण्यासाठी वापरल्या जाऊ शकतात. तात्पुरत्या प्रमाणात किमती कमी न करता येणाऱ्या पातळीपर्यंत लहान स्पर्धकांना बाहेर काढू शकतात, ज्यामुळे प्रबळ स्पर्धक नंतर किमती वाढवू शकतात.

७) ब्रँड ओळख आणि निष्ठा :

एखाद्या विशिष्ट ब्रँडसाठी मजबूत ब्रँड निष्ठा आणि ग्राहकांची पसंती कंपनीला एकाधिकारशाही देऊ शकते. ग्राहक इतरांपेक्षा सुप्रसिद्ध ब्रँडला प्राधान्य देतात, ज्यामुळे नवीन प्रवेश करणाऱ्यांसाठी स्पर्धा करणे आव्हानात्मक बनते.

८) नैसर्गिक मक्तेदारी :

उपयुक्तता (पाणी, वीज) सारख्या विशिष्ट उद्योगांमध्ये उच्च निश्चित खर्चामुळे नैसर्गिक मक्तेदारी निर्माण होऊ शकते. आवश्यक पायाभूत गुंतवणुकीमुळे एकच प्रदाता असणे अधिक किफायतशीर आहे.

९) धोरणात्मक विलीनीकरण आणि अधिग्रहण :

विलीनीकरण आणि अधिग्रहणाद्वारे कंपन्या बाजारातील शक्ती मजबूत करू शकतात, स्पर्धा दूर करू शकतात आणि उद्योगात वर्चस्व प्रस्थापित करू शकतात.

इ) औद्योगिक मक्तेदारीचे नियंत्रण :

निष्पक्ष बाजारपेठेतील स्पर्धा सुनिश्चित करण्यासाठी, ग्राहक कल्याणाचे रक्षण करण्यासाठी आणि गतिशील आर्थिक पर्यावरणास चालना देण्यासाठी औद्योगिक मक्तेदारी नियंत्रित करणे आवश्यक आहे. औद्योगिक मक्तेदारी, संपूर्ण उद्योगावर वर्चस्व गाजवणारी एकच संस्था किंवा महत्त्वपूर्ण बाजारपेठेतील वाटा, यामुळे स्पर्धा कमी होणे, उच्च किमती, मर्यादित नवकल्पना आणि नवीन स्पर्धकांसाठी बाजारपेठेत प्रवेश करण्यात अडथळे यासारखे प्रतिकूल परिणाम होतात. मक्तेदारीचा प्रभाव नियंत्रित करण्यासाठी आणि कमी करण्यासाठी, सरकार व नियामक संस्थांद्वारे विविध धोरणे आणि नियामक चौकटी लागू केल्या जातात.

१) अविश्वास कायदा आणि अंमलबजावणी :

अविश्वास कायदे मक्तेदारी नियंत्रित करण्याच्या प्रयत्नांची आधारशिला बनवतात. हे कायदे किंमत-निश्चिती, बाजार वाटप, संगनमत आणि शिकारी किंमत यासारख्या स्पर्धा-विरोधी पद्धतींना प्रतिबंधित करतात. सरकार उद्योगांवर देखरेख करण्यासाठी आणि अविश्वास कायद्यांचे पालन सुनिश्चित करण्यासाठी नियामक संस्था तयार करतात. या संस्था संभाव्य उल्लंघनांची चौकशी करतात आणि स्पर्धाविरोधी वर्तनात गुंतलेल्या संस्थांवर दंड किंवा सुधारात्मक उपाय लागू करतात.

२) नियामक निरीक्षण आणि पर्यवेक्षण :

नियामक संस्था मक्तेदारी वर्तनास संवेदनशील असलेल्या उद्योगांवर देखरेख प्रदान करतात. या संस्था बाजारातील क्रियाकलापांचे निरीक्षण करतात, स्पर्धाविरोधी पद्धतींच्या तक्रारींची तपासणी करतात आणि निष्पक्ष स्पर्धा राखण्यासाठी नियम लागू करतात. नियामक निरीक्षण हे सुनिश्चित करते की कंपन्या अशा कायद्यांचे पालन करतात जे बाजारातील अन्यायकारक वर्चस्व रोखतात.

३) मक्तेदारी तोडणे :

ज्या प्रकरणांमध्ये एकाच घटकाचे वर्चस्व स्पर्धेला गंभीरपणे मर्यादित करते, अशा ठिकाणी सरकार मक्तेदारी तोडण्यासाठी उपायांचा विचार करतात. या कृतीमध्ये मोठ्या कंपन्यांना लहान संस्थांमध्ये विभाजित करणे समाविष्ट आहे जेणेकरून बाजारपेठेत स्पर्धा पुन्हा सुरू होईल. अशा हस्तक्षेपांचे उद्दिष्ट काही कॉर्पोरेशन्सच्या हातात अत्यधिक बाजार शक्ती केंद्रित होण्यापासून रोखणे आहे.

४) बाजार प्रवेश आणि नाविन्यास प्रोत्साहन देणे :

मक्तेदारी नियंत्रण रोखण्यासाठी नवीन व्यवसायांच्या प्रवेशातील अडथळे कमी करणे महत्त्वाचे आहे. सरकार परवाना प्रक्रिया सुव्यवस्थित करतात, छोट्या उद्योगांसाठी अनुदान देतात आणि नवोपक्रमासाठी प्रोत्साहन देतात. स्टार्ट-अप्सना प्रोत्साहन देणे आणि उद्योजकतेची संस्कृती वाढवणे हे एक असे स्पर्धात्मक परिदृश्य तयार करते जे मक्तेदारी असलेल्या संस्थांना आव्हान देते.

५) विलीनीकरण आणि अधिग्रहणांचे नियमन करणे :

प्रबळ बाजारातील स्पर्धकांची निर्मिती रोखण्यासाठी अधिकारी स्पर्धा रोखू शकणाऱ्या विलीनीकरण आणि अधिग्रहणांचे बारकाईने निरीक्षण करतात. नियामक संस्था बाजारातील स्पर्धेवर या व्यवहारांच्या संभाव्य परिणामाचे मूल्यांकन करतात, हे सुनिश्चित करतात की अशा कृती उद्योगातील स्पर्धा लक्षणीयरीत्या कमी करत नाहीत.

६) ग्राहक संरक्षण आणि शिक्षण :

ग्राहकांना त्यांच्या हक्कांबद्दल शिक्षण आणि स्पर्धाविरोधी पद्धतींबद्दल जागरूकता याद्वारे सक्षम बनवणे महत्त्वाचे आहे. ग्राहक संरक्षण कायदे मक्तेदार संस्थांकडून होणाऱ्या शोषणापासून संरक्षण करतात. सुशिक्षित ग्राहक माहितीपूर्ण निवडी करतात आणि मक्तेदारीच्या वर्तनाच्या विरोधात समर्थन करतात.

७) क्षेत्र-विशिष्ट नियम :

आरोग्यसेवा, उपयुक्तता आणि दूरसंचार यासारख्या सार्वजनिक कल्याणासाठी महत्त्वाच्या असलेल्या उद्योगांना अनेकदा कठोर क्षेत्र-विशिष्ट नियमांचा सामना करावा लागतो. अत्यावश्यक सेवा सुलभ, परवडणाऱ्या आणि स्पर्धात्मक राहतील याची खात्री करून मक्तेदारी नियंत्रणास प्रतिबंध करणे हे या नियमांचे उद्दिष्ट आहे.

८) आंतरराष्ट्रीय सहकार्य :

सीमापार मक्तेदारी प्रथा सोडवण्यासाठी राष्ट्रांमधील सहकार्य महत्त्वाचे आहे. आंतरराष्ट्रीय करार आणि सहकार्य मक्तेदारींना स्पर्धा दाबण्यासाठी जागतिक बाजारपेठेतील शक्तीचा लाभ घेण्यापासून प्रतिबंधित करते. सामायिक प्रयत्नांमुळे जागतिक बाजारपेठा स्पर्धात्मक आणि निष्पक्ष राहतील याची खात्री करतात.

सरावासाठी प्रश्न

प्र. १. खालील प्रश्नांची वीस शब्दात उत्तरे लिहा.

१) औद्योगिक अर्थशास्त्र म्हणजे काय?
२) औद्योगिक अर्थशास्त्राची व्याख्या सांगा.
३) मोठे उद्योग म्हणजे काय?
४) मध्यम उद्योग म्हणजे काय?
५) लघुउद्योग म्हणजे काय?
६) विलीनीकरण म्हणजे काय?
७) एकत्रीकरण म्हणजे काय?
८) औद्योगिक मक्तेदारी म्हणजे काय?

प्र. २. खालील प्रश्नांची सविस्तर उत्तरे लिहा.

१) औद्योगिक अर्थशास्त्राची व्याख्या करा. औद्योगिक अर्थशास्त्राची व्याप्ती आणि महत्त्व स्पष्ट करा.
२) औद्योगिक अर्थशास्त्र म्हणजे काय? औद्योगिक अर्थशास्त्राचे स्वरूप आणि व्याप्ती स्पष्ट करा.
३) औद्योगिक अर्थशास्त्राचे महत्व स्पष्ट करा.
४) मोठ्या, मध्यम आणि लघु उद्योगांबद्दल तपशीलवार विवेचन करा.
५) सार्वजनिक क्षेत्रातील उद्योगांच्या भूमिकेचे वर्णन करा.
६) खाजगी क्षेत्र म्हणजे काय? खाजगी क्षेत्रातील उद्योगांची भूमिका स्पष्ट करा.
७) सार्वजनिक क्षेत्रातील उद्योगांच्या समस्या विशद करा.
८) खाजगी क्षेत्र म्हणजे काय? खाजगी क्षेत्रातील उद्योगांच्या समस्या/आव्हाने स्पष्ट करा.
९) औद्योगिक विकास आणि आर्थिक विकास यांच्यातील संबंध स्पष्ट करा.
१०) विलीनीकरण म्हणजे काय? विलीनीकरणाचे फायदे आणि तोटे समजावून सांगा.
११) एकत्रीकरण म्हणजे काय? एकत्रीकरणाचे फायदे आणि तोटे सांगा.
१२) औद्योगिक मक्तेदारी म्हणजे काय? औद्योगिक मक्तेदारीचे प्रकार आणि कारणे स्पष्ट करा.
१३) औद्योगिक मक्तेदारीच्या नियंत्रणाचे उपाय स्पष्ट करा.

प्रकरण २

औद्योगिक स्थाननिश्चितीचे सिद्धांत

प्रस्तावना :

उद्योगांची किंवा कारखान्यांची स्थापना करण्यापूर्वी उद्योजकांना आणि व्यवस्थापकांना काही महत्त्वपूर्ण निर्णय घ्यावे लागतात कारण उद्योगांची स्थापना करताना उद्योजक दीर्घकालीन उद्दिष्ट्ये निर्धारित करतात. यामुळे उद्योगाची स्थापना कोठे करावी? हा तसा अवघड प्रश्न आहे. साधारणत: उद्योगांची किंवा कारखान्यांची स्थाननिश्चिती करताना उद्योजकाला तीन महत्त्वपूर्ण निर्णय घ्यावे लागतात.

१) उत्पादनसंस्थेचे उत्पादन+ मान किती असावे?

२) कोणत्या उत्पादन तंत्राचा अवलंब करावा?

३) उत्पादनसंस्था कोठे स्थापन करावी?

फ्रेडरिच यांच्या मते, ॲडमस्मिथपासून ते पिगूपर्यंतच्या आर्थिक विचारात उत्पादनसंस्थाच्या स्थाननिश्चयनाविषयी निगमनात्मक दृष्टीने विश्लेषण करण्यात आलेले नाही. त्यामुळे उद्योगांची पर्याप्त स्थाननिश्चिती विषयीचे विश्लेषण करणे तसे अवघड कार्य आहे. मात्र आधुनिक अर्थशास्त्रज्ञांनी उदा. आल्फ्रेड वेबर, सार्जन्ट फ्लॉरेन्स इत्यादींनी औद्योगिक स्थाननिश्चितीच्या समस्येकडे विश्लेषणात्मक दृष्टिकोनातून बघितले.

२.१ औद्योगिक स्थाननिश्चिती :

राष्ट्रीय आणि आंतरराष्ट्रीय स्तरावरती उद्योग व्यवसाय संस्थांची नव्याने स्थापना करत असताना औद्योगिक स्थाननिश्चिती विषयक निर्णयन हे खूप महत्त्वाची भूमिका बजावत असल्याचे दिसून येते. कोणतीही उद्योग व्यवसाय संस्था नव्याने सुरु करत असताना औद्योगिक स्थान हे त्याच्यावर महत्त्वपूर्ण परिणाम किंवा प्रभाव टाकते. औद्योगिक स्थाननिश्चितीद्वारे संतुलित औद्योगिक विकासाच्या संधी प्राप्त करून दिल्या जातात.

२.१.१ अर्थ :

औद्योगिक स्थाननिश्चितीच्या संदर्भात तीन महत्त्वपूर्ण संकल्पना आहेत त्या पुढीलप्रमाणे :

१) स्थानीयकरण (Location),

२) स्थानियीकरण (Localisation) आणि

३) नियोजित स्थानीयकरण (Planned Location).

स्थानीयकरण ही संकल्पना, उद्योगाच्या स्थापनेसाठी आवश्यक ते सर्व घटक विचारात घेऊन, घटकांच्या उपलब्धतेनुसार उद्योगांची पर्याप्त जागा शोधताना निर्माण होणाऱ्या समस्येशी संबंधित आहे. म्हणून "जेव्हा उद्योजकांकडून आपल्या उद्योगाची स्थापना कमीत कमी उत्पादन खर्च येईल अशा ठिकाणी केली जाते तेव्हा त्यास 'उद्योगाचे स्थानीयकरण' असे म्हणतात" आणि "जेव्हा अनुकूल परिस्थितीमुळे विशिष्ट प्रदेशात उद्योगांचे केंद्रीकरण होऊ लागते तेव्हा त्यास 'उद्योगांचे स्थानियीकरण' असे म्हणतात".

२.१.२ व्याख्या :

लॉर्ड बेव्हरीज :

"नियोजित स्थानीयकरण म्हणजे विशिष्ट प्रदेशातील उद्योगांचे केंद्रीकरण टाळून नियोजनपूर्वक उद्योगांचे विकेंद्रीकरण करणे होय, जेणेकरून सर्वत्र संतुलित औद्योगिक विकासाची संधी प्राप्त होईल."

२.१.३ औद्योगिक स्थाननिश्चितीवर परिणाम करणारे घटक :

उद्योगांच्या स्थापनेसाठी निश्चित स्थानाची निवड करणे हा एक अत्यंत महत्त्वाचा निर्णय असतो कारण उद्योगांच्या स्थापनेसाठी काही घटक अनिवार्य असतात तर काही घटकांचे महत्त्व तुलनेने कमी असते. अनुकूल घटकांमुळे एकाच ठिकाणी उद्योगांचे केंद्रीकरण होणे संभवते. मात्र या केंद्रिकरणामुळे प्रादेशिक असंतुलनाची समस्या निर्माण होते. तसेच बाह्य बचतींचे प्रमाण हळूहळू कमी होऊ लागते. परिणामी, उद्योग इतरत्र स्थापन होतात तेव्हा औद्योगिक स्थाननिश्चितीचा निर्णय खासगी उद्योजक, समाज आणि शासनसंस्था यांच्या दृष्टीने महत्त्वाचा असतो.

अ) तांत्रिक घटक :

१) भूमीची उपलब्धता :

उद्योगाच्या स्थापनेसाठी जागा म्हणजे भूमी हा अत्यंत महत्त्वाचा घटक आहे. जागेसाठी येणारा खर्च हा उद्योगासाठी लागणाऱ्या जागेचा आकार आणि त्या संबंधित जागेची किंमत या दोन घटकांवर अवलंबून असतो. भूमी या संज्ञेत सपाटता, सूपीकता, पाणी, खनिजसंपत्ती, वन्यसंपत्ती, शेतीवस्तू, समुद्रकिनारा इत्यादी घटकांचाही समावेश होतो. काही उद्योग आकाराने मोठे असतात. शिवाय उद्योगाची स्थापना करताना त्याच ठिकाणी प्रशिक्षण देणारी संस्था, औद्योगिक वसाहत, दळणवळण सुविधा, वाहतूक सुविधा इत्यादी सुविधांची निर्मिती करतात. यासाठी लागणारी जागा भरपूर मोठी असावी लागते. शिवाय ती स्वस्तही असावी लागते. म्हणून बऱ्याचदा असे उद्योग शहरांपासून लांब अंतरावर स्थापन झालेले दिसतात. ज्या उद्योगांना भविष्यात विस्ताराची संधी आहे असे उद्योग सुरूवातीस आकाराने मोठी जागा निवडतात. काही उद्योग खनिजसंपत्तीवर आधारित असतात तेव्हा असे उद्योग खनिजसंपत्तीच्या सान्निध्यात स्थापन होतात. पाण्याची उपलब्धता आणि हवामान या दोन घटकांच्या दृष्टीनेही भूमीचे महत्त्व असते.

२) कच्च्या मालाची उपलब्धता :

उद्योगाच्या एकूण उत्पादन खर्चापैकी कच्च्या मालावरील खर्च जवळ जवळ ५०% इतका असतो. तेव्हा कच्च्या मालाच्या उपलब्धतेबरोबरच गुणवत्तादेखील महत्त्वाची असते. शिवाय असा कच्चा माल सर्वत्र सारखा उपलब्ध असेल असे नाही. उद्योगांच्या स्थाननिश्चितीमध्ये सर्वत्र उपलब्ध असणाऱ्या कच्च्या मालापेक्षा विशिष्ट ठिकाणीच उपलब्ध असणारा कच्चा माल (स्थानीय कच्चा माल) जास्त महत्त्वपूर्ण ठरतो. उदा. भारतात ताग उद्योग पश्चिम बंगालमध्ये, कापड उद्योग मुंबई व अहमदाबादमध्ये, साखर उद्योग उत्तर प्रदेशमध्ये केंद्रित झालेले

दिसतात. ताग, ऊस, कोळसा, लोखंड यांसारख्या कच्च्या मालाचा वापर करणारे उद्योग वाहतूक खर्चात बचत होण्याच्या दृष्टीने त्याच परिसरात स्थापन झालेले दिसतात.

३) भौगोलिक रचना :

भौगोलिक घटकांत जमीन, जमिनीची रचना, उंची, हवामान, पर्जन्यमान, पिकांची रचना, खनिजसंपत्ती, पाण्याची उपलब्धता इत्यादी घटकांचा समावेश होतो. कृषीजन्य वस्तूंच्या उत्पादनासाठी पर्जन्यमान अनुकूल असावे लागते. वाहतुकीचे जाळे तयार करणे सुलभ व्हावे म्हणून जमिनीची उंची व सपाटता महत्त्वाची आहे अन्यथा वाहतूक खर्चात वाढ होते. रसायने व वीजनिर्मिती करणाऱ्या उद्योगांसाठी पाणी हा घटक महत्त्वाचा आहे. हवामानाचा जसा पीक उत्पादनावर परिणाम होतो तसाच श्रमिकांच्या उत्पादकतेवरही होतो. अनुकूल हवामान असल्यास श्रमिकांची उत्पादकता वाढते. मुंबई व अहमदाबाद येथील दमट हवामानामुळे कापड उद्योग केंद्रित झाले आहेत कारण दमट हवामानामुळे लांब धागा तयार केला जातो. सर्वच भौगोलिक घटकांच्या अनुकूलतेमुळे उद्योगांचा एकूण उत्पादन खर्च कमी होतो आणि उत्पादन क्षमता वाढते. म्हणून अनुकूल भौगोलिक वातावरणात उद्योगांची स्थापन होण्याची प्रवृत्ती असते.

४) मानवी साधनसंपत्तीची उपलब्धता :

उद्योगांच्या स्थापनेसाठी जशी औद्योगिक घटकांची अनुकूलता असावी लागते. त्याचप्रमाणे मानवी साधनसंपत्ती विपुल प्रमाणात उपलब्ध असावी लागते. या मानवी साधनसंपत्तीत प्रामुख्याने अकुशल श्रमिक, कुशल श्रमिक, कुशल तंत्रज्ञ, व्यवस्थापक, विविध क्षेत्रातील तज्ज्ञ व्यक्ती उदा. सल्लागार, अर्थतज्ज्ञ, जनसंपर्क अधिकारी, संख्याशास्त्रज्ञ, इत्यादींचा समावेश होतो. वस्तू किंवा सेवा उत्पादनासाठी यांची आवश्यकता असते. ज्या उद्योगांना विशेष प्रकारच्या श्रमिकांची आवश्यकता नसते असे उद्योग विपूल श्रमपुरवठा केंद्राच्या ठिकाणी स्थापन होतात आणि ज्या उद्योगांना उच्च प्रशिक्षित आणि कौशल्य असलेल्या श्रमिकांची आवश्यकता असते असे उद्योग साधारणत: नागरी केंद्राच्या सभोवताली स्थापन होतात. उदा. ग्रेट ब्रिटनमधील लँकेशायर येथे कापड उद्योग स्थापन होण्यामागे केवळ योग्य हवामान हा घटक महत्त्वाचा नसून कुशल श्रमिकांची उपलब्धता हा घटकही महत्त्वाचा आहे. भारतात रंगकाम व छपाई उद्योग फरूकाबाद येथे, काचवस्तू उद्योग फिरोझाबाद येथे, कापडावरील नक्षीकाम करणारे उद्योग बनारस आणि लखनौ येथे केंद्रित होण्यामागे कुशल श्रमिकांची उपलब्धता व गुणवत्ता हे घटक महत्त्वाचे आहेत.

५) मूलभूत संरचना :

मूलभूत संरचनेत प्रामुख्याने रस्ते, वीज, (इंधन), पाणी, वाहतूक व दळणवळण सुविधा, आरोग्यविषयक सेवा, प्रशिक्षण संस्था इत्यादींचा समावेश होतो. या सर्व घटकांच्या उपलब्धतेवर औद्योगिक विकास अवलंबून असतो. शिवाय यासाठी प्रचंड गुंतवणूक करावी लागते. त्यामुळे शक्यतो सरकारकडूनच या सुविधा निर्माण केल्या जातात. कच्च्या व पक्क्या मालाच्या वाहतूकीसाठी रेल्वेमार्ग, रस्ते विपूल असणे महत्त्वाचे आहे. रसायने व खतनिर्मिती तयार करणाऱ्या कारखान्यांसाठी विपूल प्रमाणात पाण्याची आवश्यकता असते. वीज हा एक महत्त्वाचा घटक असून स्वस्त व भरपूर वीजपुरवठा असणाऱ्या ठिकाणी हे उद्योग केंद्रित होतात. शहरांपासून लांब अंतरावर कारखाने काढल्यास कामगारांसाठी आरोग्यविषयक सेवा व त्यांच्या मुलांसाठी शैक्षणिक सेवा उपलब्ध करून द्यावी लागते. उदा. महाराष्ट्रात महाराष्ट्र औद्योगिक विकास महामंडळाने (MIDC) पुणे, नाशिक, औरंगाबाद, ठाणे या ठिकाणी अशी मूलभूत संरचना उपलब्ध करून दिल्यामुळे या शहरांमध्ये मोठ्या प्रमाणात उद्योगांची स्थापना झाली आहे.

ब) आर्थिक घटक :

१) बाजारपेठेचे स्वरूप :

उत्पादकाने उत्पादित केलेल्या मालाची विक्री त्या उत्पादनास लाभलेल्या मागणीवर अवलंबून असते. अशा मागणीचे ठिकाण पर्यायाने बाजारपेठेचे सान्निध्य उत्पादकाच्या दृष्टीने महत्त्वाचे असते. म्हणून जेथे बाजारपेठ मोठ्या प्रमाणात उपलब्ध आहे ते ठिकाण उद्योगांच्या स्थापनेसाठी योग्य असते. नाशवंत वस्तूंचे उत्पादन करणारे उद्योग बाजारपेठेच्या सान्निध्यात असणे योग्य असते. ज्या उद्योगांमध्ये शुद्ध कच्चा माल वापरला जातो असे उद्योग बाजारपेठेच्या सान्निध्यात, तर स्थानीय कच्चा माल वापरणारे उद्योग कच्च्या मालाच्या सान्निध्यात स्थापन होणे इष्ट ठरते. डॉ. एन. एस. आर. शास्त्री यांच्या मते, बाजारपेठ सान्निध्याचा फायदा केवळ वाहतूक खर्चाच्या दृष्टीने महत्त्वाचा नसून उद्योजकांना इतर उत्पादकांशी आणि उपभोक्त्यांशी संपर्क साधता यावा यादृष्टीने महत्त्वाचा आहे. मागणीतील बदलांप्रमाणे पुरवठ्यात बदल करता यावा म्हणून उत्पादक नेहमी दक्ष असतात.

२) भूमी व इमारतीचा खर्च :

व्यवसायसंस्थेचा खर्च दोन प्रकारचा असतो. पहिला म्हणजे स्थिर खर्च व दुसरा म्हणजे बदलता खर्च. स्थिर खर्चात प्रामुख्याने जमिनीची खरेदी, यंत्रसामग्रीची खरेदी, इमारतबांधणी, कायम नोकरांचा पगार, भांडवलावरील व्याज इत्यादींचा समावेश होतो. जमीन, इमारत बांधणी आणि यंत्रसामग्री यावरील खर्च सुरुवातीस करावा लागतो. जर उत्पादनसंस्थेला आकाराने मोठी जमीन खरेदी करावयाची असेल तर ती उत्पादनसंस्था शहरांपासून लांब अंतरावरील स्थानाची निवड करेल. प्रत्येक उद्योजक जागा व इतर सेवा स्वस्त दराने उपलब्ध आहेत अशा ठिकाणी उद्योग स्थापन करण्यासाठी प्रयत्नशील असतो. लहान उद्योगांना लागणारी जागा तुलनेने कमी असल्याने जमिनीवरील खर्च कमी असतो म्हणून असे उद्योग शहरांजवळ किंवा बाजारपेठेच्या सान्निध्यात स्थापन होतात.

३) मूलभूत संरचनेवरील खर्च :

उद्योगांच्या स्थापनेसाठी काही निश्चित अशा पायाभूत सुविधांची गरज असते. यात रस्ते, वीज, पाणी, वाहतूक व दळणवळण सुविधा, आरोग्य केंद्रे, शैक्षणिक संस्था इत्यादींचा समावेश होतो. अशा पायाभूत सुविधा जेथे असतात तेथे उद्योगांचे केंद्रीकरण होते. मात्र यासाठी करावा लागणारा खर्च प्रचंड असतो. औद्योगिक विकासासाठी अशा पायाभूत सुविधा सर्वप्रथम सरकारकडूनच पुरविल्या जातात कारण असा खर्च लहान व मध्यम उद्योजकांच्या मर्यादेबाहेर असतो. बऱ्याचदा मोठे उद्योजक अशा सुविधा पुरविण्याची तयारी दर्शवितात. मात्र त्या मोबदल्यात त्यांना सरकारकडून काहीना काही सवलती हव्या असतात. थोडक्यात, अशा पायाभूत सुविधा जेथे स्वस्त दराने उपलब्ध होतात तेथे उद्योगांची स्थापन होण्याची प्रवृत्ती असते.

४) मजुरी आणि वेतनावरील खर्च :

श्रम हा उत्पादन घटकातील एक महत्त्वपूर्ण घटक आहे. प्रत्येक उद्योगासाठी श्रमिकांची संख्या कमी अधिक प्रमाणात आवश्यक असते. श्रमप्रधान उद्योगांमध्ये श्रमिकांची संख्या जास्त असते तर भांडवलप्रधान उद्योगांमध्ये श्रमिकांची संख्या तुलनेने कमी असते शिवाय त्यांना कुशल श्रमिकांची आवश्यकता जास्त असते. कुशल श्रमिक आणि अकुशल श्रमिकांच्या वेतनदरात तफावत असते किंबहुना श्रमिकांकडील कौशल्य जेवढे विशेष तेवढे वेतन दर जास्त असतात. बऱ्याचदा मोठ्या उद्योगांमध्ये श्रमिकांची संख्या कमी असते. मात्र विशेष कौशल्यामुळे त्यांचा वेतनावरील खर्च जास्त असतो. यात प्रामुख्याने कुशल तंत्रज्ञ, व्यवस्थापक, सल्लागार, अर्थतज्ज्ञ, संख्याशास्त्रज्ञ, इत्यादींचा समावेश होतो. श्रमप्रधान उद्योग वेतनावरील खर्च कमी व्हावा म्हणून श्रमिक केंद्राच्या सान्निध्यात स्थापन होतात. तर भांडवलप्रधान उद्योग शहरी भागाच्या सान्निध्यात स्थापन होतात.

५) वित्तीय सुविधा :

उद्योगांच्या स्थापनेसाठी 'भांडवल' हा घटक महत्त्वपूर्ण भूमिका बजावतो. किमान व्याज दरात विपूल भांडवल ज्या ठिकाणी उपलब्ध असते त्या ठिकाणी उद्योगांची स्थापना होण्याची प्रवृत्ती असते. आधुनिक काळात भांडवल हा गतिक्षम घटक ठरला आहे. उद्योगांच्या स्थापनेसाठी विपूल भांडवलाची आवश्यकता असते. तेव्हा साहजिकच, खासगी उद्योजक भांडवलासाठी सरकारवर अवलंबून असतात. मंदीच्या परिस्थितीत तर ही समस्या अधिकच बिकट होते. भांडवलाचा पुरवठा विकसित नाणेबाजार, भांडवलबाजार आणि विशेष वित्तीय संस्थांकडून उपलब्ध होतो. ज्या ठिकाणी विविध वित्तीय संस्था कमी व्याज दराने भांडवलाचा पुरवठा करतात त्याठिकाणी उद्योग स्थापन होतात. सध्या तर सरकारने मागास भागांचा विकास व्हावा म्हणून मागास प्रदेशात वित्तीय सुविधा देऊ केल्या आहेत. परिणामी, या भागात विविध उद्योग स्थापन होत असल्याचे दिसून येते.

६) आर्थिक अनुकूलता/बचती :

ए. के. मुखर्जी यांच्या मते तीन प्रकारच्या अनुकूलतेचा उद्योगांच्या स्थाननिश्चितीवर परिणाम होतो. तो पुढीलप्रमाणे

१) अंतर्गत अनुकूलता :

उद्योगांचा आकार वाढत असताना उद्योगांना तांत्रिक, व्यवस्थापकीय, विपणनविषयक आणि वित्तीय अनुकूलता इत्यादी गोष्टी प्राप्त होतात. याचा परिणाम म्हणजे उद्योगांच्या एकूण उत्पादन खर्चात बचत होते. अनेक लहान लहान संयंत्राचा विस्तार करण्यापेक्षा एकाच मोठ्या संयंत्राची स्थापना केल्यास आर्थिक बचती प्राप्त होतात.

२) बहिर्गत अनुकूलता :

एकाच ठिकाणी उद्योगांची वाढ झाल्यामुळे उद्योगांना सुधारीत वाहतूक सुविधा, बँकिंग सेवा, कुशल श्रमिकांची उपलब्धता, विपणन सेवा, संरचनात्मक सेवा, माहितीविषयक सेवा इत्यादी लाभ प्राप्त होतात. परिणामी, उद्योगांच्या एकूण उत्पादन खर्चात बचत होण्यास मदत होते.

३) समुहन अनुकूलता :

मोठ्या उद्योगांच्या स्थापनेमुळे त्याच परिसरात सहाय्यक उद्योगांची स्थापना होते. परिणामी, त्याच प्रदेशात सामान्य आर्थिक व्यवहारांत वृद्धी होते. उत्पादन, विनिमय, उपभोग यातील वृद्धीमुळे अनेक नवीन उद्योग आकर्षित होतात. परिणामी, त्या प्रदेशांचा औद्योगिक विकास जलद गतीने साध्य होतो.

क) इतर घटक :

१) शासकीय धोरणे :

राष्ट्राचा औद्योगिक विकास जलद गतीने साध्य होण्याकरिता त्या त्या राष्ट्रातील सरकार औद्योगिक धोरण निश्चित करते आणि त्या धोरणात आर्थिक व राजकीय परिस्थितीनुरूप बदल करीत असते. संमिश्र अर्थव्यवस्थेत तर सरकारी धोरण खूप महत्त्वाचे असते. देशातील मागास भागांचा विकास व्हावा म्हणून सरकारी अनुदाने, कर सवलती, स्वस्त दराने जमिनीचा पुरवठा, वीज व पाणी पुरवठा, रस्ते, विशिष्ट वस्तू उत्पादनाचे आरक्षण, वस्तू विक्रीची हमी, गोदामांची व्यवस्था यांसारख्या धोरणांचा अवलंब केला जातो. परिणामी, अशा मागास भागात उद्योगांना आकर्षित केले जाते. याउलट शहरी भागात उद्योगांचे केंद्रीकरण टाळावे म्हणून औद्योगिक परवाना पद्धती करांमध्ये वाढ, अनुदानात कपात यांसारख्या धोरणांचा अवलंब केला जातो. थोडक्यात, उद्योगांच्या स्थाननिश्चितीमध्ये शासकीय धोरणे महत्त्वपूर्ण भूमिका बजावितात.

२) वैयक्तिक घटक :

वैयक्तिक घटकात उद्योजकांची स्थानाविषयीची आवड व उद्योजकांकडील संयोजन कौशल्य यांचा समावेश होतो. प्रत्येक उद्योजक केवळ आर्थिकदृष्ट्या अनुकूल असलेल्या स्थानाचीच निवड करेल असे नाही तर तेथे

भावनिकता हा घटकही महत्त्वपूर्ण ठरतो. बरेच उद्योजक आपापल्या जन्मगावी उद्योगांची स्थापना करताना दिसतात. उदा. अमेरिकेत श्री. फोर्ड यांचा डेट्राइट या जन्मठिकाणी मोटारगाड्यांचा कारखाना सुरू करण्यामागे केवळ भावनिकता हा घटक प्रभावी ठरला. तसेच ज्या ज्या उद्योजकांकडे संयोजन कौशल्य विपूल प्रमाणात आहे ते ते उद्योजक आघाडीवर असतात. असे संयोजन कौशल्य उपलब्ध असलेल्या ठिकाणी उद्योगांचे केंद्रीकरण होते. उदा. भारतात कानपूर आणि मुंबई येथे उद्योगांचे केंद्रीकरण होण्यामागे संयोजन कौशल्याची उपलब्धता हा एक घटक महत्त्वाचा आहे.

३) ऐतिहासिक घटक :

काही विशिष्ट ठिकाणी उद्योगांच्या स्थापनेमागे केवळ ऐतिहासिक घटना महत्त्वपूर्ण ठरते. एकदा का एका ठिकाणी एका उद्योगाची स्थापना झाली की, कालांतराने इतरही उद्योग त्याच ठिकाणी सुरू होतात. परिणामी, त्या परिसरात कालांतराने उद्योगांचे केंद्रीकरण होऊ लागते. उदा. भारतात ब्रिटीशांनी व्यापार विकसित होण्याच्या दृष्टीने मुंबई, मद्रास आणि कोलकता या बंदराच्या ठिकाणी मोठे उद्योग सुरू केलेत. त्यानंतर उद्योगांना आवश्यक असणाऱ्या सुविधा उपलब्ध करून देण्यात आल्या. परिणामी, औद्योगिक व्यवहारांचे जाळे या ठिकाणी वाढू लागले. तेव्हापासून ते आजतागायत महाराष्ट्र, तामिळनाडू आणि पश्चिम बंगाल ही राज्ये औद्योगिक विकासाच्याबाबतीत अग्रेसर आहेत.

२.२ औद्योगिक स्थाननिश्चितीचे सिद्धांत :

औद्योगिक स्थाननिश्चितीच्या सिद्धांतांच्याद्वारे एखाद्या विशिष्ट ठिकाणी उद्योगांचे केंद्रीकरण का झालेले आहे? औद्योगिक स्थाननिश्चिती म्हणजे काय? औद्योगिक केंद्राचे स्थान का हलवले गेले आणि एखाद्या विशिष्ट उद्योगासाठी एखादे विशिष्ट ठिकाण का योग्य असते? या प्रश्नांची उत्तरे या सिद्धांतांद्वारे प्राप्त होतात. औद्योगिक स्थाननिश्चितीचे सिद्धांत पुढील मुद्यांच्या आधारे स्पष्ट करता येतील :

२.२.१ औद्योगिक स्थाननिश्चितीविषयीचा आल्फ्रेड वेबर यांचा सिद्धांत

औद्योगिक स्थाननिश्चितीविषयीच्या सिध्दांताचे विश्लेषणात्मक दृष्टिकोनातून मांडणी करण्याचे प्रथम श्रेय आल्फ्रेड वेबर यांना जाते. वेबर या जर्मन अर्थशास्त्रज्ञाने १९०९ मध्ये 'Theory of the Location of Industries' या ग्रंथातून औद्योगिक स्थाननिश्चितीविषयीच्या सिद्धांताची मांडणी केली. त्यांचा हा सिद्धांत 'शुद्ध सिद्धांत'(Pure Theory) म्हणूनही ओळखला जातो. वेबर यांनी स्थाननिश्चितीविषयीच्या सिद्धांताची मांडणी करताना निगमनात्मक पद्धतीचा अवलंब करून विविध भौगोलिक प्रदेशांमध्ये विशिष्ट उद्योगांच्या आकर्षणासाठी कोणते घटक कारणीभूत आहेत याविषयीचा उहापोह केला आहे. हा सिद्धांत उद्योगांच्या स्थाननिश्चितीचे घटक आणि हे घटक ज्या पद्धतीने परिणाम करतात त्यांच्या नियमांचे विश्लेषण करतो.

वेबर यांनी या घटकांचे वर्गीकरण पुढील दोन भागात केले आहे :

अ) प्राथमिक घटक (Primary Factors) **ब)** दुय्यम / सहाय्यकारी घटक (Secondary Factors)

प्राथमिक घटक म्हणजे असे घटक की जे विभिन्न प्रदेशातील उद्योगांच्या वितरणावर परिणाम करतात आणि दुय्यम/ सहाय्यकारी घटक म्हणजे असे घटक की, जे विशिष्ट प्रदेशातील उद्योगांच्या केंद्रिकरणावर अथवा विकेंद्रिकरणावर परिणाम करतात.

वेबर यांच्या मते, एखादी व्यवसायसंस्था अथवा उद्योगधंदा विशिष्ट ठिकाणी स्थापन करताना त्या संबंधित व्यवसायसंस्थेचा उत्पादन खर्च किमान असणे आणि कमाल नफा मिळविणे हे उद्दिष्ट असते. अशा व्यवसायसंस्थांच्या

उत्पादन खर्चात प्रामुख्याने जमिनीची किंमत, इमारत, यंत्रसामग्री आणि इतर स्थावर मालमत्तेवरील खर्च, वीज, इंधन, कच्च्या मालाची किंमत, श्रमिकांवरील खर्च, वाहतूक खर्च, व्याज दर, स्थावर मालमत्तेचा घसारा इत्यादींचा समावेश होतो. म्हणून उत्पादन खर्च कमीत कमी असणारे स्थान उद्योगांच्या स्थापनेसाठी महत्त्वाचे असते.

अ) प्राथमिक घटक :

वेबर यांनी आपल्या सिद्धांतात, प्राथमिक घटकांतर्गत दोन प्रकारचा खर्च विचारात घेतला आहे. १) वाहतूक खर्च, २) श्रमिकांवरील खर्च.

उद्योगांच्या स्थाननिश्चितीमध्ये वाहतूक खर्च अत्यंत महत्त्वाची भूमिका बजावतो. प्रत्येक उत्पादनसंस्था अशाच स्थानाची निवड करते की, जेथे येणारा वाहतूक खर्च कमीत कमी राहील. अर्थात, साधनसामग्रीची उपलब्धता आणि बाजारपेठेचे ठिकाण यामध्ये समन्वय साधला जात असतो. असा वाहतूक खर्च (१) ज्या वस्तूंची वाहतूक करावयाची आहे त्याचे वजन आणि (२) वाहतुकीचे अंतर या दोन घटकांवर अवलंबून असतो. शिवाय वाहतूक खर्च दोन प्रकारचा असतो. तो म्हणजे (१) कच्चा माल व्यवसायसंस्थेपर्यंत आणण्याचा खर्च, (२) व्यवसायसंस्थेतील पक्का माल बाजारपेठेपर्यंत पोहचविण्याचा खर्च. वेबर यांच्या मते, "कच्च्या मालाचे ठिकाण आणि बाजारपेठेचे ठिकाण यापैकी जे ठिकाण किमान वाहतूक खर्चाच्या दृष्टीने अनुकूल असेल त्या ठिकाणी उद्योगांची स्थापना करणे इष्ट ठरेल."

वेबर यांनी कच्च्या मालाचे वर्गीकरण दोन भागात केले आहे ते पुढीलप्रमाणे :

१) स्थानीय कच्चा माल की, जो विशिष्ट ठिकाणीच उपलब्ध असतो. उदा. कोळसा, खनिजसंपत्ती, कच्चा ताग इत्यादी.

२) सर्वत्र उपलब्ध होणारा कच्चा माल उदा. पाणी, माती, दगड, विटा इत्यादी.

यापैकी स्थानीय कच्च्या मालाचा प्रभाव औद्योगिक स्थाननिश्चितीवर अधिक होतो. असा स्थानीय कच्चा माल पुढील दोन प्रकारचा असतो :

१) शुद्ध स्वरूपाचा कच्चा माल की, ज्यामुळे वस्तू उत्पादनाच्या प्रक्रियेत वजनात फारशी घट होत नाही.

२) अशुद्ध स्वरूपाचा कच्चा माल की, ज्यामुळे वस्तू उत्पादनाच्या प्रक्रियेत वजनात घट होते.

वाहतूक खर्चात बचत होण्याच्या दृष्टीने उद्योगांची स्थापना केली जाईल. म्हणून उत्पादन प्रक्रियेतील स्थानीय कच्च्या मालाच्या वजनाचे उत्पादित वस्तूंच्या कार्याशी काय प्रमाण राहील यानुसार स्थाननिश्चितीचा निर्णय घेतला जाईल. यासाठी वेबर यांनी भौतिक निर्देशांक (Material Index) ही संकल्पना वापरली.

$$\text{भौतिक निर्देशांक} = \frac{\text{स्थानीय कच्च्या मालाचे वजन}}{\text{उत्पादित वस्तूंचे वजन}}$$

जर भौतिक निर्देशांक एकापेक्षा जास्त असेल तर उद्योग हे कच्च्या मालाच्या सान्निध्यात स्थापन होतील आणि हा निर्देशांक एकापेक्षा कमी असेल तर उद्योग बाजारपेठेच्या सान्निध्यात स्थापन होतील.

थोडक्यात, कच्चा माल उत्पादनसंस्थेपर्यंत आणि उत्पादनसंस्थेतील पक्का माल बाजारपेठेपर्यंत वाहतूक करताना येणारा वाहतूक खर्च कमीत कमी होण्यासाठी उद्योगाची स्थापन होण्याची प्रवृत्ती राहील.

परंतू ज्या ठिकाणी वाहतूक खर्च किमान राहील अशाच ठिकाणी उद्योगांची स्थापना होईल असे नाही कारण उद्योजक वाहतूक खर्चाबरोबरच एकूण उत्पादन खर्चाचाही अंदाज घेतो. या एकूण खर्चात वाहतूक खर्चाबरोबर श्रमिकांवरील खर्चही महत्त्वाचा आहे.

वेबर यांच्या सिद्धांतातील दुसरा महत्त्वाचा घटक म्हणजे श्रमिकांवरील एकूण खर्च होय. हा खर्च श्रमिकांची उपलब्धता (श्रमिकांचा पुरवठा), श्रमिकांचे कौशल्य व ज्ञान, श्रमिकांची गतिशीलता, श्रमिकांमधील एकजूट, यांसारख्या घटकांवर अवलंबून असतो. वेबर यांनी आपल्या सिद्धांतात श्रमिकांचा पुरवठा अमर्याद असतो, श्रमिकांमध्ये गतिशीलतेचा अभाव असतो अशी गृहीत परिस्थिती विचारात घेतली आहे.

उद्योजक उद्योगांची स्थापना करताना वाहतूक खर्च आणि श्रमिकांवरील खर्च विचारात घेऊन एकूण खर्चात बचत कशी होईल यासाठी प्रयत्नशील असतात. अशावेळी वाहतूक खर्चापेक्षा श्रमिकांवरील खर्च जर जास्त असेल तर उद्योग किमान वाहतूक खर्चाच्या ठिकाणी स्थापन न होता किमान श्रमिक खर्चाच्या ठिकाणी स्थापन होण्याची प्रवृत्ती राहील.

या संदर्भात वेबर यांनी दोन संकल्पना मांडल्या त्या पुढीलप्रमाणे :

१) श्रम खर्च निर्देशांक (श्रमिकांवरील खर्चाचे उत्पादित वस्तूंच्या वजनाशी असलेले प्रमाण) आणि

२) स्थानियीकरण भार (संपूर्ण उत्पादन प्रक्रियेच्या काळात केल्या जाणाऱ्या वाहतुकीचे वजन)

या दोन संकल्पनाच्या सहाय्याने 'श्रम गुणांक' (Labour Co-efficient) मोजला जातो.

$$\text{श्रम गुणांक} = \frac{\text{श्रम खर्च निर्देशांक}}{\text{स्थानियीकरण भार}}$$

यावरून श्रम गुणांकाचे मूल्य अधिक असल्यास उद्योग श्रमिक केंद्राच्या सान्निध्यात आणि श्रम गुणांकाचे मूल्य कमी असल्यास उद्योग वाहतूक खर्च कमी होण्याच्या दृष्टीने कच्च्या मालाच्या सान्निध्यात स्थापन होण्याची प्रवृत्ती राहील. थोडक्यात, श्रमिक खर्च आणि वाहतूक खर्च यांचे सापेक्ष महत्त्व विचारात घेऊन उद्योगांची स्थाननिश्चिती होते.

ब) दुय्यम/सहाय्यकारी घटक :

वाहतूक खर्च आणि श्रमिकांवरील खर्च या दोन प्राथमिक घटकांव्यतिरिक्त इतर घटक उद्योगांच्या स्थाननिश्चितीवर परिणाम करताना दिसतात, यांना 'दुय्यम/सहाय्यकारी घटक' (Secondary Factor) असे संबोधले जाते. यात प्रामुख्याने बँकिंग सुविधा, विमा, पतव्यवस्था, सुलभ दळणवळण व्यवस्था, करपद्धती, आदानांच्या स्वस्त किंमती इत्यादी घटकांचा समावेश होतो. या घटकांच्या अनुकूलतेमुळे उद्योग विशिष्ट प्रदेशात स्थापन होण्याची प्रवृत्ती असते. त्यामुळे अशा घटकांना 'समूहकारी घटक' (Agglomerative Factors) असे ही म्हटले जाते. याउलट वरील घटकांच्या प्रतिकूलतेमुळे (उदा. जमिनीच्या वाढत्या किंमती, स्थानिक करांमध्ये वाढ, आदानांची टंचाई इत्यादी) उद्योगांची इतरत्र जाण्याची प्रवृत्ती असते तेव्हा या घटकांना 'विसमूहकारी घटक' (Deglomerative Factors) असे म्हटले जाते.

उद्योगांच्या स्थापनेसाठी उद्योगांना प्राप्त होण्याऱ्या बाह्य बचती आणि बाह्य तोटे यांचा विचार करता बाह्य बचती जास्त असल्यास उद्योगांमध्ये केंद्रिकरणाची प्रवृत्ती आणि बाह्य तोटे जास्त असल्यास विकेंद्रिकरणाची प्रवृत्ती आढळून येते असे म्हणता येईल.

उद्योगांमधील केंद्रिकरणाच्या आणि विकेंद्रिकरणाच्या प्रवृत्तीचे मापन करण्यासाठी वेबर यांनी उत्पादन गुणांक (Co-efficient of Manufacture) ही संकल्पना मांडली.

$$\text{उत्पादन गुणांक} = \frac{\text{उत्पादन निर्देशांक}}{\text{स्थानियीकरण भार}}$$

उत्पादन निर्देशांक म्हणजे वस्तूंच्या उत्पादन खर्चाचे उत्पादित वस्तूंच्या वजनाशी असलेले प्रमाण होय. यावरून उत्पादन गुणाकांचे मूल्य अधिक असल्यास उद्योगांची केंद्रिकरणाची आणि उत्पादन गुणांकाचे मूल्य कमी असल्यास उद्योगांची विकेंद्रीकरणाची प्रवृत्ती असते.

वेबर यांच्या सिद्धांताचे टिकात्मक परीक्षण :

वेबर यांचा सिद्धांत काही विशिष्ट गृहितकांवर आधारित आहे. या अवास्तव गृहितकांना अनुसरून सार्जन्ट प्लॉरेन्स, रॉबिन्सन, डेनिसन, फ्रेडॉल इत्यादी अर्थशास्त्रज्ञांनी केलेल्या टिका पुढीलप्रमाणे :

१) वेबर यांनी आपल्या सिद्धांताचे विवेचन करताना वाहतूक खर्च आणि श्रमिकांवरील खर्च या दोन आर्थिक घटकांना जास्त महत्त्व दिले. सार्जन्ट प्लॉरेन्स यांच्या मते, या आर्थिक घटकांव्यतिरिक्त अनेक आर्थिकेतर घटक (उदा. भौगोलिक हवामान, राजकीय व सामाजिक परिस्थिती, शासकीय धोरण इत्यादी) उद्योगांच्या स्थाननिश्चितीमध्ये महत्त्वपूर्ण ठरतात. उदा. मुंबई आणि अहमदाबाद येथील कापड उद्योगांच्या केंद्रिकरणामागे त्या ठिकाणातील दमट हवामान हा घटकही महत्त्वाचा ठरतो.

२) वाहतूक खर्चाच्या संदर्भात वेबर यांनी वाहतुकीचे अंतर आणि मालाचे वजन या दोन घटकांना महत्त्व दिले. वस्तुतः वाहतुकीचा प्रकार, वाहतुकीचा मार्ग, रस्त्यांची भौगोलिक रचना, ज्या वस्तूंची वाहतूक करायची आहे त्या वस्तूंच्या मागणीचा काळ, मालाची किंमत या सर्व घटकांनुसार वाहतूक खर्च बदलणारा असू शकतो.

३) वेबर यांनी श्रमकेंद्रे निश्चित असून, अस्तित्वातील वेतन दरास श्रमिकांचा पुरवठा अमर्याद असतो, शिवाय श्रमिकांमध्ये गतिशीलतेचा अभाव असतो अशी गृहितके मांडली आहेत. ही गृहितके वस्तूस्थितीला अनुसरून नाहीत. वाहतूक आणि दळणवळण साधनांच्या विस्तारामुळे श्रमिकांची गतिशीलता सुलभ झाली आहे. त्यामुळे ज्या ठिकाणी उद्योगांची स्थापना होते त्या ठिकाणी श्रमिकांचे स्थलांतर होते आणि नवीन श्रमकेंद्रे उदयास येतात. डेनिसन यांच्या मते, एखादा उद्योग श्रमकेंद्राच्या ठिकाणी स्थापन होण्याऐवजी औद्योगिक स्थानियीकरण श्रमकेंद्र निर्मितीचे कारण होऊ शकतो. तसेच निरनिराळ्या ठिकाणच्या मजुरी दरात बदल संभवतो.

४) वेबर यांनी वस्तूंची उपभोगकेंद्रे म्हणजे बाजारपेठ निश्चित ठिकाणी केंद्रित असतात असे गृहितक मांडले. परंतु आधुनिक स्पर्धात्मक युगात जाहिरातीच्या माध्यमातून नवीन उपभोगकेंद्रे निर्माण केली जातात. उपभोक्ता वर्ग उत्पादकाच्या दृष्टीने महत्त्वाचा असल्याने असा उपभोक्ता वर्ग संपूर्ण देशात विखुरलेला असतो. रॉबिन्सन यांच्या मते, अशी उपभोगकेंद्रे उद्योगाच्या स्थाननिश्चितीचे कारण व परिणाम असू शकतो. यावरून उपभोगकेंद्रे निश्चित असतात असे म्हणता येणार नाही.

५) अँड्रीज फ्रेडॉल यांच्या मते, वेबर यांचा सिद्धांत निगमन स्वरूपाचा नसून तो केवळ निवडक स्वरूपाचा आहे. वेबर यांनी सामान्य घटक आणि विशेष घटक यामध्ये कृत्रिम भेद केला आहे. व्यवस्थापकीय खर्च, भांडवली खर्च याविषयीचे स्पष्टीकरण केलेले नाही. तसेच डेनिसन यांच्या मते, वेबर यांचा सिद्धांत खर्च, किंमत, उत्पन्न या घटकांना महत्त्व न देता उत्पादन गुणांक, श्रम गुणांक, पदार्थ निर्देशांक या तांत्रिक घटकांना जास्त महत्त्व देतो.

वेबर यांच्या सिद्धांतावर वरीलप्रमाणे टिका केल्या जात असतील तरीसुद्धा यामुळे या सिद्धांताचे महत्त्व निश्चितच कमी होत नाही. औद्योगिक स्थाननिश्चितीविषयी शास्त्रीय विश्लेषणाचा प्रारंभ वेबर यांनी या सिद्धांताद्वारे केला. अँन्ड्रीज फ्रेडॉल यांच्या मते, या सिद्धांतात काही महत्त्वपूर्ण सुधारणा करणे आवश्यक आहे त्या म्हणजे :

१) वाहतूक खर्च विचारात घेताना केवळ वाहतुकीचे अंतर आणि वाहतुकीच्या मालाचे वजन या घटकांना महत्त्व न देता वाहतूक दरातील तफावत, वाहतुकीची साधने, भौगोलिक रचना यांसारखे घटकही विचारात घेतले जावे.

२) निरनिराळ्या ठिकाणातील मजुरी दरात बदल घडून येतात आणि या मजुरी दरास अमर्याद श्रमिक पुरवठा उपलब्ध असेल असेही नाही.

३) उपभोगकेंद्राच्या संदर्भात, विक्रेत्यांमधील स्पर्धेचा दर विचारात घ्यावा. असे झाल्यास हा सिद्धांत सार्वत्रिक स्वीकारला जाऊ शकतो.

२.२.२ औद्योगिक स्थाननिश्चिती विषयीचा सार्जन्ट फ्लॉरेन्स यांचा सिध्दांत :

सार्जन्ट फ्लॉरेन्स यांनी विगमनात्मक (Inductive) पद्धतीच्या सहाय्याने औद्योगिक स्थाननिश्चितीविषयीचे विश्लेषण केले आहे. त्यांच्या मते, 'एखाद्या उद्योगाचा विशिष्ट प्रदेशाशी असणाऱ्या संबंधापेक्षा त्या उद्योगाचा संपूर्ण देशभर वितरीत झालेल्या कर्त्या लोकसंख्येशी असलेला संबंध जास्त महत्त्वपूर्ण असतो.' औद्योगिक स्थाननिश्चितीच्या बाबतीत लोकसंख्येचे व्यावसायिक वितरण हा प्रमुख घटक आहे.

फ्लॉरेन्स यांनी विभिन्न उद्योगातील केंद्रिकरणाच्या दराचे सांख्यिकीय मापन करण्यासाठी पुढील दोन संकल्पना सांगितल्या आहेत :

१) स्थानीयकरण घटक (Location Factor)

स्थानीयकरण घटक म्हणजे विशिष्ट प्रदेशातील किंवा ठिकाणातील उद्योगाच्या केंद्रीकरण दराचा निर्देशांक होय. यामुळे एखाद्या प्रदेशात एखाद्या उद्योगाचे किती प्रमाणात केंद्रीकरण झाले आहे ते समजते. यासाठी पुढील सूत्राचा वापर केला जातो :

$$\text{स्थानीयकरण घटक} = \cfrac{\cfrac{\text{'अ' प्रदेशातील 'ब' उद्योगातील श्रमिक}}{\text{'ब' उद्योगातील देशातील एकूण श्रमिक}}}{\cfrac{\text{'अ' प्रदेशातील एकूण श्रमिक}}{\text{देशातील एकूण श्रमिक}}}$$

वरील सूत्रावरून जर स्थानीयकरण घटकाचे मूल्य एक असेल तर याचा अर्थ त्या उद्योगाचा देशातील सर्व प्रदेशात समान विकास झाला आहे व या उद्योगाचे विकेंद्रिकरण झाले आहे असा होतो. जर हे मूल्य एकापेक्षा जास्त असेल तर त्या उद्योगाचा सर्वत्र समान विकास झालेला नसून विशिष्ट प्रदेशात केंद्रीकरण झाले आहे आणि हे मूल्य एकापेक्षा फार कमी असेल तर त्या उद्योगाची कमी वाढ झाली आहे असे समजावे.

उदाहरणार्थ :

अ) देशातील एकूण श्रमिकांची संख्या ४०,००० इतकी आहे.

ब) साखर उद्योगातील देशातील श्रमिकांची संख्या ४,००० इतकी आहे.

क) महाराष्ट्रातील एकूण श्रमिकांची संख्या २०,००० इतकी आहे.

ड) महाराष्ट्रातील साखर उद्योगातील श्रमिकांची संख्या ३,००० इतकी आहे.

असे गृहीत धरल्यास स्थानीयकरण घटक पुढीलप्रमाणे काढता येतील :

सूत्रात किंमती टाकल्यास;

$$= \frac{\frac{३,०००}{४,०००}}{\frac{२०,०००}{४०,०००}}$$

$$= \frac{\frac{३}{४}}{\frac{२}{४}}$$

$$= \frac{३}{४} \times \frac{४}{२}$$

$$= १.५$$

स्थानीयकरण घटकाचे मूल्य १.५ आहे. यावरून साखर उद्योगाचे महाराष्ट्रात केंद्रीकरण झाले आहे असे म्हणता येईल.

२) स्थानियीकरण सहगुणांक (Co-efficient of Localisation)

स्थानियीकरण सहगुणांकाच्या साहाय्याने विशिष्ट उद्योगाची विशिष्ट प्रदेशात संकेंद्रित होण्याची (Concentrate) किंवा विकेंद्रित (Dispersal) होण्याची कितपत प्रवृत्ती आहे याविषयीचे मापन केले जाते.

स्थानियीकरण सहगुणांकाचे मापन पुढीलप्रमाणे केले जाते :

अ) प्रत्येक प्रदेशानुसार एकूण श्रमिकांची टक्केवारी काढावी.

ब) विशिष्ट उद्योगातील श्रमिकांची प्रदेशानुसार टक्केवारी काढावी.

क) २ आणि १ मधील विचलन काढावे.

ड) सर्व धन विचलनांची बेरीज करावी आणि

ई) येणाऱ्या बेरजेला १०० ने भागावे.

स्थानियीकरण सहगुणांकांचे मूल्य नेहमी ० ते १ या दरम्यान असते. जर सहगुणांक १ किंवा १ च्या जवळपास असल्यास विशिष्ट प्रदेशात उद्योगांची संकेंद्रित होण्याची प्रवृत्ती असते. ज्या उद्योगांमध्ये बाजारपेठ या घटकापेक्षा कच्चा माल हा घटक जास्त प्रभावी ठरतो अशा उद्योगांची संकेंद्रित होण्याची प्रवृत्ती जास्त असते. उदा. कोळसा, लोखंड, पोलाद, साखर, सिमेंट इत्यादी.

जर सहगुणांक ० किंवा ० च्या जवळपास असल्यास त्या उद्योगांची सर्व प्रदेशात विकेंद्रित होण्याची प्रवृत्ती असते. उदा. मिनरल पाणी, बेकरी, विटभट्टी इत्यादी.

उदाहरणार्थ :

प्रदेश	प्रदेशानुसार एकूण श्रमिकांची टक्केवारी	साखर उद्योगातील श्रमिकांची प्रदेशानुसार टक्केवारी	विचलन
अ	३०	२०	–१०
ब	२०	३०	+१०
क	३५	२५	–१०
ड	१५	२५	+१०

वरील उदाहरणातील धन विचलनांची बेरीज २० इतकी आहे.

स्थानियीकरण सहगुणांक = $\frac{२०}{१००}$ = ०.२ इतका आहे.

यावरून साखर उद्योगाची विकेंद्रित होण्याची प्रवृत्ती आहे असे आपणास म्हणता येईल.

सार्जन्ट फ्लॉरेन्स यांच्या सिद्धांतावरून उद्योगांची विशिष्ट प्रदेशात संकेंद्रित होण्याची वा सर्वत्र विकेंद्रित होण्याची कितपत प्रवृत्ती आहे हे समजते. यामुळे औद्योगिक स्थाननिश्चितीच्या संदर्भात निश्चित धोरण ठरविताना नियोजनकारांना या सिद्धांताची मदत होते. संतुलित प्रादेशिक विकासासाठी स्थानीयकरण घटक आणि स्थानियीकरण सहगुणांक या सांख्यिकीय साधनांची मदत होते.

फ्लॉरेन्स यांच्या सिद्धांतावरील टिका

१) उद्योगांच्या स्थाननिश्चितीच्या निवडीवर परिणाम करणाऱ्या घटकांचे स्पष्टीकरण करण्यास हा सिद्धांत अपयशी ठरतो. हा सिद्धांत केवळ संपूर्ण देशातील उद्योगांबाबतची वर्तमान स्थिती काय आहे याविषयीचे स्पष्टीकरण करतो.

२) प्रदेशाची निवड करताना प्रदेशाबरोबर प्रदेशाचा आकार हा घटकही महत्त्वाचा आहे. केवळ सांख्यिकीय साधनांच्या सहाय्याने एका छोट्या प्रदेशाचे दुसऱ्या मोठ्या प्रदेशाशी तुलना करणे चुकीचे ठरू शकते. प्रदेशवार विचार करताना राजकीय घटकांपेक्षा आर्थिक घटकांना जास्त महत्त्व असावे.

३) स्थानीयकरण घटक आणि स्थानियीकरण सहगुणांकाचे मापन करताना सार्जेन्ट फ्लॉरेन्स यांनी 'श्रमिकांची संख्या' या घटकाला आधार मानले. यामुळे कदाचित एखाद्या प्रदेशात विशिष्ट उद्योगातील श्रमिकांच्या रोजगाराचे प्रमाण जास्त असेल परंतु विभिन्न प्रदेशात वापरात असलेली उत्पादन तंत्रे आणि उत्पादन पद्धती भिन्न असल्यास श्रमिकांची उत्पादकता भिन्न राहील. शिवाय श्रमिकांऐवजी भांडवलप्रधान तंत्राच्या सहाय्याने उत्पादन केले जात असल्यास अशावेळी रोजगार कमी असेल परंतु उत्पादन मान जास्त असल्यास उद्योगाचे संकेंद्रित किंवा विकेंद्रित आधार प्रवृत्तीचे मापन करण्यास श्रमिकांची संख्या हा एकमेव आधार होऊ शकत नाही.

वेबर यांच्या सिद्धांताप्रमाणे, फ्लॉरेन्स यांच्या सिद्धांतावरही टिका करण्यात आली. मात्र असे असले तरी देशातील औद्योगिक स्थाननिश्चितीमधील गतिमान बदल अभ्यासण्यासाठी फ्लॉरेन्स यांनी सांगितलेल्या संकल्पनांची खूप मदत होऊ शकते. त्यांच्या आधारे औद्योगिक विकासाचे प्रवाहांविषयी मार्गदर्शन मिळते.

अर्थात, आल्फ्रेड वेबर आणि सार्जन्ट फ्लॉरेन्स यांनी आपल्या सिद्धांताची मांडणी भांडवलशाही अर्थव्यवस्थेला अनुसरून केली आहे. भारतासारख्या संमिश्र अर्थव्यवस्थेच्या संदर्भात औद्योगिक स्थाननिश्चितीचा अभ्यास करताना या दोन्हीही सिद्धांताचे एकत्रित विश्लेषण करणे फायदेशीर ठरेल.

२.२.३ ऑगस्ट लोशचा सिद्धांत :

ऑगस्ट लोश हे एक जर्मन अर्थशास्त्रज्ञ होते जे त्यांच्या स्थानिक अर्थशास्त्रावरील कामासाठी, विशेषत: त्यांच्या औद्योगिक स्थाननिश्चितीच्या सिद्धांतासाठी प्रसिद्ध होते. लोशच्या सिद्धांताने, त्याच्या स्थाननिश्चितीचे अर्थशास्त्र या पुस्तकात वर्णन केलेल्या अनेक प्रमुख संकल्पना मांडल्या ज्या औद्योगिक स्थान निर्णय समजून घेण्यास हातभार लावतात. त्याचा सिद्धांत या कल्पनेभोवती फिरतो की औद्योगिक कंपन्या त्यांचे इष्टतम स्थान निश्चित करताना बाजारातील मागणी आणि उत्पादन खर्चाचा विचार करून नफा वाढवण्याचा प्रयत्न करतात.

अ) सिद्धांताचे घटक :

लोशच्या सिद्धांताचे मुख्य घटक पुढीलप्रमाणे आहेत :

१) नफ्याचे क्षेत्र :

लोशने नफ्याचे क्षेत्र ही संकल्पना मांडली आणि सुचवले की उद्योगांचे एक क्षेत्र किंवा प्रदेश असतो, जेथे ते कार्यक्षमतेने कार्य करू शकतात आणि नफा कमवू शकतात. हे क्षेत्र उत्पादन खर्च आणि बाजारातील मागणी यांच्या परस्परसंवादाद्वारे निर्धारित केले जातो.

२) समस्थानिक पृष्ठभाग :

लोशने समस्थानिक पृष्ठभागाची संकल्पना वापरली, एक काल्पनिक विमान जेथे वाहतूक खर्च आणि इतर घटकांच्या दृष्टीने सर्व स्थाने समान मानली जातात. त्यानंतर त्यांनी मजूर, कच्च्या मालाची उपलब्धता आणि ग्राहकांची मागणी यासारख्या घटकांमधील फरक या पृष्ठभागाच्या अंतर्गत औद्योगिक स्थान निवडी स्पष्ट करण्यासाठी सादर केले.

३) अवकाशीय मक्तेदारी स्पर्धा :

लोशने यावर भर दिला की समान उद्योगातील कंपन्या त्यांची उत्पादने किंवा सेवांमध्ये फरक करून एकाच क्षेत्रात एकत्र राहू शकतात. या स्थानिक मक्तेदारी स्पर्धेमुळे कंपन्यांना नफ्याच्या क्षेत्रामध्ये विशिष्ट ग्राहक विभागांची पूर्तता करण्याची परवानगी मिळाली.

४) षटकोनी बाजार क्षेत्र :

लोशने एक असे प्रारूप प्रस्तावित केले, जेथे बाजार क्षेत्र षटकोनीचे रूप घेते, प्रत्येक फर्मसाठी बाजाराच्या प्रभावाचे क्षेत्र दर्शवते. या प्रारूपाने आच्छादित बाजार टाळून कंपन्यांना त्यांच्या ग्राहकांपर्यंत कार्यक्षमतेने पोहोचू दिले.

५) सीमांत विश्लेषण :

लोश यांनी उद्योगासाठी इष्टतम स्थान निश्चित करण्यासाठी सीमांत विश्लेषणाच्या महत्त्वावर जोर दिला. फायद्याच्या क्षेत्रामध्ये सर्वात फायदेशीर स्थान शोधण्यासाठी कंपन्या अतिरिक्त खर्च आणि स्थान बदलण्याचे फायदे मोजतात.

६) गृहीतके :

लोशचा सिद्धांत परिपूर्ण स्पर्धा, एकसंध उत्पादने आणि स्थिर परिस्थिती यासारख्या अनेक गृहितकांवर आधारित आहे. ही गृहितके प्रारूपास सरलीकृत करत असताना, ते कदाचित वास्तविक-जगातील गुंतागुंतीचे पूर्णपणे प्रतिनिधित्व करत नाहीत.

ब) सिद्धांतावरील टीका :

ऑगस्ट लॉशचा औद्योगिक स्थानाचा सिद्धांत प्रभावशाली असताना, त्याला अनेक टीका आणि मर्यादांचा सामना करावा लागला आहे:

१) गृहीतके :

लोशचा सिद्धांत परिपूर्ण स्पर्धा, एकसंध उत्पादने आणि स्थिर परिस्थिती यासारख्या गृहितकांना सरलीकृत करण्यावर आधारित आहे. हे गृहितक वास्तविक-जागतिक बाजारपेठ आणि उद्योगांच्या गुंतागुंतीचे अचूक प्रतिबिंबित करू शकत नाही.

२) समस्थानिक पृष्ठभाग :

समीक्षकांचा असा युक्तिवाद आहे की सिद्धांताचा आधार म्हणून वापरल्या जाणाऱ्या समस्थानिक पृष्ठभाग भौगोलिक विचारांना ओलांडू शकतात. प्रत्यक्षात भूप्रदेश, वाहतूक नेटवर्क आणि इतर भौगोलिक घटक औद्योगिक स्थान निवडींवर लक्षणीय परिणाम करतात, ज्याला समस्थानिक पृष्ठभाग पुरेशा प्रमाणात अयशस्वी ठरतात.

३) नफा वाढविण्यावर जास्त भर :

लोशच्या सिद्धांताने औद्योगिक स्थान निर्णयांचे प्राथमिक वाहक म्हणून नफा वाढवण्यावर जोरदार भर दिला आहे. समीक्षकांचा असा युक्तिवाद आहे की इतर गैर-आर्थिक घटक जसे की सामाजिक, राजकीय आणि सांस्कृतिक विचारांचा देखील स्थान निवडीवर प्रभाव पडतो.

४) बाजारातील फरक :

लोशने अवकाशीय मक्तेदारी स्पर्धेची संकल्पना मांडली असताना, काही समीक्षकांचा असा युक्तिवाद आहे की हे उद्योग त्यांच्या उत्पादनांना किंवा सेवांना वास्तविक स्पर्धात्मक बाजारपेठेत कसे वेगळे करतात हे पूर्णपणे दर्शवू शकत नाही. सिद्धांत असे गृहीत धरतो की समान उद्योगातील कंपन्या महत्त्वपूर्ण आव्हानांना तोंड न देता वेगवेगळ्या ग्राहक विभागांना सहजपणे पूर्ण करू शकतात.

५) स्थिर प्रारूप :

लोशचा सिद्धांत एक स्थिर प्रारूप गृहीत धरतो, ज्यामध्ये बाजारपेठेचे गतिशील स्वरूप, तांत्रिक प्रगती, बदलते ग्राहक प्राधान्ये आणि विकसित होत असलेल्या उद्योग परिदृश्याकडे दुर्लक्ष केले जाते. वास्तविक बाजारपेठा सतत बदलत असतात आणि कंपन्या या बदलांशी जुळवून घेतात, जे सिद्धांत पूर्णपणे स्पष्ट करत नाही.

६) जटिलता अतिसरलीकरण :

षटकोनी बाजार क्षेत्रे आणि अवकाशीय मक्तेदारी स्पर्धा प्रारूप हे सैद्धांतिक बाजू समजून घेण्यासाठी उपयुक्त असले तरी, वास्तविक बाजारातील परस्परसंवादाची जटिलतेला आणि उद्योगांच्या अवकाशीय गतिशीलतेला अधिक सुलभ करू शकतात.

७) अनुभवजन्य वैधता :

काही समीक्षकांचा असा युक्तिवाद आहे की अनुभवजन्य पुरावे नेहमी वास्तविक-जगातील परिस्थितींवर लागू करताना लोशच्या सिद्धांताच्या अंदाज किंवा गृहितकांशी जुळत नाहीत. प्रारूपाची भविष्यवाणी करण्याची शक्ती काही विशिष्ट संदर्भांमध्ये किंवा उद्योगांमध्ये मर्यादित असू शकते.

२.३ भारतातील औद्योगिक स्थाननिश्चितीचे धोरण :

भारताचे औद्योगिक स्थाननिश्चितीचे धोरण हा आर्थिक विकास धोरणाचा एक महत्त्वाचा घटक आहे. गेल्या काही वर्षांमध्ये देशाने औद्योगिक विकासाला चालना देण्यासाठी, प्रादेशिक समतोल साधण्यासाठी, गुंतवणूक आकर्षित करण्यासाठी आणि रोजगार निर्मितीला प्रोत्साहन देण्यासाठी विविध धोरणे आणि उपक्रम राबवले आहेत. भारतातील औद्योगिक स्थाननिश्चिती धोरणांची उत्क्रांती केवळ सार्वजनिक क्षेत्राच्या नेतृत्वाखालील औद्योगिकीकरणावर लक्ष केंद्रित करण्यापासून अधिक वैविध्यपूर्ण दृष्टिकोनाकडे बदल दर्शवते ज्यामुळे खाजगी क्षेत्राचा सहभाग, नवकल्पना आणि जागतिक स्पर्धात्मकतेला प्रोत्साहन मिळते.

१) १९५६ चा औद्योगिक धोरण ठराव :

१९५६ च्या औद्योगिक धोरण ठरावाने औद्योगिकीकरणात सार्वजनिक क्षेत्राच्या भूमिकेवर जोर देऊन भारताच्या औद्योगिक विकासाचा पाया घातला. काही ठिकाणी उद्योगांचे केंद्रीकरण रोखणे आणि संतुलित वृद्धीसाठी विविध क्षेत्रांमध्ये उद्योगांच्या विखुरल्याला प्रोत्साहन देणे हे त्याचे उद्दिष्ट होते. हे धोरण पोलाद, खाणकाम आणि पायाभूत सुविधांसारख्या प्रमुख उद्योगांमध्ये आर्थिक वृद्धी आणि स्वयंपूर्णता वाढवण्यासाठी सार्वजनिक क्षेत्रातील मजबूत उपस्थिती प्रस्थापित करण्यावर लक्ष केंद्रित करते.

२) पंचवार्षिक योजना आणि स्थाननिश्चिती धोरण :

भारतातील नंतरच्या पंचवार्षिक योजनांमध्ये अधिक न्याय्य विकासाचे उद्दिष्ट ठेवून मागासलेल्या प्रदेशातील उद्योगांना चालना देण्यासाठी सर्वसमावेशक धोरणांचा समावेश करण्यात आला. या योजनांनी कमी विकसित भागात उद्योगांना आकर्षित करण्यासाठी कर सवलत, अनुदान आणि पायाभूत सुविधांचा विकास यास प्रोत्साहन दिले. हे प्रोत्साहन देऊन औद्योगिक विकासात मागे पडलेल्या प्रदेशांमध्ये आर्थिक क्रियाकलापांना चालना देण्याचे सरकारचे उद्दिष्ट होते.

३) विशेष आर्थिक क्षेत्रे (SEZ) :

विशेष आर्थिक क्षेत्र (SEZ) च्या स्थापनेने भारताच्या औद्योगिक स्थान धोरणात महत्त्वपूर्ण बदल घडवून आणला. देशांतर्गत आणि परदेशी गुंतवणुकीला आकर्षित करण्यासाठी जागतिक दर्जाच्या पायाभूत सुविधांद्वारे नियुक्त क्षेत्र म्हणून सेझची कल्पना करण्यात आली होती. या झोनने औद्योगिक यंत्रणेस प्रोत्साहन देण्यासाठी कर सूट, शुल्कमुक्त आयात, सुव्यवस्थित नियामक प्रक्रिया आणि अपवादात्मक पायाभूत सुविधा यासारखे विविध प्रोत्साहन दिले.

४) मेक इन इंडिया उपक्रम :

२०१४ मध्ये लाँच करण्यात आलेल्या मेक इन इंडिया उपक्रमाचा उद्देश भारताला गुंतवणुकीची सुविधा, नवकल्पना वाढवणे, पायाभूत सुविधा सुधारणे आणि नियमांचे सुलभीकरण करून जागतिक उत्पादन केंद्रात रूपांतरित करणे आहे. या उपक्रमाने उत्पादन आणि रोजगार निर्मितीला चालना देण्याच्या उद्दिष्टाशी जुळवून घेऊन व्यवसाय सुलभ करणे आणि विविध क्षेत्रांमध्ये औद्योगिक विकासाला चालना देण्यावर लक्ष केंद्रित केले.

५) औद्योगिक कॉरिडॉर :

दिल्ली-मुंबई औद्योगिक कॉरिडॉर (DMIC) आणि चेन्नई-बेंगळुरू औद्योगिक कॉरिडॉर (CBIC) सारख्या औद्योगिक कॉरिडॉरसाठी भारताच्या योजनांचा उद्देश विशिष्ट भौगोलिक मार्गांवर औद्योगिक विकासाला चालना देणे आहे. या कॉरिडॉरमध्ये गुंतवणुकीला आकर्षित करणे, पायाभूत सुविधा विकसित करणे आणि नियुक्त क्षेत्रांमध्ये औद्योगिक विकासाला गती देणे यावर लक्ष केंद्रित केले.

६) प्रोत्साहन आणि अनुदाने :

विविध राज्ये उद्योगांना आकर्षित करण्यासाठी प्रोत्साहन आणि अनुदाने देतात, जसे की सवलतीच्या दरात जमीन वाटप, वीज दर कमी करणे आणि रोजगार निर्मितीसाठी आर्थिक प्रोत्साहन.

७) व्यवसाय सुधारणा सुलभ करणे :

व्यवसाय करणे सुलभ करणे, नियामक प्रक्रिया सुव्यवस्थित करणे, नोकरशाहीचे अडथळे कमी करणे आणि उद्योगांच्या स्थापनेसाठी अनुपालन सुलभ करणे यासाठी सरकारने सुधारणा आणल्या आहेत.

८) सामुहिक विकास :

संबंधित उद्योगांमधील समन्वयाला प्रोत्साहन देण्यासाठी, कार्यक्षमतेत सुधारणा करण्यासाठी आणि सहकार्याद्वारे नवकल्पना वाढवण्यासाठी औद्योगिक अमूह किंवा केंद्रांना प्रोत्साहन देण्यावर धोरणांचा भर आहे.

९) तंत्रज्ञान आणि नावीन्य केंद्र :

तंत्रज्ञान आणि नावीन्य केंद्र सारख्या उपक्रमांचा उद्देश तांत्रिक प्रगतीला चालना देणे आणि संशोधन व विकास क्रियाकलापांना समर्थन देणे आहे.

१०) ग्रामीण आणि कुटीर उद्योग :

ग्रामीण आणि कुटीर उद्योगांना समर्थन व प्रोत्साहन देण्यासाठी प्रयत्न केले जातात, त्यांना विकेंद्रित औद्योगिक विकासाला प्रोत्साहन देण्यासाठी आवश्यक पायाभूत सुविधा, क्रेडिट सुविधा आणि विपणन समर्थन प्रदान केले जाते.

भारतातील धोरणात्मक चौकट आव्हानांना तोंड देण्यासाठी, सर्वसमावेशक वृद्धीस चालना देण्यासाठी आणि सर्व क्षेत्रांमध्ये शाश्वत व संतुलित औद्योगिक विकास सुनिश्चित करताना गुंतवणूक आकर्षित करण्यासाठी सतत विकसित होत असते. पायाभूत सुविधा वाढवणे, नियामक अडथळे कमी करणे आणि उद्योगांना भरभराट होण्यासाठी सक्षम पर्यावरण निर्माण करण्यासाठी प्रोत्साहन देणे यावर लक्ष केंद्रित केले जाते.

२.४ उद्योगांच्या संतुलित प्रादेशिक विकासाची गरज :

देशाच्या आर्थिक विकासात औद्योगिक विकास महत्वपूर्ण भूमिका बजावतो. आर्थिक नियोजनाद्वारे औद्योगिक विकासाला गती दिली जाते. म्हणून १९५६ च्या औद्योगिक धोरणामध्ये 'समतोल प्रादेशिक विकास' हे उद्‌दिष्ट निश्चित केले. परंतू भारतातील नियोजन कालीन औद्योगिक विकास पाहता असे दिसून येते की भारतात राज्यतिहास व राज्यांतर्गत विभागतिहास औद्योगिक असमतोल दिसून येतो व नियोजन काळात ही प्रवृत्ती कायम राहिली आहे. महाराष्ट्र राज्यही यांस अपवाद नाही. प्रस्तुत प्रकरणात औद्योगिक असमतोल त्याची कारणे, परिणाम व त्यासाठीच्या उपाय खोजता याविषयीची चर्चा केली आहे.

२.४.१ औद्योगिक असमतोलाचा अर्थ :

औद्योगिक असमतोल म्हणजे समतोल किंवा संतुलित स्वरूपात विकास घडून न येणे होय. याचाच अर्थ औद्योगिक असमतोल म्हणजे देशातील विविध राज्यांत किंवा प्रदेशात औद्योगिक विकास समान प्रमाणात घडून न येणे होय. मात्र, विविध राज्यांचा किंवा प्रदेशांचा समान औद्योगिक विकास याचा अर्थ औद्योगिक विकासाच्या बाबतीत सर्व राज्ये किंवा प्रदेश समान पातळीवर येणे असा होत नाही, तर याचा अर्थ त्या त्या राज्यातील साधनसामग्री व विकासाची क्षमता विचारात घेऊन पुरेशा प्रमाणात औद्योगिक विकास घडून येणे होय. औद्योगिक असमतोल औद्योगिक विकासाच्या बाबतीत राज्या राज्यांत किंवा प्रदेशा प्रदेशांत फार मोठ्या प्रमाणात तफावत असल्याचे स्पष्ट करतो. याचाच अर्थ काही राज्ये किंवा प्रदेश औद्योगिक विकासाच्या बाबतीत फारच पुढे गेलेली आहेत, तर काही फारच मागे पडलेली आहेत. अशी स्थिती म्हणजेच औद्योगिक असमतोल होय. भारतातील विविध राज्ये व प्रदेशांत समान प्रमाणात औद्योगिक विकास घडून आलेला नाही. भारतातील उद्योगाची सुरुवातीच्या काळातील विभागणी ही ब्रिटिशांच्या राजवटीतील वृद्धीच्या प्रक्रियेने निश्चित झालेली होती. त्यामुळे बहुतेक उद्योगांचे काही थोड्या केंद्रात केंद्रीकरण झालेले होते. स्वातंत्र्योत्तर काळातही ही रचना तशीच राहिली. त्यात फारसा बदल झाला नाही.

२.४.२ संतुलित प्रादेशिक विकासाची गरज :

समतोल प्रादेशिक विकासाची गरज खालील मुद्यांच्या आधारे स्पष्ट करता येईल :

१) अर्थव्यवस्थेच्या विकासाला गती देण्यासाठी :

विकासाचा वेग वाढवण्यासाठी समतोल प्रादेशिक विकास आवश्यक आहे. समतोल प्रादेशिक विकास हा त्या विशिष्ट क्षेत्रातील नैसर्गिक संसाधनांच्या उपलब्धतेवर आधारित प्रत्येक क्षेत्राचा विकास देखील सुलभ करतो. विकासासाठी त्या क्षेत्रातील उपलब्ध मनुष्यबळाचा जास्तीत-जास्त वापरही करता येतो.

२) अर्थव्यवस्था सुरळीतपणे विकसित करण्यासाठी :

समतोल प्रादेशिक विकास अर्थव्यवस्थेचा सुरळीत विकास सुलभ करते. सर्व क्षेत्रांचा समान विकास झाल्यास त्या क्षेत्रांमध्ये परस्पर सहकार्याची शक्यता निर्माण होते. प्रादेशिक असमतोलाच्या बाबतीत, मागास भागातील उत्पन्नाचा निम्न स्तर विकसित क्षेत्रांनी साधलेली वाढ कमी करण्यात यशस्वी होईल. विकसित भागात उत्पादित होणाऱ्या वस्तू आणि सेवांवर त्याचा परिणाम होईल. दुसरे म्हणजे संतुलित प्रादेशिक विकासाच्या मदतीने वाहतूक आणि वस्तूंच्या पुरवठ्यावर परिणाम करणारे अडथळे देखील दूर केले जाऊ शकतात. अर्थव्यवस्थेतील चलनवाढीचा दबाव कमी होण्यासही मदत होईल.

३) संसाधने विकसित आणि संरक्षित करण्यासाठी :

प्रादेशिक विकासाचे प्रमुख उद्दिष्ट उपलब्ध स्थानिक संसाधनांचा जास्तीत-जास्त वापर सुनिश्चित करणे हे आहे. प्रादेशिक विकासाच्या प्रक्रियेमुळे संसाधनांच्या विध्वंसक वापरावरही नियंत्रण येते. विविध औद्योगिक युनिट्सच्या स्थापनेमुळे स्थानिक पातळीवर उपलब्ध नैसर्गिक आणि मानवी संसाधनांचा उत्तम वापर आणि संवर्धन शक्य होते.

४) रोजगाराच्या मोठ्या संधींना प्रोत्साहन देण्यासाठी :

अविकसित अर्थव्यवस्थेत प्रादेशिक असमानतेची परिस्थिती कमी पातळीवर उत्पन्न, रोजगार आणि उत्पादनाला प्रोत्साहन देते. विविध क्षेत्रांत उद्योगांची स्थापना आणि मागासलेल्या भागात पायाभूत सुविधांचा विकास यामुळे रोजगाराच्या अधिक संधी निर्माण होतात. हे प्रति भांडवली उत्पादन आणि उत्पन्न देखील सुधारते.

५) राजकीय स्थिरता राखण्यासाठी :

राजकीय स्थैर्य राखण्यासाठी समतोल प्रादेशिक विकासही आवश्यक आहे. काही क्षेत्रांमध्ये प्रादेशिक विषमता असेल आणि इतर क्षेत्रांमध्ये उत्पन्नात वाढ होत असेल तर ती संपूर्ण राष्ट्रासाठी धोकादायक ठरू शकते. मागासलेले भाग विकासाचे स्वप्न पूर्ण करण्यासाठी मुख्य प्रवाहापासून वेगळे होण्याची मागणी करतात. अशा परिस्थितीत समतोल प्रादेशिक विकास आवश्यक असतो.

६) देशाचे रक्षण करण्यासाठी :

देशाला परकीय आक्रमणापासून वाचवण्यासाठी प्रादेशिक विकास अत्यंत महत्त्वाचा आहे. जर सर्व क्षेत्रांचा समान विकास झाला आणि उद्योगधंदे विखुरले गेले तर हवाई हल्ल्याला कोणत्याही अडथळ्याशिवाय तोंड देता येईल. जर काही प्रदेश विकसित केले गेले असतील आणि काही भागात उद्योग केंद्रित केले गेले असतील तर बाह्य आक्रमकता अर्थव्यवस्थेला अडचणीत आणू शकते. अशाप्रकारे, राष्ट्रीय संरक्षण आणि त्याच्या सुरक्षिततेच्या दृष्टिकोनातून संतुलित प्रादेशिक विकास आवश्यक आहे.

७) सामाजिक वाईट गोष्टींवर नियंत्रण ठेवण्यासाठी :

समतोल प्रादेशिक विकासाच्या मदतीने मोठी शहरे आणि शहरांमधील उद्योगांचे केंद्रीकरण सहज नियंत्रित केले जाऊ शकते आणि या भागातील सामाजिक वाईट गोष्टी दूर होण्यास मदत होते. औद्योगिक एकाग्रता विविध प्रकारच्या प्रदूषणांना प्रोत्साहन देते आणि त्या विशिष्ट क्षेत्रात राहणाऱ्या लोकांच्या आरोग्यावर आणि कार्यक्षमतेवर विपरित परिणाम करते. जगण्याचा खर्च देखील वाढतो ज्यामुळे शेवटी गरीबी आणि सार्वजनिक अशांतता वाढते. या सर्व समाजकंटकांवर नियंत्रण ठेवण्यासाठी समतोल प्रादेशिक विकास आवश्यक आहे.

२.४.३ औद्योगिक असमतोल कमी करण्यासाठी सरकारने केलेले उपाय :

भारतात स्वातंत्र्य मिळाल्यापासूनच औद्योगिक असमतोल दिसून येतो. औद्योगिक असमतोल दूर करण्यासाठी नियोजन काळात अनेक धोरणे आखण्यात आली असून, त्या धोरणांना अनुसरून अनेक उपाययोजना करण्यात आल्या आहेत.

भारतात दुसऱ्या योजनेपासून प्रादेशिक असमतोलाच्या समस्येचा विचार करण्यात आला. दुसऱ्या व तिसऱ्या योजनेत कमी विकसित क्षेत्रात पायाभूत उद्योग सुरू करण्याची आवश्यकता स्पष्ट करण्यात आली. १९६८ मध्ये राष्ट्रीय विकास परिषदेने (National Development Council - NDC) राज्यातील औद्योगिक मागासलेपणाची समस्या विचारात घेतली आणि औद्योगिकदृष्ट्या मागासलेली राज्ये कोणती ते ठरविण्यासाठीच्या निकषांची शिफारस केली. राष्ट्रीय विकास परिषदेने औद्योगिकदृष्ट्या मागासलेली राज्ये व केंद्रशासित प्रदेश कोणते ते ठरविण्यासाठी पांडे गटाची नेमणूक केली, तर मागासलेल्या क्षेत्रात उद्योग सुरू करण्यासाठी कोणत्या राजकोषीय व वित्तीय सवलती देण्यात याव्यात, याविषयी शिफारशी करण्यासाठी वांछू गटाची (समितीची) स्थापना केली. त्यांनी केलेल्या शिफारशी बऱ्याच प्रमाणात सरकारकडून स्वीकारण्यात आल्या.

सहाव्या योजनेच्या काळात उच्चस्तरीय मागास क्षेत्र विकासासाठी राष्ट्रीय समितीची (National Committee for the Development of Backward Areas - NCDBA) स्थापना केली. या समितीने मागासलेल्या क्षेत्राच्या विकासासाठी केलेल्या सर्वसाधारण शिफारशीबरोबरच औद्योगिकरणाद्वारे मागासलेल्या क्षेत्राचा विकास साधण्याच्या बाबतीत अनेक शिफारशी केल्या. उद्योजकांनी त्यांचे युनिट मागासलेल्या क्षेत्रात सुरू करण्यास प्रोत्साहन देण्यासाठी सवलतीने वित्तपुरवठा व अर्थसाहाय्य हे घटक महत्त्वाचे असल्याचे समितीने लक्षात घेतले. या आधारावर समितीने अनेक शिफारशी केल्या. भारत सरकारने सहाव्या योजनेच्या काळात त्यांची अंमलबजावणी केली.

नियोजन काळात सरकारने मागासलेल्या प्रदेशात औद्योगिकरणाचा वेग वाढविण्यासाठी उपाययोजना करण्याच्या बाबतीत शिफारशी करण्यासाठी नेमलेल्या समितीच्या शिफारशींच्या आधारे अनेक उपाययोजना केल्या आहेत. औद्योगिक समतोलासाठी करण्यात आलेल्या उपाययोजना थोडक्यात पुढीलप्रमाणे स्पष्ट करता येतील.

१) वित्तीय साधनसामग्रीचे हस्तांतर :

भारतातील वित्तीय आयोगाच्या शिफारशीनुसार केंद्राकडून राज्याला मागासलेपणाच्या आधारावर वित्तीय साधनसामग्रीचे हस्तांतर करण्यात आले आहे. त्यामुळे मागासलेल्या राज्याच्या विकासाला व त्यातून औद्योगिक विकासास हातभार लागलेला आहे.

२) केंद्र सरकारकडून गुंतवणुकीस प्रोत्साहन :

मागासलेल्या क्षेत्रात खासगी गुंतवणुकीला प्रोत्साहन देण्यासाठी केंद्र सरकारने अनेक सवलती दिलेल्या आहेत. यात मागासलेल्या क्षेत्रात सुरू करण्यात आलेल्या नवीन औद्योगिक युनिटला प्राप्ती करात सवलत, अर्थसाहाय्य, औद्योगिक परवाना देताना प्राधान्य वगैरेंचा समावेश होतो.

३) राज्य सरकारकडून प्रोत्साहन :

मागासलेल्या क्षेत्रात खासगी क्षेत्रातील औद्योगिक युनिट आकर्षित करण्यासाठी राज्य सरकारकडूनही प्रोत्साहन देण्यात आलेले आहे. यात 'ना नफा ना तोटा' या आधारावर वीज आणि पाण्यासह विकसित प्लॉटची उपलब्धता, काही वर्षे पाणी खर्चाच्या रकमेत सवलत, काही वर्षे मालमत्ता कराच्या रकमेत सवलत, औद्योगिक गृहनिर्माण योजनांवर अर्थसाहाय्य वगैरेंचा समावेश होतो.

४) प्रमुख वित्तीय संस्थांकडून सवलतीने वित्तपुरवठा :

औद्योगिक असमतोल दूर करण्याच्या बाबतीत देशातील प्रमुख वित्तीय संस्थाही महत्त्वाची भूमिका बजावत आहेत. भारतीय औद्योगिक विकास बँक, भारतीय औद्योगिक वित्त महामंडळ आणि औद्योगिक पत व गुंतवणूक

महामंडळ या वित्तसंस्थांकडून मागासलेल्या क्षेत्रातील औद्योगिक प्रकल्पांना सवलतीच्या दराने वित्तपुरवठा केला जात आहे. कमी व्याज दराने व १५ ते २० वर्षे अशा मोठ्या काळासाठी अशा संस्थांकडून वित्तपुरवठा केला जातो.

५) मागासलेल्या भागात सार्वजनिक क्षेत्रातील प्रकल्प :

मागासलेल्या भागात औद्योगिक विकास घडून येण्यासाठी आणि औद्योगिक असमतोल दूर होण्यासाठी सार्वजनिक क्षेत्रातील अनेक प्रकल्प मागासलेल्या प्रदेशात सुरू करण्यात आले. बिहार, मध्य प्रदेश आणि ओरिसा या मागासलेल्या राज्यात सार्वजनिक क्षेत्रातील अनेक प्रकल्प सुरू करण्यात आले. मात्र, या प्रकल्पामुळे या राज्यांच्या औद्योगिक विकासास फार मोठ्या प्रमाणात हातभार लागला नाही.

६) उद्योजकांना प्रोत्साहन :

मागासलेल्या क्षेत्रात उद्योग सुरू करण्यासाठी उद्योजकांना प्रोत्साहन देण्यात येत आहे. या उद्योजकांना अर्थसाहाय्य दिले जात आहे. तसेच राष्ट्रीयीकृत बँका व वित्तीय संस्थांकडून सवलतीच्या दराने वित्तपुरवठा केला जात आहे.

७) औद्योगिक परवाना धोरण :

मागासलेल्या भागात औद्योगिक विकास घडून येण्यासाठी औद्योगिक परवाना धोरणाचा अवलंब करण्यात आला आहे. मागासलेल्या भागात उद्योग सुरू करू इच्छिणाऱ्यांना परवाना देण्याच्या बाबतीत प्राधान्य देण्याचे धोरण स्वीकारले गेले. मात्र, औद्योगिक परवाना धोरणाला याबाबतीत फारसे यश मिळालेले नाही.

८) पायाभूत सुविधांचा विकास :

मागासलेल्या भागाचा विकास घडून येण्यासाठी व त्यासाठी औद्योगिक विकास घडून येण्यासाठी पायाभूत सुविधांचा विकास करण्यावर भर देण्यात आला. वाहतूक, दळणवळण वगैरे सुविधांत वाढ करण्यासाठी प्रयत्न करण्यात आले.

९) इतर उपाययोजना :

मागासलेल्या भागात औद्योगिक प्रगती घडून येऊन औद्योगिक असमतोल दूर करण्यासाठी वरील उपाययोजनांबरोबर इतरही उपाययोजना करण्यात आल्या. मागासलेल्या भागांचा विकास करण्यासाठी विशेष योजना राबविण्यात आल्या आहेत. शेती व संलग्न व्यवसायाचा विकास करण्यावर भर देण्यात येत आहे. त्यातून अप्रत्यक्षपणे औद्योगिक विकासास हातभार लागणे शक्य आहे.

अशा प्रकारच्या विविध उपाययोजना औद्योगिक असमतोल दूर करण्यासाठी केलेल्या आहेत. मात्र, अशा उपाययोजना करूनही औद्योगिक असमतोलाची समस्या फारशी सुटलेली नाही. नवीन आर्थिक धोरणात खासगीकरण, शिथिलीकरण व जागतिकीकरण यावर भर दिलेला असून, यामुळे या समस्येची तीव्रता वाढण्याची शक्यता नाकारता येत नाही.

सरावासाठी प्रश्न

प्र. १. खालील प्रश्नांची वीस शब्दात उत्तरे लिहा.

१) औद्योगिक स्थाननिश्चिती म्हणजे काय?

२) औद्योगिक स्थाननिश्चितीची व्याख्या सांगा.

३) उद्योगांच्या स्थाननिश्चितीवर परिणाम करणारे कोणतेही चार घटक लिहा.

४) औद्योगिक स्थाननिश्चितीचे कोणतेही दोन सिद्धांत लिहा.

५) भारतातील औद्योगिक स्थाननिश्चितीसाठीची कोणतीही चार धोरणे लिहा.

प्र. २. खालील प्रश्नांची सविस्तर उत्तरे लिहा.

१) औद्योगिक स्थाननिश्चिती म्हणजे काय? उद्योगांच्या औद्योगिक स्थानावर परिणाम करणारे घटक स्पष्ट करा.

२) आल्फ्रेड वेबरचा औद्योगिक स्थाननिश्चितीचा सिद्धांत स्पष्ट करा.

३) औद्योगिक स्थाननिश्चितीचा सार्जंट फ्लॉरेन्स सिद्धांत विशद करा.

४) औद्योगिक स्थाननिश्चितीच्या ऑगस्ट लोशच्या सिद्धांताबाबत विवेचन करा.

५) भारतातील औद्योगिक स्थाननिश्चितीचे धोरण स्पष्ट करा.

६) उद्योगांच्या संतुलित प्रादेशिक विकासाचा अर्थ आणि गरज सांगा.

७) उद्योगांच्या समतोल प्रादेशिक विकासासाच्या व्यूहरचना स्पष्ट करा.

प्रकरण ३

औद्योगिक उत्पादकता आणि वृद्धी

- ३.१ औद्योगिक उत्पादकता
- ३.२ औद्योगिक उत्पादकतेस प्रभाविक करणारे घटक
- ३.३ औद्योगिक उत्पादकता सुधारण्यासाठी आवश्यक उपाय
- ३.४ भारतातील औद्योगिक वृद्धी
- ३.५ प्रादेशिक असमतोल आणि भारतातील औद्योगिक वृद्धीच्या समस्या
- ३.६ सूक्ष्म, लघु आणि मध्यम उद्योगांची (एमएसएमई) कामगिरी आणि समस्या
- ३.७ बहुराष्ट्रीय कंपन्यांची भारतातील भूमिका

प्रस्तावना :

औद्योगिक उत्पादकता आणि आर्थिक विकास यांचा अतिशय निकटचा संबंध असून त्यासाठी प्रति मात्रा उत्पादन वाढणे अत्यावश्यक आहे आणि उत्पादन वाढीसाठी उत्पादन फलनातील प्रत्येक घटक कार्यक्षमतेने वापरात आणला पाहिजे. वर्तमानकालीन स्पर्धात्मक जागतिक अर्थव्यवस्थेत उत्पादन तंत्र आणि उत्पादन प्रक्रिया पद्धतीत कोणत्याही देशाने मागे राहणे विकासाच्या दृष्टीने इष्ट ठरणार नाही. म्हणून उपलब्ध नैसर्गिक आणि मानवी साधनसंपत्तीचा इष्टतम मात्रेत वापर होणे योग्य ठरते. विशेषत: दुसऱ्या महायुद्धानंतरच्या काळापासून 'उत्पादकता' या संज्ञेचे महत्त्व वाढू लागले आहे. आधुनिक काळात तर उत्पादकतेला 'समृद्धिची चावी' (Key of Prosperity) म्हणून संबोधले जाते. औद्योगिक अर्थशास्त्राच्या अभ्यासात कार्यक्षमता (efficiency) उत्पादकता (Productivity), कामगिरी (performance), व लाभप्रदता (profitability) या संकल्पना अधिक महत्वाच्या आहेत. बऱ्याचदा उत्पादकता आणि कार्यक्षमता या दोन्ही संकल्पना समान वाटतात परंतु प्रत्यक्षात त्यात फरक आहे.

३.१ औद्योगिक उत्पादकता :

आर्थिक विकास साधण्यासाठी औद्योगिक उत्पादकता वाढवणे हे सूत्र आहे. औद्योगिक उत्पादकता म्हणजे काय? तसेच त्याचे प्रकार आणि आर्थिक विकासाशी त्याची सांगड घालताना ज्या परिमानांचा वापर केला जातो. त्याविषयी पुढीलप्रमाणे माहिती देता येते.

३.१.१ अर्थ :

उद्योगामध्ये उत्पादनासाठी विविध साधने उदा. कच्चा माल, भूमी, श्रम, भांडवल, संयंत्र, मशिनरी, व्यवस्थापन, संयोजन कार्यरत असतात. या प्रत्येक साधनांना आदाने (input) असे म्हटले जाते आणि या आदानांच्या सहाय्याने

अंतिम वस्तू किंवा उत्पादन (output) तयार केले जाते. उत्पादकता या संकल्पनेच्या सहाय्याने उत्पादन (output) आणि आदाने (input) यामधील परस्परसंबंध स्पष्ट केला जातो. दुसऱ्या अर्थाने, आदानाच्या प्रति एककास असणारी उत्पादनाची राशी होय (Productivity is the amount of output per unit of input). किमान खर्चात व अपव्ययात आदानांचा कार्यक्षम आणि इष्टतम आर्थिक वापर करून उत्पादन राशी कमाल करणे हे उत्पादकतेचे ध्येय असते.

३.१.२ व्याख्या :

औद्योगिक उत्पादकतेच्या व्याख्या पुढीलप्रमाणे जाणून घेता येतील :

१) पिटर ड्रकर :

"किमान प्रयत्नांतून कमाल उत्पादन देणाऱ्या उत्पादनाच्या सर्व घटकांमधील समतोल म्हणजे उत्पादकता होय."

२) जे. एम. रिक्स :

"उत्पादित वस्तू व सेवांची उत्पादन मात्रा आणि त्यासाठी लागणारी साधनसामग्रीची मात्रा यांतील भौतिक गुणोत्तर म्हणजे उत्पादकता होय."

३) एस. सी. कुचाल :

"उत्पादकता म्हणजे केवळ उपलब्ध आदानांचा इष्टतम व कार्यक्षम विनियोजन करणे नव्हे, तर याशिवाय मानसिक दृष्टिकोण विकसित करण्याबरोबरच वस्तू व सेवांची निर्मिती अधिक जलद, सुलभ व सुरक्षित करण्यासाठी प्रेरणा देणे होय. तसेच उत्पादकता या संकल्पनेचे ध्येय कमीत-कमी खर्चात महत्तम उत्पादन करणे हे असायला हवे."

४) आंतरराष्ट्रीय श्रमिक संघटना (ILO) :

"उत्पादन परिमाण (की ज्याचे मापन उत्पादन निर्देशांकाद्वारे करणे शक्य होते) आणि श्रम आदान परिमाण (की ज्याचे मापन रोजगार निर्देशांकाद्वारे करणे शक्य होते) यामधील गुणोत्तर म्हणजे उत्पादकता होय."

ही व्याख्या सर्वत्र स्वीकार्य आहे. ती दोन कारणांमुळे (१) इतर आदानांच्या मानाने श्रमिकांचे तासांचे मापन करणे सहज शक्य होते. व (२) सर्व संयंत्र आणि उद्योगात श्रमिकांचा वापर केला जाऊन श्रमिक बचतीत सर्वांचा कल असतो.

५) फॅब्रिकंट :

"मानवास हव्या असणाऱ्या वस्तू व सेवा उत्पादित करण्यासाठी उपलब्ध साधनसामग्रीचे रूपांतरण, कार्यक्षमतेचे मापन म्हणजे उत्पादकता होय."

वरील सर्व व्याख्यांवरून, उत्पादकता म्हणजे उपलब्ध आदानांचा नियोजित आणि कार्यक्षम वापर करून, त्यांचा अपव्यय टाळून कमीत कमी खर्चात महत्तम उत्पादन करणे होय असे आपणांस म्हणता येईल.

सूत्ररूपाने उत्पादकता म्हणजे,

$$P = \frac{O}{I}$$

P = उत्पादकता, O = उत्पादन, I = आदाने

३.१.३ औद्योगिक उत्पादकतेच्या मापनाची साधने :

औद्योगिक उत्पादकता वाढवण्यासाठी जर उत्पादकाने कोणत्याही उत्पादकता तंत्राचा वापर केला तर त्याद्वारे संबंधीत उद्योजक हा त्या साधनांच्याद्वारे उत्पादकता वाढीला मार्क ठरणाऱ्या कृती, उत्पादकतेतील समस्या तसेच उत्पादकता

सुधारण्यातील संधी यांचा शोध लावू शकेल, पण पुढे नमूद केलेल्या तंत्रांचा किंवा साधनांचा वापर जर उत्पादकाने केला तर त्याद्वारे तो त्याच्या उद्योगाची जी उत्पादन क्षमता आहे त्यामध्ये वृद्धी घडवून आणू शकतो. औद्योगिक उत्पादकतेच्या साधने पुढीलप्रमाणे स्पष्ट करता येतील :

अ) गेम्बा :

गेम्बा ही एक जपानी संकल्पना असून याद्वारे कामाचे अचूक ठिकाण शोधून काढले जाते. गेम्बा या तंत्राच्याद्वारे कामाची जी पद्धत किंवा प्रक्रिया आहे तिचे अचूक आकलन केले जाते. उत्पादकतेत सुधारणा घडवून आणण्याच्या ज्या संधी असतात त्या संधींच्या अचूक पर्यावरणाचा शोध हा या तंत्राद्वारे घेतला जातो.

ब) त्रुटी शोध :

कामाच्या ठिकाणी ज्या त्रुटी आढळून येतात त्यांच्यामुळे कामातील दोष वाढत जातात आणि कामातील चुका किंवा दोष सातत्याने वाढत गेल्याने त्याचा उत्पादकतेवरती विपरीत परिणाम होतो. कामाच्या ठिकाणी त्रुटी निर्माण होणे किंवा त्रुटी असणे ही एक अपरिहार्य बाब आहे. त्रुटी ही मानवी किंवा भौतिक स्वरूपाची कोणतीही असेल त्रुटी शोधनाद्वारे त्यातील त्रुटींचे निराकरण केले जाते. त्रुटी शोधन हे एक साध्या स्वरूपाचे तंत्र असून त्याद्वारे सर्व उणीवा शोधून काढल्या जातात आणि सर्व उणिवांपासून उद्योगाचे संरक्षण केले जाते. त्रुटी शोधन या तंत्राची तीन कार्ये आहेत :

१) शट डाऊन :

शट डाऊन म्हणजे ज्यावेळेस त्रुटींचा शोध लागेल त्यावेळीस लगेच कामकाज थांबवणे.

२) वॉर्निंग :

त्रुटी शोधनाद्वारे संभावित चूक किंवा त्रुटी यांची आगाऊ सूचना दिली जाते.

३) नियंत्रण :

होणाऱ्या त्रुटींपासून संरक्षण करणे किंवा पुढील प्रक्रियेकडे नेणे.

क) पाच एस :

पाच एस या तंत्राद्वारे उत्पादकतेसाठी आणि उत्पादकतेच्या स्तर आणि सुरक्षितता राखण्यासाठी स्वच्छ, साफ आणि सुसंरचित असे कामाचे ठिकाण उपलब्ध करून दिले जाते. या तंत्राच्या अमंलबजावणीचे पाच टप्पे दिसून येतात, ते पुढीलप्रमाणे सांगता येतील :

१) विभाजन :

या पहिल्या पायरीवरती कार्याचे विभाजन किंवा वर्गीकरण केले जाते. तसेच जो भाग किंवा ज्या कृती नको आहेत त्या कृती किंवा ते घटक वगळले जातात.

२) क्रमवार रचना :

उत्पादकतेसाठी किंवा एखाद्या वस्तूच्या किंवा कोणत्याही स्वरूपाच्या उत्पादनासाठी लागणाऱ्या ज्या वस्तू आहेत त्यांची क्रमवार मांडणी केले जाते.

३) वापरासाठी तयार ठेवणे :

उत्पादनासाठी लागणाऱ्या आवश्यक त्या सर्व घटकांची पूर्तता करून ठेवली की, संबंधित उपकरणे ही वापरासाठी उपयुक्त आहेत ना याची खात्री करून घेणे.

४) प्रमाणीकरण :

कामाचे आणि उत्पादनाचे प्रमाणीकरण करून घेणे की ज्यामुळे कामाची अंमलबजावणी केली जाईल.

५) कामातील आणि उत्पादनातील सातत्य :

कामाच्या ठिकाणचे आणि तसेच उत्पादकतेशी संबंधित असणारे जे नियम आणि जो कामाचा वेग आहे तो कायम ठेवणे. नियम आणि वेगामध्ये सातत्य ठेवणे.

ड) एसएमईडी (सिंगल मिनीट एक्सचेंज ऑफ डायस/रॅपिड चेंज ओव्हर) :

एसएमईडी (सिंगल मिनीट एक्सचेंज ऑफ डायस/रॅपिड चेंज ओव्हर) या साधनाद्वारे साधनांमध्ये काळानुसार आणि आवश्यकतेनुसार बदल घडवून आणले जाण्यासाठी वापरले जाते. हा जो बदल आहे तो अंतर्गत किंवा बाह्य स्वरूपाच्या यंत्राशी पण संबंधित असतो.

इ) एकूण उत्पादकता देखभाल :

उत्पादनांच्या साधनांमध्ये घडून आलेले जे बदल आहेत किंवा त्यामध्ये निर्माण होणाऱ्या ज्या समस्या आहेत त्याचा मोठ्या प्रमाणावरती परिणाम हा उत्पादनाच्या निर्मिती प्रक्रियेवरती होतो. पण या तंत्राच्या साहाय्याने कार्यात्मक कार्यक्षमता आणि उत्पादनक्षमता वाढवली जाते. ज्यावेळेस एखादे उत्पादन हे उदयोगाच्या माध्यमातून घेतले जाते, त्यावेळेस त्याच्याशी संबधीत जे सर्व कामगार असतात त्यांचा यामध्ये कृतीयुक्त सहभाग असणे आवश्यक असते. कोणत्याही कामगाराच्या किंवा कर्मचाऱ्याच्या कुठल्याही कृतीमुळे उत्पादनात व्यत्यय येणार नाही किंवा कोणतीही त्रुटी या उत्पादनात राहणार नाही किंवा साधनांच्या अयोग्य वापरामुळे उत्पादन होण्यास वेळ लागणार नाही याची खात्री याद्वारे घेतली जाते. कोणत्याही प्रकारचे अपघात होणार नाहीत किंवा उत्पादनामध्ये कोणत्याही प्रकारची त्रुटी राहणार नाही याची काळजी याद्वारे घेतली जाते.

ई) प्लॅन–डू–चेक–ॲक्ट (पीडीसीए):

प्लॅन–डू–चेक–ॲक्ट (पीडीसीए) हे उत्पादकता वृद्धी संबंधी केवळ साधन नसून हा उत्पादकता वाढीचा एक दृष्टिकोन आहे. ज्याद्वारे उत्पादकतेमध्ये गुणात्मक आणि परिणामकारक सुधारणा आणि बदल घडवून आणले जातात. गुणात्मक व्यवस्थापनाचा संस्थापक किंवा जनक ज्याला म्हणले जाते त्या डब्लू. एडवर्ड डेमिंग याने काही प्रमाणात याच तंत्राशी साधर्म्य दाखवणारे डेमिंग सायकल तयार केलेले होते.

या तंत्रानुसार किंवा साधनानुसार उत्पादकतेत एकदा सुधारणा घडवून आणल्यानंतर भविष्यकाळात आणखीन कोणत्या सुधारणा घडवून आणल्या जातील? याचा विचार करण्यास सुरुवात होते आणि ही सुधारणांची प्रक्रिया अखंड चालूच ठेवली जाते.

१) प्लॅन (आराखडा) :

उत्पादकतेत आणि उत्पादकतेशी संबंधी असणारी जी साधने आहेत त्यामध्ये सुधारणा घडवून आणण्यासाठी किंवा ज्या काही समस्या आहेत त्या समस्या सोडवण्यासाठी आवश्यक ती उद्दिष्टे निर्धारित केली जात असतात आणि प्रक्रियेचे निर्धारण केले जाते. थोडक्यात सुधारणांचा आराखडा तयार केला जातो.

२) डू :

तयार केलेल्या आराखड्याप्रमाणे नियंत्रित परिस्थीत लहान प्रमाणावरती चाचपणी करण्यास सुरुवात केली जाते.

३) चेक (तपासणे) :

ठरवलेल्या आराखड्याची प्रत्यक्ष अमंलबजावणी झाल्यानंतर जे काही परिणाम समोर येतील त्या परिणामांचा अभ्यास करून निर्धारित उद्दिष्टे किती प्रमाणात साध्य झाली? हे ठरवता येते.

४) ॲक्ट (कृती करणे) :

उत्पादकतेत सुधारणा घडून आल्याचे दिसून येताच जिथे आवश्यक आहे तिथे सुधारणा घडवून आणून मोठ्या प्रमाणावरती बदल घडवून आणले जातात. याकरिता प्रमाणित कार्यसंचालनाची कार्यपद्धती वापरली जाते आणि कार्य प्रक्रिया निर्धारित स्वरूपात पुढे चालवली जाते.

पीडीसीए या तंत्राद्वारे प्रक्रियेत सुधारणा घडवून आणून विविध कार्यपद्धती या पुढे चालवल्या जातात.

फ) कारण आणि परिणाम आकृती (कॉज अँड इफेक्ट डायग्रॅम) :

ज्यावेळेस उत्पादनाच्या संदर्भात काही समस्या निर्माण होतात त्यावेळेस त्याची जी मूलभूत कारणे आहेत त्याचा शोध घेण्याची आवश्यकता असते जोपर्यंत त्याची मूळ कारणे शोधली जात नाहीत तोपर्यंत कोणताही निष्कर्ष काढणे हे योग्य ठरत नाही. पण इथे लक्षात घेण्यासारखी एक गोष्ट असते की, यामध्ये एखादी समस्या ज्यावेळेस निर्माण होते त्यावेळेस समस्या निर्माण व्हायची एकाच वेळेस अनेक करणे असतात त्यामुळे समस्या शोधण्यासाठी नक्की सुरुवात कुठून करायची? याचे निर्धारण केले जाणे आवश्यक असते.

या तंत्राची सर्वप्रथम निर्मिती ही करू इशिकावा यांनी १९६८ मध्ये केली या तंत्रानुसार समस्येच्या निर्मितीचे मूळ कारण शोधून काढत असताना समूहाचा दृष्टिकोन बाळगला जातो. ब्रेन स्टोर्मिंग किंवा ज्याला बुद्धी मंथन म्हणले जाते त्यामध्ये माहितीचे संघटन केले जाते आणि त्याद्वारे समस्या निर्माण होण्याचे जे मूळ कारण आहे ते शोधून काढले जाते. व त्यानुसार उत्पादनाशी संबंधित घटकांमध्ये असणारा संबंध शोधून काढला जातो.

समस्या निर्माण होण्याची जी संभाव्य कारणे असतात जसे की, उत्पादनाशी सबंधित सामग्री, साधने, व्यक्ती, पर्यावरण, पद्धती आणि सर्वच उपाययोजना यांचे वर्गीकरण केले जाते आणि त्यानंतर समस्येचे निराकरण केले जाते.

ग) द ५ व्हायज :

द ५ व्हायज हे समस्या निराकारणाचे एक साधे तंत्र असून याद्वारे समस्या निर्मितीचे जे मूळ कारण आहे ते कारण तात्काळ शोधून काढले जाते. या तंत्राकरिता कोणत्याही प्रकारच्या माहितीची किंवा संख्यात्मक विश्लेषणाची आवश्यकता नसते. या तंत्राचा वापर उद्योगाशी संबंधित कोणतीही व्यक्ती कामगारांना किंवा कर्मचाऱ्यांना प्रोत्साहित करण्यासाठी करू शकते. या तंत्राचा किंवा साधनाचा वापर करत असताना एखादी समस्या का निर्माण झालेली असेल? हे शोधण्यासाठी आणि कारण शोधून काढण्यासाठी प्रत्येक वेळेस 'का' हा प्रश्न विचारणे आवश्यक असते. जोपर्यंत समस्या निर्माण होण्याचे मूळ कारण सापडत नाही तोपर्यंत 'का' हा प्रश्न सातत्याने विचारला जाणे आवश्यक असते. आणि त्यामुळे निर्माण झालेली समस्या ही पुन्हा निर्माण होणार नाही याची काळजी घेतली जाते.

ह) सेल्युलर मॅनुफॅक्चरिंग :

सेल्युलर मॅनुफॅक्चरिंग या तंत्राद्वारे किंवा या दृष्टिकोनाद्वारे साधने आणि कार्यस्थळे यांची अशा प्रकारची रचना करून ठेवली जाते जिथे सातत्यपूर्ण उत्पादन प्रवाहाला चालना दिली जाते.

पारंपरिक वस्तू निर्माण पर्यावरणामध्ये एक सारखी यंत्रे ही एकावेळेस बसवली जातात. सेल्युलर मॅनुफॅक्चरिंग प्रणाली मध्ये यंत्रे ही उत्पादनाचे विविध घटक, यंत्रांचे विविध घटक आणि जो व्यय आहे त्याचा विचार करून लावली जात असतात ज्यामुळे उत्पादनासाठी प्रत्यक्ष लागणारा जो वेळ असतो त्यामध्ये बदल घडवून आणला जातो.

कोणत्याही लहान-मोठ्या वस्तूचे निर्माण करत असताना उत्पादनाचे सर्वच घटक आणि सर्वच यंत्राची संरचना ही नियोजित रीतीने करून ठेवणे गरजेचे असते ज्यामुळे विविध उत्पादने घेत असताना त्यातून कमी प्रमाणात वस्तू किंवा घटक वाया जातील.

स) टेक टाईम :

या तंत्राचा संबंध हा एखादे उत्पादन पूर्णाअंशाने संपण्यासाठी जो वेळ लागणार असतो त्याच्या सरासरीशी संबंधित असतो. ग्राहकाची गरज आणि उपलब्ध कामाची वेळ यावरती हा अवलंबून असतो. उत्पादनाच्या अगदी निम्न

स्तरावरती देखील उत्पादनाच्या वेळेचा विचार केला जातो. उत्पादनाची एकूण संख्या आणि ग्राहकांची त्या उत्पादनाला असणारी एकूण मागणी यांचा विचार यामध्ये केला जातो.

य) कामाचे प्रमाणीकरण :

वस्तु निर्माणासाठी लागणारा जो वेळ आहे तो नेहमीच वस्तु निर्माणाच्या ज्या काही प्रक्रिया आहेत त्या सर्व प्रक्रिया लक्षात घेऊन कामाचे प्रमाणीकरण केले जाते. कामाचे प्रमाणीकरण करणे ही उत्पादकता वाढीसाठी आवश्यक असणारी सर्वात चांगली पद्धत आहे.

कामासंबंधी असणारे सुस्पष्ट दस्तऐवज, कामाच्या पद्धती, साधनसामग्री, साधने आणि कामाच्या प्रक्रियेला लागणारा सर्वच वेळ याविषयी मार्गदर्शन योग्य प्रकारे केले जाणे आवश्यक असते ज्यामुळे उत्पादनासाठी लागणारा जो एकूण वेळ आहे आणि त्याचप्रमाणे कामाच्या दरम्यान साधनांची जी होणारी नासाडी आहे ती देखील यामुळे कमी होईल.

र) वन पीस फ्लो/सातत्यपूर्ण प्रवाह :

वन पीस फ्लो किंवा सातत्यपूर्ण प्रवाह म्हणजे कामाची प्रक्रिया ही अखंडपणे कुठेही न थांबता सातत्याने चालू ठेवणे. सर्वसाधारणपणे वस्तू निर्माणासाठी साधने आणि प्रणाली या कायमच एकापेक्षा जास्त उत्पादनांशी विविधपूर्णतेने आवश्यक ठरत असतात. त्यामुळे वस्तुनिर्माणाची कोणतीच प्रक्रिया ही पूर्णतः संतुलित स्वरूपाची नसते. प्रत्येक दिवसाची जी प्रक्रिया आहे ती देखील समान नसते किंवा वस्तूचे उत्पादन हे देखील समान वेगाने केले जात नसते. उत्पादनाच्या दरामध्ये देखील फरक पडत असतो. अशा प्रकारे कार्यदरामध्ये हे जे वैविध्य दिसून येते त्याला सातत्यपुर्ण कार्यप्रवाह असे म्हणता येत नाही. पण ज्यावेळेस समान उत्पादन हे प्रत्येक सेकंदाला, दर दिवशी, दर आठवड्याला एक समान वेगाने घेतले जाईल त्यावेळेस त्याला सातत्यपूर्ण कार्य प्रवाह असे म्हणले जाते. या तंत्राची किंवा साधनाची अमंलबजावणी ही मोठ्या प्रमाणावरील उत्पादन, प्रमाणीकरण प्रक्रिया आणि उच्च उत्पादकता यांच्यासाठी केला जातो.

ल) पूल सिस्टीम/कानबन :

पूल सिस्टीम किंवा कानबन याचा वापर हा वस्तूच्या प्रवाहाचे शेड्यूलिंग करण्यासाठी केला जातो. यामध्ये ग्राहकाची संबंधित उत्पादनांच्या जेवढी मागणी आहे तितक्याच वस्तूंचे उत्पादन केले जाते आणि त्यानुसार अतिरिक्त उत्पादन टाळले जाते किंवा अतिरिक्त मालसाठा करणे टाळले जाते. या प्रणालीचे मूलभूत ध्येय हे विभिन्नतेत होणारा जो अपव्यय आहे तो टाळून प्रक्रियेला स्थिरता प्रदान करणे हे असते. या प्रणालीच्या वापराने पुढील उद्दिष्टे प्राप्त केली जातात:

१) मालसाठ्यात कपात करणे.

२) लागणाऱ्या वेळात कपात करणे.

३) उत्पादकता व्यक्त आणि अतिरिक्त खर्चात कपात करणे.

व) कार्यभार संतुलन :

कोणताही उद्योग किंवा वस्तू निर्माणाची प्रक्रिया ही त्याचवेळेस यशस्वी होते, ज्यावेळेस ग्राहकांच्या एखाद्या उत्पादनांकडून ज्या अपेक्षा आहेत त्या अपेक्षांची पूर्तता केली जाते. ग्राहकांच्या वर्तनाच्या प्रवृत्ती आणि वर्तनाचे प्रकार हे एकदम भिन्न-भिन्न असतात. कार्यभार संतुलन हे प्रामुख्याने जे वस्तू उत्पादक आहेत किंवा जे वस्तू निर्माते आहेत त्यांना ग्राहकांच्या ज्या वर्तन प्रवृत्ती आहेत ज्यांचा काहीच अंदाज लावता येत नाही त्या वर्तन प्रवृत्ती ओळखण्यासाठी आणि त्यानुसार उत्पादनाची प्रक्रिया आणि कर्मचाऱ्यांवरील कार्यभार हलका करण्यासाठी मदत करते. याद्वारे उत्पादनासाठी लागणारा वेळ आणि पैसे व श्रम यांची बचत केली जाते.

३.१.४ औद्योगिक उत्पादकतेचे मापन :

विविध आदाने आणि घटकांच्या आधारे औद्योगिक उत्पादकतेचे पुढील प्रकार पडतात आणि त्या प्रकारांच्या आधारे उत्पादकतेचे मापन स्वतंत्रपणे वा एकत्रितपणे केले जाते.

१) श्रमिक उत्पादकता

'एकूण उत्पादन परिमाण आणि श्रम तासांची संख्या यातील गुणोत्तर म्हणजे श्रमिक उत्पादकता होय.'

सूत्ररूपाने,

$$\text{श्रमिक उत्पादकता} = \frac{\text{एकूण उत्पादन परिमाण}}{\text{उत्पादनासाठी खर्च केलेल्या श्रम तासांची संख्या}}$$

२) भूमी उत्पादकता

'विशिष्ट कालावधीतील उत्पादन तंत्र स्थिर असते असे गृहीत धरून भूमीची कार्यक्षमता विचारात घेतली जाणे म्हणजे भूमीची उत्पादकता होय.'

सूत्ररूपाने,

$$\text{भूमी उत्पादकता} = \frac{\text{एकूण उत्पादन परिमाण}}{\text{भूमीची एकर संख्या}}$$

३) भांडवल उत्पादकता

'एकूण उत्पादन परिमाण आणि भांडवलाची मात्रा यातील गुणोत्तर म्हणजे भांडवलाची उत्पादकता होय.'

सूत्ररूपाने,

$$\text{भांडवल उत्पादकता} = \frac{\text{एकूण उत्पादन परिमाण}}{\text{एकूण भांडवलाची मात्रा}}$$

भांडवल या घटकात जर यंत्रसामग्री (machine) आणि इतर भौतिक घटक (material) समाविष्ट होत असल्यास यंत्रसामग्री आणि भौतिक घटकांचे स्वतंत्र उत्पादकता विचारात घेणे शक्य होते. त्यासाठी यंत्र किती तास वापरण्यात आले, त्या तासांची संख्या आणि भौतिक घटकांची मात्रा विचारात घेतली जाते.

औद्योगिक उत्पादकतेचे मापन करताना वरील सर्व घटकांचा एकत्रित विचार केला जातो.

सूत्ररूपाने एकूण औद्योगिक उत्पादकता म्हणजे,

$$Pt = \frac{Ot}{L + L_0 + C + R + O}$$

Pt = एकूण उत्पादकता.

Ot = एकूण उत्पादन परिमाण.

L = उत्पादनासाठी वापरात आलेल्या भूमीची एकर संख्या /भूमीवरील खर्च.

L_0 = उत्पादनासाठी वापरण्यात आलेल्या श्रम तासांची संख्या.

C = उत्पादनासाठी वापरण्यात आलेल्या भांडवलाची मात्रा.

R = उत्पादनासाठी वापरण्यात आलेल्या एकूण कच्च्या मालाची मात्रा.

O = उत्पादनासाठी वापरण्यात आलेली इतर आदानांची मात्रा.

उत्पादकतेतील वाढ पुढीलप्रकारे असू शकते :

१) अस्तित्वातील आदानांच्या वापराने पूर्वीपेक्षा अधिक उत्पादन होणे.

२) अस्तित्वातील उत्पादनासाठी पूर्वीपेक्षा लागणाऱ्या आदानांच्या मात्रेत घट होणे.

३) आदानातील मात्रेत होणाऱ्या वाढीपेक्षा उत्पादनातील वाढीचा वेग जास्त असणे.

४) उत्पादनात होणाऱ्या घटीचा वेग आदानातील मात्रेत होणाऱ्या घटीपेक्षा कमी असणे.

३.१.५ औद्योगिक उत्पादकता सुधारण्यासाठी धोरणात्मक उपाययोजना :

भारत स्वतंत्र झाल्यानंतर भारतीय अर्थव्यवस्था ही मोठ्या प्रमाणात कृषीक्षेत्रावरती आधारलेली होती. भारतीय अर्थव्यवस्थेत औद्योगिक क्षेत्राचा वाटा हा खूपच कमी होता. त्यामुळे पहिल्या पंचवार्षिक योजनेपासूनच औद्योगिक क्षेत्राचे उत्पादन वाढवण्यावरती भर देण्यात आला. त्यासाठी वेगवेगळ्या उपाययोजना केल्या गेल्या.

भारतातील औद्योगिक क्षेत्राचे उत्पादन वाढावे या हेतूने राष्ट्रीय स्तरावरती मोहीम हाती घेऊन भारतीय अर्थव्यवस्थेमधील औद्योगिक उत्पादनात वाढ करण्यासाठी सर्वतोपरी प्रयत्न सुरु करण्यात आले. याचाच एक भाग म्हणून राष्ट्रीय उत्पादकता मंडळाची स्थापना करण्यात आली.

अ) राष्ट्रीय उत्पादकता मंडळाची स्थापना :

सोसायटी रजिस्ट्रेशन ऍक्ट १८६० च्या नुसार राष्ट्रीय स्तरावरील स्वायत्त संस्था म्हणून राष्ट्रीय उत्पादकता मंडळाची स्थापना करण्यात आली. भारतीय औद्योगिक धोरण आणि प्रवर्तन, वाणिज्य आणि उद्योग मंत्रालयाच्या अंतर्गत १२ फेब्रुवारी १९५८ रोजी राष्ट्रीय उत्पादकता मंडळाची स्थापना करण्यात आली. या मंडळाच्या स्थापनेमागचा हेतू हा देशातील औद्योगिक उत्पादकता वाढीला चालना देणे हा होता.

१) उत्पादकता मंडळाची उद्दिष्टे :

राष्ट्रीय उत्पादकता मंडळाची उद्दिष्टे पुढीलप्रमाणे स्पष्ट करता येतील :

i) आर्थिक विकास, सूक्ष्म अर्थशात्रीय घटक, तसेच आर्थिक संकल्पना आणि तांत्रिकता यांच्या दृष्टिकोनातून उत्पादकता वाढीबद्दल जाणीव-जागृती निर्माण करणे. तसेच औद्योगिक क्षेत्रात काम करणाऱ्या ज्या संघटना आहेत त्यांच्याकरिता नवीन कार्यपद्धती आणि व्यूहरचनांचा विकास करणे.

ii) औद्योगिक उत्पादनाच्या वाढीसाठी विविध धोरणांकरिता तसेच व्यूहरचनांच्या अमंलबजवणीकरिता आणि उपाययोजनांकरीता भारत सरकारला मार्गदर्शन तसेच सहकार्य करणे.

iii) दक्षिण आणि दक्षिण पूर्व आशियायी क्षेत्रांसाठी दीर्घकाळच्या दृष्टिकोनातून उत्पादकता वाढीसाठी सल्ला आणि मार्गदर्शन तसेच प्रशिक्षणाच्या सुविधा उपलब्ध करून घेणे.

iv) उत्पादकता मंडळाचे काम अव्याहतपणे चालू राहावे यासाठी स्वयंनिर्मित आणि सातत्याआधारित वित्तीय स्त्रोतांची उभारणी करणे.

२) राष्ट्रीय उत्पादकता मंडळाद्वारे पुरवल्या जाणाऱ्या सेवा :

राष्ट्रीय उत्पादकता मंडळाद्वारे पुरवल्या जणाऱ्या सेवा पुढीलप्रमाणे स्पष्ट करता येतील :

i) सल्ला सेवा :

राष्ट्रीय उत्पादकता मंडळाद्वारे तिचे जे ग्राहक आहेत त्यांना अर्थव्यवस्थेच्या सर्व क्षेत्रांसाठी उत्पादकतेशी संबंधित जे विषय आहेत जसे की, प्रक्रिया व्यवस्थापन, पर्यावरण व्यवस्थापन, तांत्रिकता व्यवस्थापन, ऊर्जा व्यवस्थापन, मानव संसाधन व्यवस्थापन, कृषी-व्यवसाय, माहिती-तंत्रज्ञान, व्यवहार रचनात्मक उत्पादकता व्यवस्थापन आणि अन्य विषयांशी संबंधित सल्ला सेवा पुरवणे.

ii) प्रशिक्षण सेवा :

राष्ट्रीय उत्पादकता मंडळाद्वारे औद्योगिक क्षेत्रातील सर्व व्यक्तींना उत्पादकतेसंबंधीच्या सर्व विषयांकरिता प्रशिक्षणाच्या सेवा उपलब्ध करून देणे. विस्तृत स्वरूपात सांगायचे झाल्यास प्रशिक्षण कार्यक्रम दोन विभागांत

विभाजित करता येतील. त्यापैकी एक प्रशिक्षण कर्यक्रम हा कंपनी अंतर्गत प्रशिक्षण कार्यक्रम असेल तर दुसरा प्रशिक्षण कार्यक्रम हा अनेक कंपन्यांना एकत्र घेऊन राबवलेला प्रशिक्षण कार्यक्रम असेल. या प्रशिक्षण कार्यक्रमांमध्ये प्रात्यक्षिक कार्य आणि तात्त्विक भाग अशा दोन्ही बाबींचा समावेश केलेला असेल.

iii) परिसंवाद, कार्यशाळा आणि परिषदांचे आयोजन :

राष्ट्रीय उत्पादकता मंडळाद्वारे उत्पादकतेशी संबंधीत जास्तीत जास्त समकालीन माहितीचे तसेच समकालीन मुद्यांचे प्रसारण व्हावे आणि अनुभवांची देवाण-घेवाण व्हावी यासाठी परिसंवाद, कार्यशाळा आणि परिषदांचे आयोजन करते. या कार्यक्रमांचे आयोजन करत असताना राष्ट्रीय आणि आंतरराष्ट्रीय संस्थांचे सहकार्य यासाठी प्राप्त केले जाते.

iv) उत्पादकता संशोधन आणि माहिती :

राष्ट्रीय उत्पादकता मंडळाद्वारे आणि त्यांचे जे ग्राहक आणि त्यांच्याशी संबंधित ज्या संस्था आहेत त्यांच्या सहकार्यातून उत्पादकता धोरण आणि अमंलबजावणी क्षेत्रासंबंधी विविध संशोधन प्रकल्प हाती घेतले जातात. या संशोधन प्रकल्पांद्वारे प्राथमिक आणि दुय्यम स्वरूपाची माहिती गोळा केली जाते ज्यातून उत्पादकता वाढीच्या संदर्भात मोठ्या प्रमाणावरती माहिती उपलब्ध होते.

v) उत्पादकता प्रकाशने :

राष्ट्रीय उत्पादकता मंडळाद्वारे उत्पादकतेशी संबंधित Productivity नावाचे त्रैमासिक आणि Productivity News नावाचे द्वी-मासिक छापले जाते. या प्रकाशनाच्या माध्यमातून व्यवस्थापन आणि तंत्रज्ञान यांसारख्या विषयांवरती चर्चा केलेली असते.

vi) उत्पादकता पुरस्कार :

राष्ट्रीय उत्पादकता मंडळाद्वारे दरवर्षी चांगल्या प्रकारचे सादरीकरण करणाऱ्या विविध विभागातील उत्पादक सर्वोत्तम कामगिरीचा पुरस्कार देऊन गौरवण्यात येते.

ब) स्थानिक उत्पादकता मंडळे :

राष्ट्रीय उत्पादकता मंडळाच्या पहिल्या सभेत असे ठरवण्यात आले की, उत्पादकतेशी संबंधीत सर्वच घटकांमध्ये जाणीव-जागृती निर्माण करणे, आवश्यक त्या प्रशिक्षणाच्या सोयी सुविधा निर्माण करणे, उत्पादकतेचे महत्त्व सर्वांपर्यंत पोहोचवणे, औद्योगिक आस्थापन स्थापनेला प्रोत्साहन देणे, उत्पादकतेविषयी संशोधन प्रकल्प हाती घेणे, विकसित देशांना भेटी देणे तसेच परकीय देशातील तज्ज्ञ व्यक्तीना बोलावून आवश्यक त्या प्रशिक्षणाच्या सुविधा निर्माण करून देणे यासाठी स्थानिक उत्पादकता मंडळांची स्थापना करण्यात आली.

३.१.६ औद्योगिक उत्पादकतेचे मानदंड :

औद्योगिक उत्पादकता मानदंड बेंचमार्क किंवा मानकांचे प्रतिनिधित्व करतात जे उद्योगांनी वापरलेल्या आदान संसाधनांच्या संबंधात वस्तू किंवा सेवांच्या उत्पादनाशी संबंधित आहेत. विविध क्षेत्रांतील उत्पादन प्रक्रियांमध्ये कार्यक्षमतेचे मूल्यांकन करणे, लक्ष्य निश्चित करणे आणि कार्यक्षमतेचे संचालन करण्यात हे नियम महत्त्वपूर्ण भूमिका बजावतात.

१) प्रति आदान एकक प्रदान :

औद्योगिक उत्पादकता मानदंड सामान्यत: आदान आणि प्रदान एककांमधील संबंध मोजण्यावर लक्ष केंद्रित करतात. यामध्ये उत्पादन प्रक्रियेत नियोजित श्रम, भांडवल, ऊर्जा किंवा कच्च्या मालाच्या प्रति एकक उत्पादित

वस्तू किंवा सेवांच्या संख्येचे मूल्यांकन करणे समाविष्ट असते. उदाहरणार्थ, हे प्रति तास श्रम किंवा वापरलेल्या कच्च्या मालाच्या प्रति एकक उत्पादित उत्पादनांचे प्रमाण म्हणून मोजले जाते.

२) उद्योग–विशिष्ट मानके :

उद्योगांची ऐतिहासिक माहिती, उद्योगातील सर्वोत्तम पद्धती किंवा बाजाराच्या मागणीवरून प्राप्त केलेले अंतर्गत मानके स्थापित करतात. ही मानके उत्पादकता पातळीचे मूल्यांकन आणि तुलना करण्यासाठी महत्त्वपूर्ण संदर्भ म्हणून काम करतात. ते उद्योग–विशिष्ट गतिशीलता आणि आवश्यकतांद्वारे सरेखित वास्तववादी कार्यप्रदर्शन लक्ष्य निश्चित करण्यात मदत करतात.

३) तुलनात्मक विश्लेषण :

समान उद्योग किंवा प्रतिस्पर्ध्यांविरुद्ध बेंचमार्किंग प्रचलित मानदंड आणि उद्योग मानकांबद्दल माहिती देते. तुलनात्मक विश्लेषण कार्यक्षमतेतील अंतर आणि सुधारणेची क्षेत्रे ओळखण्यास मदत करते. हे उत्पादकता वाढविण्यासाठी अवलंबल्या जाणाऱ्या सर्वोत्तम पद्धतींची ओळख देखील सक्षम करते.

४) कार्यक्षमतेचे प्रमाण :

एकूण घटक उत्पादकता (TFP) किंवा विशिष्ट उत्पादकता उपाय (जसे की श्रम किंवा ऊर्जा उत्पादकता) सारख्या कार्यक्षमता निर्देशकांचा वापर मानदंड स्थापित करण्यासाठी केला जातो. हे गुणोत्तर संसाधनाच्या वापराच्या परिणामकारकतेचे मूल्यमापन करते, आदानांचे प्रदानामध्ये किती कार्यक्षमतेने रूपांतर केले जात आहे हे दर्शविते.

५) तांत्रिक प्रगती :

तंत्रज्ञानाच्या प्रगतीबरोबर निकष विकसित होतात. जसे उद्योग नवीन यंत्रसामग्री, स्वयंचलन किंवा नाविन्यपूर्ण उत्पादन तंत्र स्वीकारतात, उत्पादकता बदलण्याचे मापदंड निश्चित करतात. तंत्रज्ञानातील सुधारणांमुळे अनेकदा उच्च उत्पादकता मानके विकसित होतात आणि स्पर्धात्मक राहण्यासाठी अनुकूलता आवश्यक असते.

६) व्यवस्थापन पद्धती :

कार्यक्षम व्यवस्थापन पद्धती उत्पादकता मानदंडांवर लक्षणीय परिणाम करतात. लीन मॅन्युफॅक्चरिंग, जस्ट–इन–टाइम इन्व्हेंटरी सिस्टम किंवा गुणवत्ता व्यवस्थापन पद्धती यासारखी धोरणे प्रक्रिया सुव्यवस्थित करून, कचरा कमी करून आणि एकूण कार्यक्षमता वाढवून मापदंड निश्चित करतात.

७) नियामक अनुपालन :

सुरक्षितता, पर्यावरणीय स्थिरता किंवा गुणवत्ता मानकांशी संबंधित नियामक आवश्यकतांद्वारे औद्योगिक मानदंड प्रभावित होतात. या नियमांचे पालन केल्याने उत्पादनक्षमता मापदंडांवर परिणाम होतो, आवश्यक मानकांची पूर्तता करण्यासाठी प्रक्रियांमध्ये समायोजन करणे आवश्यक असते.

३.२ औद्योगिक उत्पादकतेस प्रभावित करणारे घटक :

औद्योगिक उत्पादकतेवर एकाच वेळी अनेक घटकांचा एकत्रितपणे परिणाम होतो. त्यामुळे नेमका कोणत्या घटकाचा किती प्रभाव आहे हे सांगता येणे तसे अवघड कार्य ठरते. उदा. वाढती उत्पादकता ही संयंत्र आणि यंत्रसामग्रीचा कार्यक्षम वापर किंवा कामगार आणि व्यवस्थापक यांचे व्यापक प्रयत्न किंवा नवीन उत्पादन तंत्राचा वापर आणि उत्पादन प्रक्रियेतील सुधारणा यांचा एकत्रित किंवा स्वतंत्र परिणाम असतो. थोडक्यात, औद्योगिक उत्पादकतेवर परिणाम करणारे अनेक घटक असून या घटकांची क्रमवार निश्चिती करणे कठीण ठरते. या घटकांचे वर्गीकरण स्थुलमानाने पुढील दोन भागात केले जाते :

१) बहिर्गत घटक :

बहिर्गत घटकात अशा घटकांचा समावेश होतो की, जे एखाद्या औद्योगिक एककाच्या नियंत्रणापलिकडे असतात. यात प्रामुख्याने नैसर्गिक वातावरण, नैसर्गिक सामग्रीची मुबलकता व उपलब्धता, आर्थिक वातावरण, बाजारपेठेची स्थिती, स्पर्धेचा दर, व्यापार आणि उद्योगविषयक कायदे, सरकारी धोरणे इत्यादींचा समावेश होतो.

२) अंतर्गत घटक :

यात समाविष्ट होणाऱ्या घटकांवर औद्योगिक एककाचे पूर्णपणे नियंत्रण असते. उदा. उत्पादन आराखडा, उत्पादन कार्य पद्धती, उत्पादन नियोजन व नियंत्रण, मानवी संबंध, व्यवस्थापन तंत्र पद्धती, मशिनरी व साहित्य, गुणवत्ता नियंत्रण इत्यादी या सर्व घटकांतील सुधारणेचा परिणाम औद्योगिक एककाच्या उत्पादकता वाढीवर होतो.

३) तांत्रिक घटक :

यात शास्त्रीय आणि तांत्रिक संशोधन, यांत्रिकीकरणाचा दर, तांत्रिक ज्ञान, संयंत्र रचना, उत्पादन आराखडा, भौतिक साधनांची गुणवत्ता, उत्पादित मिश्रण, उत्पादन प्रक्रिया पद्धती, शास्त्रीय व्यवस्थापन इत्यादींचा समावेश होतो. या सर्व तांत्रिक घटकांच्या वापरामुळे उत्पादनाचा वेग वाढतो आणि उत्पादनाची गुणवत्ता सुधारते. विशेषीकरणामुळे कामाचा वेग सुधारतो. श्रमिकांच्या कौशल्यात सुधारणा होते. श्रमाची बचत होते आणि शेवटी उत्पादन खर्चात बचत होऊन उत्पादकता वाढते.

४) मानवी घटक :

प्रत्येक व्यवसायसंस्थेची प्रगती त्या व्यवसायसंस्थेतील श्रमिक शक्तीच्या सांघिक कामगिरीवर अवलंबून असते. श्रमिकांच्या कार्यक्षमतेचा प्रत्यक्ष परिणाम औद्योगिक उत्पादकतेवर होतो. श्रमिकांची उत्पादकता प्रामुख्याने श्रमिकांची शारीरिक क्षमता, काम करण्याची इच्छा, मानसिक प्रवृत्ती, कामाच्या ठिकाणातील वातावरण, कामगार व मालक यामधील संबंध, श्रमिकांचे शिक्षण, प्रशिक्षण, अनुभव, नवीन बदल स्वीकारण्याची तयारी, कौशल्यातील सुधारणा, श्रमिकांना मिळणारे वेतन व वेतनेतर सुविधा, संप्रेरके, कामाची सुरक्षितता व हमी, मानवी संबंध, सामाजिक व नैतिक मूल्यांची जोपासना इत्यादी घटकांवर अवलंबून असते.

५) व्यवस्थापकीय घटक :

व्यवस्थापन आणि उत्पादकता यांचे अतूट नाते असते. आधुनिक व्यवस्थापन शास्त्रानुसार व्यवस्थापन केल्यास उत्पादकतेवर दूरगामी परिणाम होतो. व्यवस्थापकीय घटकांत प्रामुख्याने आधुनिक व्यवस्थापन तंत्राचा वापर, शास्त्रीय व्यवस्थापन, कामाची पद्धत, संशोधनाचा वापर, अधिकार सुपूर्त करणे, औद्योगिक संघटन पद्धती व संघटन चातुर्य, कामगार व मालक यांमधील संबंध, कामगारांसाठी प्रेरणा, कामाची व सुट्टीची वेळ, अंदाजपत्रक निश्चिती, व्यावसायिक वृत्ती, जोखीम व जबाबदारी स्वीकारण्याची तयारी, निर्णय क्षमता इत्यादींचा समावेश होतो.

६) वित्तीय घटक :

उत्पादकता वाढविण्यासाठी विविध घटकांची आवश्यकता असते. शिवाय तांत्रिक व संशोधनविषयक घटकांवर बराच खर्च करावा लागतो. यासाठी भांडवलाची मोठ्या प्रमाणात आवश्यकता असते. उत्पादकता आणि उत्पादन वाढीकरिता वित्तीय व्यवस्था महत्त्वपूर्ण भूमिका बजावते. म्हणून बऱ्याचदा 'Finance is the life blood of a business' असेही म्हटले जाते. यंत्र साहित्याची खरेदी, कच्च्या मालाची खरेदी, तांत्रिक उत्पादन पद्धतीचा वापर, श्रमिकांची मजुरी व वेतन, संशोधननिधी, कामगारांसाठी विविध कल्याण योजना, इत्यादीकरिता विपुल प्रमाणात भांडवलाची आवश्यकता असते. वित्तीय उपलब्धतेवरच उत्पादकता अवलंबून असते.

७) नैसर्गिक घटक :

नैसर्गिक घटकातील बदलांचा औद्योगिक उत्पादकतेवर परिणाम होतो. यात प्रामुख्याने भौगोलिक व हवामानविषयक घटकातील बदल, नैसर्गिक साधनसामग्रीची उपलब्धता व मुबलकता, प्रादेशिक रचना इत्यादी घटकांचा समावेश होतो. हवामानातील बदलाचा परिणाम श्रमिकांच्या कार्यक्षमतेवर होतो. तसेच शेती उत्पादनावर होतो म्हणून प्रदेश प्रदेशानुसार उत्पादकतेचे प्रमाण बदलणारे असते.

८) सरकारी धोरणे व नियमन :

सरकारकडून वित्तीय आणि मौद्रिक धोरणे निश्चित केली जातात आणि काळानुरूप व परिस्थितीनुरूप त्यात बदल केले जातात. या बदलांचा प्रत्यक्ष परिणाम औद्योगिक उत्पादकतेवर होतो. वित्त, प्रशासन, कर पद्धती, आयात, निर्यात, जकात इत्यादींशी संबंधित धोरणे सरकार ठरविते आणि त्यांची अंमलबजावणी करते. उत्पादकता वाढीसाठी सरकार विशिष्ट उद्योगांना संरक्षण देते. त्यांच्यासाठी विशिष्ट योजना राबविते. कायदे आणि जकात करांचा परिणाम उद्योगांच्या उत्पादकतेवर होतो. सरकारी धोरणे अनुकूल असली तर त्याचा उत्पादकतेवर अनुकूल परिणाम होतो.

९) व्यवसायसंस्थेचा आकार :

औद्योगिक एककाच्या आकारावर उत्पादकता अवलंबून असते. बऱ्याचदा लहान उद्योगांच्या मानाने मोठ्या उद्योगांची कार्यक्षमता आणि परिणामी उत्पादकता जास्त असते. व्यवस्थापकीय क्षमतांचे विशेषीकरण, तांत्रिक घटकांचा मोठ्या प्रमाणावर वापर, स्वस्त दराने उत्पादनाची विक्री व कच्च्या मालाची ठोक खरेदी करणे मोठ्या उद्योगांना जास्त सोयीचे ठरते. याशिवाय शास्त्रीय, तांत्रिक आणि बाजारपेठविषयक संशोधनावर मोठ्या उद्योगांना तुलनेने जास्त खर्च करता येणे शक्य असते. परिणामी, आपल्या उत्पादनाची मोठ्या प्रमाणावर विक्री करून उत्पादकता वाढविणे शक्य होते.

३.३ औद्योगिक उत्पादकता सुधारण्यासाठी आवश्यक उपाय :

भारतीय अर्थव्यस्थेच्या वाढीचा आणि त्यातील औद्योगिक क्षेत्राच्या वाढीचा आणि वृद्धीचा आढावा घेतल्यास असे दिसून येते की, आजही भारताच्या औद्योगिक वाढीचा वेग हा अन्य प्रगत देशांच्या औद्योगिक विकासाशी तुला करता मंद दिसून येतो. परिणामी औद्योगिक क्षेत्राचा अर्थव्यस्थेतील वाटा वाढवणे आणि औद्योगिक क्षेत्राच्या विकासाला चालना देणे यासाठी काही निश्चित आणि दीर्घकालीन धोरणात्मक उपाययोजना करणे आवश्यक आहे. औद्योगिक वृद्धीसाठी धोरणात्मक उपाययोजना पुढीलप्रमाणे स्पष्ट करता येतील :

१) परकीय तंत्रज्ञान करार :

भारतातील जे उच्च प्राधान्यक्रमाचे उद्योग आहेत त्यांना परकीय तंत्रज्ञान करार करण्याची परवानगी देण्यात आलेली आहे. या उद्योगांना असे कोणतेही करार करण्यापूर्वी भारतीय शासन आणि भारतीय रिझर्व्ह बँक यांची परवानगी घ्यावी लागते. या करारानुसार साधारणपणे ५% पर्यंत स्वामित्व शुल्क (रॉयल्टी) अथवा रुपये १ कोटीपर्यंत रक्कम परकीय तंत्रज्ञानासाठी द्यावी लागते. अशावेळेस परकीय तंत्रज्ञ, परकीय कंपनी यांच्या परवानगीची आवश्यकता नसते.

२) तांत्रिक अद्ययावतता आणि ऑटोमेशन :

जागतिक स्तरावरील उत्पादकांशी स्पर्धा करत असताना भारतीय उत्पादकांना त्यांच्या उत्पादनामध्ये कोणत्याही प्रकारची त्रुटी ठेवून चालणार नाही किंवा वस्तुनिर्माणासाठीच्या व्ययामध्ये देखील कोणत्याही प्रकारची कमी

जास्त अशी परिस्थिती असून चालणार नाही. याच गोष्टी लक्षात घेऊन भारतीय उत्पादकांनी अद्ययावत तंत्रज्ञान आणि ऑटोमेशनच्या वापरला विशेषत्वाने वस्तुनिर्माणाच्या क्षेत्रात सुरुवात केलेली आहे. खाणकाम, ऑटोमोटिव्ह, रसायन उद्योग या सर्वच उद्योगांनी स्वयंचलित उत्पादनाच्या प्रक्रियेला प्रारंभ केला आहे. घटक रसायनांचे मिश्रण करणे, वाहन उद्योगामध्ये वाहनांचे जे वेगवेगळे भाग आहेत त्यांची जुळणी करणे, खाणकाम उद्योगामध्ये खननाची प्रक्रिया पार पाडणे यांसारख्या विविध कृतींसाठी तंत्रज्ञानाचा वापर केला जातो.

३) कृत्रिम बुद्धीमत्ता आणि रोबोटिक्सचा वापर :

भारतीय उद्योगांचे होणारे जे डिजिटलायझेशन आहे त्यातील एक पुढची पायरी म्हणून कृत्रिम बुद्धीमत्तेकडे पाहिले जाते. यासाठी अनेक उद्योगांनी या कृत्रिम बुद्धीमत्तेमध्ये उत्पादनात अधिकाधिक अचूकता आणण्यासाठी गुंतवणूक करण्यास सुरुवात केली आहे.

४) व्यवसाय करण्यातील सुकरता :

व्यवसायाची सुरुवात करणे, बांधकामाची परवानगी मिळवणे, वीजपुरवठा, संपत्तीचे नोंदणीकरण करणे, पत सुविधा उपलब्ध करून देणे, कर रचना, करार करणे, नादारीविषयक समस्या यासारख्या व्यवसायाशी संबंधित ज्या गोष्टी आहेत त्या करण्यामध्ये सुकरता यावी. मेक इन इंडिया सारख्या उपक्रमाची सुरुवात केल्यानंतर भारताने ताळेबंदातील आपले जे ७६ वे स्थान होते त्यामध्ये सुधारणा घडवून आणून ६३ व्या स्थानावरती झेप घेतली. भारतातील नवीन उद्योगांची स्थापना व्हावी आणि नवीन उद्योगांना चालना मिळावी यासाठी स्टार्टअप इंडिया सारखे उपक्रम देखील चालू केले. लघु उद्योगांना वित्तीय साहाय्य मिळावे या हेतूने मुद्रा योजनेचा आरंभ केला. तसेच कमीतकमी कागदी काम कसे करावे लागेल याकडे देखील लक्ष देण्यास सुरुवात केली गेली.

५) राष्ट्रीय वस्तुनिर्माण धोरण :

या धोरणानुसार भारत सरकारने अन्न प्रक्रिया, कपडे आणि वस्त्रोउद्योग, रत्ने आणि दागदागिने इत्यादी उद्योगांकडे लक्ष देण्यास सुरुवात केलेली असल्याचे दिसून येते. हे जे उद्योग आहेत ते लहान शहरातील आणि ग्रामीण भागातील अकुशल आणि अर्धकुशल कामगारांना रोजगाराची उपलब्धता करून देतात. अग्रक्रम क्षेत्राचा विकास घडवून आणणे आणि भारतीय निर्यातीचा वाटा वृधींगत करणे यासाठी हे वरती नमूद केलेले उद्योग महत्त्वाची भूमिका निभावतात. भारतातील कापड उद्योगाच्या विकासासाठी भारतीय वस्त्रोद्योग मंत्रालय आणि अनेक राज्य शासनांनी भांडवली अनुदान देण्यास सुरुवात केली असून त्या उद्योगातून चांगले उतपादन निर्माण होण्यासाठी नवनवीन तंत्रज्ञान घ्यावे यासाठी देखील अनुदान देण्यास सुरुवात केलेली आहे. त्याचप्रमाणे केंद्राच्या भांडवल गुंतवणूक अनुदानातून जम्मू आणि काश्मिर, हिमाचल प्रदेश आणि उत्तराखंड याप्रदेशांत उद्योगांच्या वाढीला चालना देण्यास सुरुवात झालेली आहे.

६) औद्योगिक मार्गिका (कॉरिडॉर) :

शासनाने संपूर्ण देशभर विविध औद्योगिक मार्गिकांच्या उभारणीला वेग दिलेला असून या मार्गिकांच्या माध्यमातून जागतिक दर्जाच्या पायाभूत सोयी-सुविधा निर्माण करून देणे आणि व्यावसायिक सुविधा निर्माण करून देऊन विविध प्रकल्पांच्या उभारणीला देखील सुरुवात झालेली आहे. दिल्ली-मुंबई औद्योगिक मार्गिका, चेन्नई-बंगलोर औद्योगिक मार्गिका, अमृतसर-कलकत्ता औद्योगिक मार्गिका यात्यापैकीच काही आहेत. या औद्योगिक मार्गिकांच्या माध्यमातून एखाद्या विशिष्ट क्षेत्रातील उद्योगांच्या वाढीला मोठ्या प्रमाणात चालना मिळेल.

७) सार्वजनिक-खाजगी भागीदारी :

सार्वजनिक-खाजगी भागीदारीच्या माध्यमातून शासनाने ऊर्जा आणि पुनर्नवीकरणीय ऊर्जा संसाधने, जहाजे आणि बंदर बांधणी, रेल्वे कोचची निर्मिती इत्यादी उद्योगांना मोठ्या प्रमाणात चालना दिली.

८) वस्तू आणि सेवा कर (जीएसटी) :

जीएसटीच्या माध्यमातून वस्तूवरती लावले जाणारे जे अन्य कर होते ते काढले जाऊन संपूर्ण देश पातळीवरती एकच कररचना निर्धारित करण्यात आली. सर्वच राज्ये आणि केंद्रशासित प्रदेशांमध्ये एकाच कररचनेची पद्धती अवलंबल्यामुळे औद्योगिक वृद्धी आणि उत्पादन यांच्यात येणारे जे अडथळे होते ते काही प्रमाणात दूर होण्यास मदत झाली. ऑटोमोबाईल, कापड उद्योग, औषधनिर्माण उद्योग, सिमेंट आणि अन्य उद्योग जे उच्च कर भरत होते त्यांना या जीएसटीच्या माध्यमातून कराची रक्कम कमी प्रमाणात भरावी लागते.

९) कॉर्पोरेट करात कपात :

गुंतवणूकदारांचा आणि उद्योगांचा भारतीय शासनावरील विश्वास वाढवा या हेतूने २०१९ मध्ये कॉर्पोरेट टॅक्स कमी केले. नवीन जे कराचे दर निर्धारित झालेले आहेत त्यामुळे नवीन गुंतवणूकदारांनी देखील गुंतवणूक करण्यास सुरुवात केली आहे. कमी कर दरांमुळे कंपनीच्या होणाऱ्या नफ्यामध्ये वाढ घडून येईल, तसेच भारतीय परकीय प्रत्यक्ष गुंतवणुकीमध्ये देखील वृद्धी होईल. चीनमध्ये जी गुंतवणूकदारांची गुंतवणूक आत्यंतिक ओघाने चाललेली होती त्या गुंतवणूकदारांचे लक्ष भारतातील गुंतवणुकीकडे वेधले जावे यासाठी ही कराची रक्कम कमी केली.

३.४ भारतातील औद्योगिक वृद्धी :

अर्थव्यवस्थेच्या विकासाचे मोजमाप औद्योगिक उत्पादनातील वाढीचा दर, राष्ट्रीय उत्पन्नात उद्योगांचे योगदान, सकल राष्ट्रीय उत्पादन, उद्योगांची रोजगार निर्मिती अशा विविध निकषांच्या साहाय्याने करता येते. जागतिक सकल राष्ट्रीय उत्पादनामध्ये उद्योग क्षेत्राचे योगदान ३०% आहे. औद्योगिक उत्पादनात चीनचा सर्वात मोठा वाटा आहे तर अमेरिका, जपान आणि जर्मनी दुसऱ्या, तिसऱ्या आणि चौथ्या स्थानावर आहेत. तर भारत त्याच्या सकल राष्ट्रीय उत्पादनाच्या २९% सह सहाव्या क्रमांकावर आहे.

भारत सरकारची आकडेवारी १९८० नंतर भारतातील औद्योगिक वाढ चांगली झाली नाही असे दर्शविते. १९८० मध्ये उद्योगांचे योगदान २६.१३% होते, तर २०१८ मध्ये ते २७.५१% पर्यंत वाढले आहे, म्हणजे तीन दशकांहून अधिक काळात फक्त २% वाढ घडून आली.

तक्ता क्र. ३.१

देश	क्रमवारी (२०१७)	सकल राष्ट्रीय उत्पादनाच्या % (२०१७)
अमेरिका	२	१८.९%
चीन	१	३९.५%
भारत	६	२९%
जर्मनी	४	३०.१%
जपान	३	२९.७%

खालील तक्ता १९५० पासून भारताची औद्योगिक वृद्धी दर्शविते.

तक्ता क्र. ३.२

क्षेत्र	१९५०	१९६०	१९७०	१९८०	१९९०	२०००	२०१८
उद्योग	१६.६९	१९.३३	२४.६२	२६.१३	२७.१०	२६.५७	२९.१३

कोणत्याही अर्थव्यवस्थेच्या आर्थिक विकासात औद्योगिकीकरणाची मोठी भूमिका असते.

३.४.१ चिंतेचे कारण :

भारतातील औद्योगिक वृद्धी आशादायक असताना देखील लक्ष आणि धोरणात्मक हस्तक्षेपाची हमी देणाऱ्या अनेक समस्या उपस्थित करते :

१) वृद्धीचा मंद दर :

औद्योगिक क्षेत्राचा विकास दर विसंगत राहिला आहे, अनेकदा तो अर्थव्यवस्थेच्या इतर क्षेत्रांपेक्षा मागे आहे. धोरणातील अनिश्चितता, नियामक गुंतागुंत आणि नोकरशाहीतील अडथळे यासारख्या घटकांमुळे या क्षेत्राच्या विस्तारात अडथळा निर्माण झाला आहे.

२) उत्पादन आव्हाने :

भारताच्या उत्पादन क्षेत्राला कालबाह्य पायाभूत सुविधा, भांडवल आणि तंत्रज्ञानाचा मर्यादित प्रवेश आणि भूसंपादनासारख्या विविध आव्हानांचा सामना करावा लागतो. हे या क्षेत्राच्या जागतिक स्तरावर स्पर्धा करण्याच्या क्षमतेला बाधा आणतात आणि त्याच्या वृद्धीच्या क्षमतेला बाधा आणतात.

३) बेरोजगारी आणि कौशल्य अंतर :

वृद्धी असूनही, कौशल्याच्या विसंगतीमुळे औद्योगिक विस्ताराने रोजगाराच्या पुरेशा संधींना रूपांतरित केले नाही. उद्योगाच्या गरजा आणि उपलब्ध कर्मचाऱ्यांचा कौशल्य संच यामध्ये अंतर आहे, ज्यामुळे सातत्यपूर्ण बेरोजगारी निर्माण होते.

४) अनौपचारिक क्षेत्रावर जास्त अवलंबून राहणे :

भारताच्या औद्योगिक क्रियाकलापांचा एक महत्त्वपूर्ण भाग अनौपचारिक क्षेत्रात आहे, औपचारिक नियमनाचा अभाव आणि कमी उत्पादकता, वित्तपुरवठ्याचा मर्यादित प्रवेश तसेच अपुऱ्या पायाभूत सुविधा यासारख्या समस्यांना तोंड द्यावे लागते.

५) शाश्वततेची समस्या :

वाढलेले प्रदूषण, संसाधने कमी होणे आणि परिसंस्थेवरील प्रतिकूल परिणामांमुळे औद्योगिक वृद्धी अनेकदा पर्यावरणीय समस्या वाढवते. स्थिरतेशी वृद्धीचा समतोल राखणे हे एक महत्त्वाचे आव्हान आहे.

६) आर्थिक अस्थिरता आणि जागतिक घटक :

भारतीय औद्योगिक क्षेत्र जागतिक आर्थिक चढउतार, व्यापार तणाव आणि भू-राजकीय अनिश्चिततेबाबत संवेदनशील आहे, ज्यामुळे वृद्धी आणि गुंतवणुकीवर परिणाम होतो.

७) जागतिक स्पर्धात्मकता :

भारताच्या औद्योगिक क्षेत्राला जागतिक स्पर्धेचा सामना करावा लागत आहे. नाविन्यपूर्णतेचा अभाव, जागतिक मापदंडांच्या तुलनेत कमी उत्पादकता आणि विसंगत धोरण अंमलबजावणी याचा जागतिक स्तरावरील स्पर्धात्मकतेवर परिणाम होतो.

८) पायाभूत सुविधांमधील अडथळे :

विजेचा तुटवडा, उपपार वाहतूक नेटवर्क आणि दर्जेदार बंदरांपर्यंत मर्यादित प्रवेश यासारख्या अपुऱ्या पायाभूत सुविधा औद्योगिक वृद्धीस अडथळा आणतात आणि पुरवठा साखळीत व्यत्यय आणतात.

९) धोरण आणि नियामक आव्हाने :

गुंतागुंतीचे नियम, लांबलचक मंजुरी प्रक्रिया आणि धोरणांमधील विसंगती व्यवसायांसाठी अडथळे निर्माण करतात, गुंतवणुकीला परावृत्त करतात आणि औद्योगिक विस्ताराला अडथळा निर्माण करतात.

१०) डिजिटल विभाजन :

डिजिटल विभाजन, विशेषत: प्रगत तंत्रज्ञानाचा अवलंब करणे, लहान उद्योगांसाठी आव्हानात्मक आहे. आधुनिक तंत्रज्ञानाचा अभाव त्यांच्या प्रभावीपणे स्पर्धा करण्याच्या क्षमतेस अडथळा आणतो.

या समस्यांचे निराकरण करण्यासाठी सर्वसमावेशक धोरणात्मक सुधारणा आवश्यक आहेत, पायाभूत सुविधा आणि कौशल्य विकासामध्ये केंद्रित गुंतवणूक, नवकल्पना आणि तंत्रज्ञानाचा अवलंब करण्यास प्रोत्साहन देणे, नियमांचे सुलभीकरण करणे आणि औद्योगिक वृद्धीसाठी अनुकूल परिसंस्था वाढवणे आवश्यक आहे. भारतातील शाश्वत आणि सर्वसमावेशक औद्योगिक विकासासाठी जागतिक स्तरावर स्पर्धात्मकता वाढवताना शाश्वततेशी वृद्धीचा समतोल राखणे महत्त्वाचे आहे.

३.४.२ खाजगी क्षेत्रापुढील आव्हाने :

गेल्या पाच दशकांमध्ये भारताने औद्योगिक विकासात पुरेशी कामगिरी केली आहे आणि जगातील सहाव्या क्रमांकाचा औद्योगिक देश म्हणून उदयास आला आहे. परंतु देशाच्या आकारमानाचा विचार करता हा विकास फारसा सम ाधानकारक नाही. एक औद्योगिक देश म्हणून भारतासमोर अनेक आव्हाने आहेत, ही आव्हाने प्रामुख्याने खासगी क्षेत्राशी संबंधित आहेत:

१) धोरणातील अनिश्चितता :

कर आकारणी, भूसंपादन आणि कामगार कायद्यांमधील जलद बदल, यासारखी सरकारी धोरणे आणि नियमांमधील अनिश्चितता खाजगी क्षेत्रातील व्यवसायांसाठी अनिश्चितता निर्माण करतात. वारंवार धोरण बदलल्याने दीर्घकालीन नियोजन आणि गुंतवणुकीच्या निर्णयांमध्ये व्यत्यय येतो, ज्यामुळे औद्योगिक वृद्धीस अडथळा निर्माण होतो.

२) पायाभूत सुविधांची कमतरता :

वीज टंचाई, अपुरे वाहतूक नेटवर्क आणि अपुऱ्या लॉजिस्टिक सुविधांसारख्या अपुऱ्या पायाभूत सेवा उद्योगांच्या कार्यक्षम कार्यात अडथळा निर्माण करतात. खराब पायाभूत सुविधांमुळे उत्पादन खर्च वाढतो, स्पर्धात्मकता कमी होते आणि खाजगी क्षेत्रातील उद्योगांच्या विस्तारास अडथळा निर्माण होतो.

३) वित्तपुरवठ्यात मर्यादित प्रवेश :

वित्तपुरवठ्यात सुधारणा करण्याचे प्रयत्न असूनही अनेक खाजगी क्षेत्रातील उद्योग, विशेषत: लहान आणि मध्यम-आकाराचे उद्योग (SME), परवडणारे कर्ज मिळविण्यात आव्हानांचा सामना करत आहेत. वित्तपुरवठ्याच्या मर्यादित प्रवेशामुळे विस्तार, आधुनिकीकरण आणि नवकल्पना यामधील गुंतवणुकीला अडथळा येतो, ज्यामुळे औद्योगिक विकास खुंटतो.

४) कौशल्याचा तुटवडा :

उद्योगाच्या गरजा आणि कर्मचाऱ्यांकडे असलेली कौशल्ये यांच्यात ताळमेळ न बसने हे एक महत्त्वाचे आव्हान आहे. तंत्रज्ञान आणि प्रगत उत्पादन यासारख्या उदयोन्मुख क्षेत्रांमधील खाजगी क्षेत्रातील उद्योग पुरेसे कुशल कामगार शोधण्यासाठी धडपड करतात, जे उत्पादकता आणि नाविन्यास अडथळा आणतात.

५) जागतिक आर्थिक अनिश्चितता :

जागतिक अर्थव्यवस्थेची अस्थिरता आणि अनिश्चितता, व्यापारातील तणाव, भू-राजकीय संघर्ष आणि कोविड-१९ महामारी यासारख्या घटकांमुळे, भारतीय खाजगी क्षेत्रातील उद्योगांसाठी आव्हाने वाढली आहेत. जागतिक मागणीतील चढउतार, पुरवठा साखळीतील व्यत्यय आणि चलनातील चढउतार यांचा निर्यात-केंद्रित उद्योगांवर आणि पुरवठा साखळीवर अवलंबून असलेल्या क्षेत्रांवर परिणाम होतो.

६) अनुपालनाचा भार :

भारतातील खाजगी क्षेत्रातील उद्योगांना राष्ट्रीय, राज्य आणि स्थानिक स्तरावर अनेक अनुपालन आवश्यकतांद्वारे वैशिष्ट्यीकृत जटिल नियामक पर्यावरणाच्या सामना करावा लागतो. लहान आणि मध्यम आकाराच्या उद्योगांसाठी नियामक दायित्वांची पूर्तता ही प्रशासकीय ओझे आणि अनुपालन खर्च लादते, त्यामुळे ते संसाधने उत्पादक क्रियाकलापांपासून दूर वळवतात.

७) पायाभूत सुविधांमधील असमानता :

पायाभूत सुविधांच्या विकासातील प्रादेशिक असमानता भारतातील विविध राज्ये आणि प्रदेशांमधील खाजगी क्षेत्रातील उद्योगांसाठी असमान संधी निर्माण करतात. कमी-विकसित प्रदेशात असलेल्या उद्योगांना अत्यावश्यक पायाभूत सेवांमध्ये प्रवेश करण्यासाठी मोठ्या आव्हानांचा सामना करावा लागतो, ज्यामुळे त्यांची स्पर्धात्मकता आणि वृद्धीची क्षमता यास अडथळा निर्माण होतो.

८) पर्यावरणीय नियम :

वाढती पर्यावरण जागरूकता आणि कठोर पर्यावरणीय नियम उद्योगांसाठी आव्हाने आहेत, विशेषत: उच्च प्रदूषण आणि संसाधनांचा वापर स्तर याबबाबत हे आढळून येते. पर्यावरणीय मानकांचे पालन करण्यासाठी प्रदूषण नियंत्रण तंत्रज्ञान आणि शाश्वत पद्धतींमध्ये गुंतवणूक करणे आवश्यक आहे, ज्यामुळे कार्यात्मक खर्च आणि नियामक अनुपालन ओझे यात वाढ होते.

९) डिजिटल स्थित्यंतर :

डिजिटलायझेशनमुळे कार्यक्षमतेचा फायदा, नवकल्पना आणि बाजाराच्या विस्तारासाठी संधी मिळत असताना, भारतातील अनेक खाजगी क्षेत्रातील उद्योग डिजिटल परिवर्तन प्रक्रियेशी संघर्ष करत आहेत. अपुऱ्या डिजिटल पायाभूत सुविधा, सायबर सुरक्षा धोके आणि डिजिटल विभाजन यासारख्या आव्हानांमुळे डिजिटल तंत्रज्ञानाचा अवलंब करण्यात अडथळे येतात आणि डिजिटलायझेशनपासून त्यांना मिळू शकणारे फायदे मर्यादित होतात.

१०) स्पर्धात्मक दबाव :

भारतातील खाजगी क्षेत्रातील उद्योगांना विविध क्षेत्रांमध्ये देशांतर्गत आणि आंतरराष्ट्रीय स्तरावर तीव्र स्पर्धेचा सामना करावा लागतो. जागतिक स्पर्धक, देशांतर्गत प्रतिस्पर्धी आणि उदयोन्मुख स्टार्टअप्स यांच्यातील वाढत्या स्पर्धेमुळे स्पर्धात्मकता टिकवून ठेवण्यासाठी आणि गतिमान व्यवसाय प्रव्रणात टिकून राहण्यासाठी सतत नावीन्य, खर्च पर्याप्तीकरण आणि बाजारातील फरक आवश्यक आहे.

३.५ प्रादेशिक असमतोल आणि भारतातील औद्योगिक वृद्धीच्या समस्या :

भारतातील प्रादेशिक औद्योगिक असमतोल ही एक महत्त्वाची समस्या आहे जी देशातील विविध राज्ये आणि प्रदेशांमध्ये औद्योगिक विकासाच्या असमान वितरणामुळे उद्भवते. भारताचा आर्थिक विकास प्रादेशिक असमानतेने वैशिष्ट्यीकृत केला आहे, काही राज्ये आणि प्रदेश जलद औद्योगिक विकास अनुभवत आहेत, तर इतर मागे आहेत.

३.५.१ प्रादेशिक असमतोल आणि औद्योगिक वृद्धी :

भारतातील प्रादेशिक असमतोल आणि औद्योगिक वृद्धीचे मुद्दे परस्परांशी जोडलेले आहेत, ज्यामुळे देशाच्या सर्वांगीण आर्थिक विकासासाठी महत्त्वपूर्ण आव्हाने निर्माण झाले आहेत :

१) प्रादेशिक विषमता आणि औद्योगिक वृद्धी :

भारताची औद्योगिक वृद्धी विशिष्ट प्रदेशांमध्ये, प्रामुख्याने शहरी भागात आणि महाराष्ट्र आणि गुजरातसारख्या निवडक राज्यांमध्ये केंद्रित आहे. या एकाग्रतेमुळे सर्व प्रदेशांमधील विकासामध्ये तीव्र असंतुलन निर्माण झाले

आहे. काही क्षेत्रे मजबूत उद्योगांनी भरभराटीस येतात, तर इतर मागे राहतात, ज्यामुळे आर्थिक संधी आणि वृद्धीच्या शक्यतांचे असमान वितरण होते.

२) प्रादेशिक असंतुलनास कारणीभूत घटक :

अनेक घटक या असंतुलनास कारणीभूत आहेत, ज्यात ऐतिहासिक वारसा, विशिष्ट प्रदेशांचा अनुकूल धोरणात्मक पूर्वाग्रह, अविकसित भागात अपुऱ्या पायाभूत सुविधा आणि शिक्षण व कौशल्य विकासातील असमानता यांचा समावेश आहे. हे घटक निवडक प्रदेशांमध्ये उद्योगांचे केंद्रीकरण कायम ठेवतात आणि संतुलित वृद्धीस अडथळा आणतात.

३) अविकसित प्रदेशांसमोरील आव्हाने :

अविकसित प्रदेश मर्यादित औद्योगिक वृद्धीमुळे उद्भवलेल्या असंख्य आव्हानांचा सामना करतात. यामध्ये अपुऱ्या पायाभूत सुविधा, तंत्रज्ञान आणि आर्थिक संसाधनांचा अभाव, रोजगाराच्या कमी संधी आणि त्यानंतरचे ग्रामीण-शहरी स्थलांतर असे अविकसिततेचे चक्र कायम आहे.

४) धोरण आणि गुंतवणूक :

ऐतिहासिकदृष्ट्या सरकारी धोरणे आणि मोठ्या गुंतवणुकींनी प्रामुख्याने विकसित प्रदेशांनाच पसंती दिली आहे, ज्यामुळे उद्योगांच्या एकाग्रतेत योगदान प्राप्त होते. औद्योगिक विकासाच्या अधिक न्याय्य वितरणास प्रोत्साहन देणाऱ्या उद्योगांना त्यांच्या स्थानांमध्ये वैविध्य आणण्यासाठी प्रोत्साहन देणाऱ्या धोरणात्मक सुधारणांची गरज आहे.

५) नैसर्गिक संसाधनांचा वापर आणि पर्यावरणावर परिणाम :

असमान औद्योगिक वृद्धीचा नैसर्गिक संसाधनांवर दुहेरी परिणाम होतो. विकसित प्रदेशांना गहन औद्योगिक क्रियाकलापांमुळे संसाधने कमी होणे आणि पर्यावरणीय ऱ्हासाची आव्हाने भेडसावत आहेत. याउलट अविकसित क्षेत्र त्यांच्या संसाधनांचा कमी वापर करतात, आर्थिक वृद्धीसाठी त्यांचा फायदा घेण्यात अपयशी ठरतात.

६) सर्वसमावेशक विकास धोरणे :

सर्वसमावेशक विकास धोरणांना प्रोत्साहन देण्यामध्ये पायाभूत सुविधांमध्ये गुंतवणूक करणे, कौशल्य संवर्धन कार्यक्रम सुरू करणे आणि वंचित प्रदेशात उद्योजकतेला चालना देणे यांचा समावेश होतो. प्रादेशिक सामर्थ्य आणि संसाधनांशी सरेखित केलेली धोरणात्मक गुंतवणूक स्वदेशी औद्योगिक विकासाला चालना देते.

७) सरकारची भूमिका आणि धोरणात्मक सुधारणा :

धोरणात्मक सुधारणा आणि भरीव पायाभूत गुंतवणुकीद्वारे प्रादेशिक असमतोल दूर करण्यात सरकार महत्त्वपूर्ण भूमिका बजावते. उद्योगांना त्यांच्या स्थानांमध्ये विविधता आणण्यासाठी प्रोत्साहन देणारे उपक्रम, समावेशक धोरणांद्वारे संतुलित औद्योगिक वृद्धीसाठी महत्त्वपूर्ण आहेत.

८) शिक्षण, कौशल्य विकास आणि रोजगार निर्मिती :

प्रादेशिक असमानता दूर करण्यासाठी अविकसित प्रदेशांमध्ये मजबूत शिक्षण आणि कौशल्य विकास उपक्रम आवश्यक आहेत. या प्रयत्नांमुळे स्थानिक कामगारांना आवश्यक कौशल्ये सुसज्ज होतील, रोजगाराच्या संधी निर्माण होतील आणि आर्थिक विकासाला चालना मिळेल.

९) व्यष्टी अध्ययन किंवा उदाहरणे :

प्रभावीपणे असंतुलन हाताळणाऱ्या प्रदेशांच्या यशस्वी उपक्रमांची उदाहरणे प्रतिकृतीसाठी प्रारूप म्हणून काम करू शकतात. व्यष्टी अध्ययन अशा धोरणांवर प्रकाश टाकतात ज्याने संतुलित औद्योगिक वृद्धी सुलभ केली आहे, संभाव्य उपायांबाबत माहिती प्रदान केली आहे.

१०) भविष्यातील संभावना आणि शिफारसी :

समतोल विकास साधण्यासाठी भविष्यातील संभावना सर्वसमावेशक धोरणांना चालना देणे, पायाभूत सुविधांमध्ये गुंतवणूक करणे, उद्योजकतेला पाठिंबा देणे आणि सर्व प्रदेशांमध्ये औद्योगिक विकासाच्या संतुलित वितरणासाठी समर्थन करणे यावर अवलंबून आहे. देशव्यापी शाश्वत आर्थिक विकासासाठी या शिफारशी महत्त्वपूर्ण आहेत.

३.५.२ प्रादेशिक औद्योगिक असमतोलाचा विस्तार :

आर्थिक विकासात प्रादेशिक असमतोल विकासाची आणि त्यातही असंतुलित औद्योगिक विकासाची जी समस्या आहे तिचा सामना हा केवळ विकसनशील देशानेच नाही तर विकसित देशांना देखील करावा लागतो. देशाच्या आर्थिक विकासाला मोठ्या प्रमाणात खीळ बसण्याचे काम हे औद्योगिक प्रादेशिक असंतुलित विकासातून केले जाते. भारतासारख्या क्षेत्रफळाच्या दृष्टीने विस्तीर्ण असलेल्या देशाला वारंवार औद्योगिक असंतुलित विकासाचा सामना करावा लागतो. भारतातील प्रादेशिक औद्योगिक असमतोलाचा विस्तार पुढीलप्रमाणे अभ्यासता येईल :

१) स्वातंत्र्यपूर्व काळातील प्रादेशिक औद्योगिक असमतोल :

स्वातंत्र्यपूर्व काळामध्ये प्रादेशिक असमतोलाचा विचार करताना दिसून येणारी सर्वात महत्त्वाची गोष्ट म्हणजे तत्कालीन ब्रिटिश शासनाने जी धोरणे निर्धारित केली होती त्यामागे त्यांचे जे आर्थिक आणि राजकीय हितसंबंध होते ते हितसंबंध टिकवणे हे त्या धोरणांच्या मागचे महत्त्वाचे उद्दिष्ट होते. त्यामुळे या काळामध्ये होणारा जो असंतुलित औद्योगिक प्रादेशिक विकास होता त्याला एतद्देशीय आव्हान मिळू शकत नव्हते. तत्कालीन ब्रिटिश शासनाने विकासासाठी जो दृष्टिकोन स्वीकारलेला होता तो त्यांच्या फायद्याच्या किंवा मोक्याच्या ठिकाणी जेथे त्यांना सोयीस्कर ठरेल अशाच ठिकाणी त्यांनी उद्योगांचा विकास केला.

२) स्वातंत्र्योत्तर काळातील प्रादेशिक औद्योगिक असमतोल :

भारताला स्वातंत्र्य मिळाले त्यावेळेस तत्कालीन शासनासमोर अनेक सामाजिक, आर्थिक स्वरुपाचे प्रश्न होते ज्याचे निराकरण त्यांना तात्काळ करणे आवश्यक होते.

तत्कालीन सरकारने रेल्वे सुधारणा, जलसिंचनाच्या योजना, रस्त्याचे जाळे उभारणे, आधुनिक शिक्षण पद्धतीचा विकास घडवून आणणे तसेच प्रशासकीय नियंत्रण प्रस्थापित करणे यांसारखी काही कामे वेगाने करण्यास सुरुवात केली. जलसिंचनाच्या सोयींचा विकास करायला सुरुवात केल्यामुळे प्रामुख्याने जे अवर्षणग्रस्त प्रदेश होते आणि शेती या दोहोंना फायदा मिळण्यास सुरुवात झाली.परिणामी महसुलामध्ये वाढ होण्यास सुरुवात झाली. शिक्षणाच्या विस्तारामुळे आवश्यक असणारे जे मनुष्यबळ होते ते कुशल मनुष्यबळ प्राप्त होण्यास सुरुवात झाली. पंचवार्षिक नियोजनाचा स्वीकार करूनही प्रादेशिक औद्योगिक विकास हा असंतुलितच राहिला. परिणामी याचा परिणाम हा प्रत्यक्ष आणि अप्रत्यक्षरीत्या येथील लहान स्वरूपातील जे उद्योग होते त्याच्यावरती व्हायला लागला. केंद्र शासनाने शेती, जलसिंचन, खते आणि कीटकनाशके, रेल्वे परियोजना यांच्या माध्यमातून संतुलित प्रादेशिक विकासाला प्राधान्य देण्यास सुरुवात केली. पंचवार्षिक योजनांच्या आणि नियोजन आयोगाच्या माध्यमातून सर्वांगीण औद्योगिक विकासाला आणि सर्वांगीण आर्थिक विकासाला चालना कशी देता येईल? याचा विचार करण्यास सुरुवात केलेली. जास्तीत जास्त प्रकल्पांची अंमलबजावणी करून त्यांची वेगाने कशी पूर्तता करता येईल? याचा विचार सरकारने करण्यास सुरुवात केली.

३) सद्यकालीन परिस्थिती :

राष्ट्राच्या उभारणीतील कधीच न संपणारे काम म्हणून प्रादेशिक औद्योगिक असमतोलाला दूर करण्याच्या कामाकडे पाहिले जाते. भारतासारख्या संघराज्य असणाऱ्या देशामध्ये संतुलित औद्योगिक विकास होणे आवश्यक आहे.

पण सध्याचे चित्र बघायला गेल्यास असे दिसून येते की, देशाच्या विविध प्रदेशांचे दरडोई उत्पन्न, दारिद्र्य रेषेखालील रहाणारी लोकसंख्या, शेतीवरती अवलंबून असणारी लोकसंख्या आणि शहरी लोकसंख्या यांच्यामध्ये मोठ्या प्रमाणात तफावत आढळून येते. भारतातील असंतुलित औद्योगिक विकासाची माहिती ही पुढील तक्त्याचा आधारे घेता येईल:

तक्ता क्रमांक: ३.३ : प्रगत राज्ये आणि अप्रगत राज्ये लोकसंख्येचे विभाजन

प्रगत राज्ये (एकूण लोकसंख्येच्या ४८ % लोकसंख्या)	२०११ च्या जनगणनेनुसार लोकसंख्या	अप्रगत राज्ये (एकूण लोकसंख्येच्या ४२ % लोकसंख्या)	२०११च्या जनगणनेनुसार लोकसंख्या
पंजाब	२७,७४३,३३८	मध्य प्रदेश	७२,६२६,८०९
महाराष्ट्र	११२,३७४,३३३	आसाम	३१,२०५,५७६
हरियाणा	२५,३५१,४६२	उत्तरप्रदेश	१९९,८१२,३४१
गुजरात	६०,४३९,६९२	राजस्थान	६८,५४८,४३७
पश्चिम बंगाल	९१, २७६, ११५	ओरिसा	४१,९७४,२१८
कर्नाटक	६१,०९५,२९७	बिहार	१०४,०९९,४५२
केरळ	३३,४०६,०६१		
तामिळनाडू	७२,१४७,०३०		
आंध्र प्रदेश	८४,५८०,७७७		

तक्ता क्रमांक: ३.४ : दरडोई उत्पन्नातील असमानता/असमतोल

प्रगत राज्ये	दरदोईउत्पन्न (रुपयांमध्ये)	श्रेणी
पंजाब	१५८,५३०	१७
महाराष्ट्र	१९८,५१०	१२
हरियाणा	२२५,११०	५
गुजरात	१९९,४६३	१०
पश्चिम बंगाल	१०२,५६८	२३
कर्नाटक	२०५,८१३	७
केरळ	२०३,०९३	८
तामिळनाडू	१९०,६५९	१४
आंध्रप्रदेश	१५८,६०७	१६
	अप्रगत राज्ये	
मध्यप्रदेश	९१,१०३	२७
आसाम	८५,०८९	२९
उत्तर प्रदेश	६२,३२३	३२
राज्यस्थान	११०,९१६	२२
ओरिसा	९७,२७३	२६
बिहार	४१,९९२	३३

दरडोई उत्पन्न हे एखाद्या व्यक्तीचे त्या प्रदेशातील वार्षिक उत्पन्न दर्शवते. त्याचा वापर प्रादेशिक विकासाचा दर्शक म्हणून देखील करता येतो. हे दरडोई उत्पन्न प्रत्येक प्रदेशाचे दरवर्षी बदलत असते. देशाच्या लोकसंख्येत मोठा वाटा असणारी उत्तर प्रदेश, बिहार आणि मध्यप्रदेश यांसारखी घटक राज्ये मात्र अजूनही दरडोई उत्पन्नामध्ये मागेच असल्याचे दिसून येते.

गेल्या दोन दशकात भारतीय अर्थव्यवस्थेने सरासरी वार्षिक आर्थिक वृद्धी ही ६ % दराने अनुभवलेली आहे. अनेक पूर्व आशियायी देशांच्या अर्थव्यवस्थेशी तुलना करायला गेल्यास भारताचा आर्थिक विकासाचा हा दर गेल्या दोन दशकांच्या पेक्षा जास्त उत्तम आणि लक्षणीय स्वरूपाचा आहे. देशाच्या आर्थिक विकासाच्या दरामध्ये वाढ झाल्याप्रमाणेच देशातील दरडोई उत्पन्नामध्ये देखील मोठ्या प्रमाणात वाढ झाल्याचे दिसून येते. देशाच्या दरडोई उत्पन्नात साधारणपणे ४ % इतकी वाढ झाल्याचे दिसून येते. जागतिक बँक आणि अन्य आंतरराष्ट्रीय संस्थांनी भारताच्या आर्थिक प्रगतीचे आणि आर्थिक वृद्धीदराची प्रशंसा केली आहे.

देशाच्या विविध प्रदेशांमध्ये आणि प्रदेशांतर्गत भागांमध्ये असणारी जी असंतुलितता आहे ती देशाच्या आर्थिक नियोजन आणि आर्थिक विकासात मोठा अडथळा ठरत आहे. अविकसित प्रदेशात केली गेलेली गुंतवणूक आणि विविध शासकीय धोरणांची केली गेलेली अंमलबजावणी या व्यतिरिक्त या प्रदेशातील खाजगी गुंतवणुकीला देखील मोठ्या प्रमाणात चालना देण्यात येत आहे. प्रादेशिक असमतोल हा कमी करण्यासाठी गेल्या तीन दशकांपासून युद्धपातळीवरती काम हाती घेण्यात आलेले आहे. अगदी गेल्या तीन दशकांमध्ये हे प्रयत्न केले जाऊन देखील आजही हा प्रादेशिक असमतोल हा आजही दिसून येतो.

३.५.३ संतुलित प्रादेशिक औद्योगिक विकासासाठी सरकारी धोरण :

भारत सरकारने सर्वसमावेशक वृद्धी सुनिश्चित करण्यासाठी आणि प्रादेशिक असमानता कमी करण्यासाठी संतुलित प्रादेशिक औद्योगिक विकासाचे महत्त्व ओळखले आहे. हे उद्दिष्ट साध्य करण्यासाठी गेली अनेक वर्षे विविध धोरणे आणि उपक्रम राबवले जात आहेत. या धोरणांचा उद्देश कमी विकसित प्रदेशात औद्योगिकीकरणाला चालना देणे, गुंतवणूक आकर्षित करणे, पायाभूत सुविधा सुधारणे आणि रोजगाराच्या संधी निर्माण करणे हा आहे. भारतातील संतुलित प्रादेशिक औद्योगिक विकासासाठी खाली काही प्रमुख सरकारी धोरणे आणि उपक्रम दिले आहेत:

१) औद्योगिक कॉरिडॉर आणि स्मार्ट शहरे :

सरकारने दिल्ली-मुंबई इंडस्ट्रियल कॉरिडॉर (ऊ्रखउ) आणि चेन्नई-बेंगळुरू इंडस्ट्रियल कॉरिडॉर (उइखउ) सारखे महत्त्वाकांक्षी प्रकल्प सुरू केले आहेत. हे कॉरिडॉर जागतिक दर्जाच्या पायाभूत सुविधा, लॉजिस्टिक आणि कनेक्टिव्हिटीसह एकात्मिक औद्योगिक क्षेत्र म्हणून नियोजित आहेत. या धोरणात्मक वाहतूक मार्गांद्वारे गुंतवणूक आकर्षित करणे आणि औद्योगिक विकासाला चालना देणे हे सरकारचे उद्दिष्ट आहे. याव्यतिरिक्त, स्मार्ट सिटीज मिशन आधुनिक पायाभूत सुविधांसह शहरे विकसित करण्यावर लक्ष केंद्रित करते, त्या प्रदेशांमधील उद्योगांना चालना देते.

२) विशेष आर्थिक क्षेत्रे (डएन) :

निर्यात-केंद्रित उत्पादनाला प्रोत्साहन देण्यासाठी आणि थेट परकीय गुंतवणूक आकर्षित करण्यासाठी विशेष आर्थिक क्षेत्रे हे विशिष्ट कर आणि नियामक फायदे असलेले नियुक्त क्षेत्र आहेत. औद्योगिकीकरणाला चालना देण्यासाठी आणि रोजगाराच्या संधी निर्माण करण्यासाठी सरकारने विविध क्षेत्रांमध्ये विशेष आर्थिक क्षेत्र स्थापन केले आहेत.

३) मेक इन इंडिया :

देशांतर्गत उत्पादनाला प्रोत्साहन देण्यासाठी आणि विविध क्षेत्रांमध्ये विदेशी गुंतवणूक आकर्षित करण्यासाठी मेक इन इंडिया मोहीम सुरू करण्यात आली आहे. उद्योगांसाठी अनुकूल वातावरण निर्माण करणे आणि जागतिक उत्पादन केंद्र म्हणून भारताला प्रोत्साहन देणे हे त्याचे उद्दिष्ट आहे. हे धोरण देशाच्या विविध भागात औद्योगिकीकरणाचा प्रसार करण्याचा प्रयत्न करते.

४) उत्तर–पूर्व औद्योगिक विकास योजना (छएखउद्ध) :

ईशान्येकडील राज्यांमध्ये औद्योगिकीकरणाला चालना देण्यासाठी सरकारने उत्तर–पूर्व औद्योगिक विकास योजना सुरू केली. ही योजना भांडवली गुंतवणूक सबसिडी, व्याज सबसिडी आणि सर्वसमावेशक पत हमी योजनेत प्रवेश यासह विविध प्रोत्साहन देते. या प्रोत्साहनांचा उद्देश गुंतवणुकीला आकर्षित करणे आणि प्रदेशातील औद्योगिक विकासाला चालना देणे हा आहे.

५) राष्ट्रीय गुंतवणूक आणि उत्पादन क्षेत्रे (छखचनी) :

राष्ट्रीय गुंतवणूक आणि उत्पादन क्षेत्रे ही संकल्पना मांडण्यात आली, जी उद्योगांसाठी उत्कृष्ट पायाभूत सुविधा आणि सहाय्य सेवा असलेले मोठे क्षेत्र आहेत. राष्ट्रीय गुंतवणूक आणि उत्पादन क्षेत्रचे उद्दिष्ट प्रमुख उद्योगांना आकर्षित करणे, औद्योगिक समुहाची सोय करणे आणि संतुलित प्रादेशिक औद्योगिक विकासाला चालना देणे हे आहे.

६) समुह विकास कार्यक्रम :

सरकार विशिष्ट क्षेत्र आणि प्रदेशांमध्ये उद्योगांना चालना देण्यासाठी समुह विकास कार्यक्रम राबवत आहे. हे कार्यक्रम समुहामधील उद्योगांच्या वाढीला चालना देण्यासाठी पायाभूत सुविधा, तंत्रज्ञान अद्यायवतीकरण, कौशल्य विकास आणि बाजारपेठेतील प्रवेशासाठी समर्थन प्रदान करतात.

७) पायाभूत सुविधांचा विकास :

समतोल प्रादेशिक औद्योगिक विकासाला चालना देण्यासाठी पायाभूत सुविधांच्या विकासात गुंतवणूक करणे ही एक महत्त्वाची बाब आहे. सरकार रस्ते, महामार्ग, रेल्वे, बंदरे, विमानतळ आणि वीज यासारख्या पायाभूत सुविधा निर्माण करण्यावर भर देत आहे ज्यामुळे दुर्गम आणि कमी विकसित प्रदेशांमध्ये संपर्क आणि सुलभता सुधारली जाईल.

८) राज्य आणि स्थानिक प्रोत्साहन :

राज्य सरकारे आपापल्या प्रदेशात औद्योगिक विकासाला चालना देण्यासाठी महत्त्वपूर्ण भूमिका बजावतात. अनेक राज्ये गुंतवणुकीला आकर्षित करण्यासाठी आणि औद्योगिक विकासाला पाठिंबा देण्यासाठी स्वतःचे प्रोत्साहन, सबसिडी आणि सवलती देतात.

९) उद्योजकता आणि कौशल्य विकास :

विविध क्षेत्रांमध्ये औद्योगिक विकासाला चालना देण्यासाठी उद्योजकता आणि कौशल्य विकासाला चालना देणे आवश्यक आहे. स्थानिक कामगारांना आवश्यक कौशल्याने सुसज्ज करण्यासाठी आणि लघु व मध्यम उद्योगांच्या स्थापनेला प्रोत्साहन देण्यासाठी सरकारने अनेक कौशल्य विकास उपक्रम आणि उद्योजकता कार्यक्रम सुरू केले आहेत.

१०) व्यवसाय सुलभता :

व्यवसाय करण्याची सुलभता सुधारणे हे सरकारचे सतत लक्ष असते. नियामक प्रक्रिया सुव्यवस्थित करणे, नोकरशाहीतील अडथळे कमी करणे आणि व्यवसायासाठी अनुकूल वातावरण निर्माण करणे हे गुंतवणुकीला आकर्षित करण्यासाठी आणि कमी विकसित प्रदेशांमध्ये औद्योगिकीकरणाला चालना देण्यासाठी महत्त्वपूर्ण आहे.

३.६ सूक्ष्म, लघु आणि मध्यम उद्योगांची (एमएसएमई) कामगिरी आणि समस्या :

भारतातील सूक्ष्म, लघु आणि मध्यम उद्योग (एमएसएमई) क्षेत्र मजबूत कामगिरीचे प्रदर्शन करते, जीडीपी, रोजगार आणि निर्यातीत महत्त्वपूर्ण योगदान देते. तथापि, एमएसएमईंना विविध आव्हानांचा सामना करावा लागतो, ज्यामध्ये वित्तपुरवठ्याचा मर्यादित प्रवेश, अपुरी पायाभूत सुविधा, नियामक अनुपालनाचे ओझे, कौशल्याची कमतरता आणि बाजारातील स्पर्धा यांचा समावेश आहे. चडचएी ची पूर्ण क्षमता अनलॉक करण्यासाठी, शाश्वत विकासाला चालना देण्यासाठी आणि भारताच्या आर्थिक विकासात त्यांचे योगदान वाढवण्यासाठी या समस्यांचे निराकरण करणे महत्त्वाचे आहे.

३.६.१ सूक्ष्म, लघु आणि मध्यम उद्योगांची (एमएसएमई) कामगिरी :

भारतातील सूक्ष्म, लघु आणि मध्यम उद्योगांची (एमएसएमई) कामगिरी लक्षणीय असूनही सूक्ष्म आहे :

१) कल देशांतर्गत उत्पादनामध्ये योगदान :

एमएसएमई देशाच्या सकल देशांतर्गत उत्पादनाच्या (GDP) सुमारे ३०% योगदान देऊन भारताच्या अर्थव्यवस्थेत महत्त्वपूर्ण भूमिका बजावतात. हे योगदान महत्त्वपूर्ण आहे कारण ते विविध क्षेत्रातील लहान आणि मध्यम आकाराच्या उद्योगांद्वारे व्युत्पन्न केलेले भरीव आर्थिक उत्पादन प्रतिबिंबित करते. एमएसएमई त्यांच्या उत्पादन क्रियाकलाप, मूल्यवर्धन आणि रोजगार निर्मितीद्वारे जीडीपीमध्ये योगदान देतात, ज्यामुळे आर्थिक वृद्धी आणि विकास होतो.

२) रोजगार निर्मिती :

एमएसएमई हे भारतातील सर्वात मोठे रोजगार निर्माण करणारे क्षेत्र आहे, जे ११० दशलक्षाहून अधिक लोकांना उपजीविका प्रदान करतात. विशेषत: ग्रामीण आणि निम-शहरी भागात बेकारी आणि बेरोजगारीच्या आव्हानांना तोंड देण्यासाठी हे रोजगार योगदान महत्त्वपूर्ण आहे. एमएसएमई कृषी क्षेत्रातील अतिरिक्त श्रम शोषून घेतात आणि उत्पादन, सेवा व व्यापार क्षेत्रात रोजगाराच्या विविध संधी निर्माण करतात, ज्यामुळे सर्वसमावेशक वृद्धी होऊन गरिबी कमी करण्यास प्रोत्साहन मिळते.

३) निर्यात योगदान :

भारताच्या एकूण निर्यातीपैकी एमएसएमईचा वाटा अंदाजे ४८% आहे, जे देशाच्या निर्यात परिसंस्थेमध्ये त्यांची महत्त्वपूर्ण भूमिका अधोरेखित करतात. हे उद्योग तत्पर, लवचिक आहेत आणि अनेकदा विशिष्ट उत्पादने व सेवांमध्ये विशेषज्ञ आहेत, ज्यामुळे ते भारताच्या परकीय चलन कमाईत आणि व्यापार संतुलनात महत्त्वपूर्ण योगदान देतात. एमएसएमईची निर्यात अभिमुखता त्यांची स्पर्धात्मकता वाढवते, नवकल्पना वाढवते आणि जागतिक मूल्य साखळीत एकीकरण सुलभ करते. ज्यामुळे भारताच्या आर्थिक वृद्धीस आणि आंतरराष्ट्रीय व्यापार संबंधांना समर्थन मिळते.

४) पत वितरण :

भारतीय रिझर्व्ह बँक (RBI) च्या मते, मार्च २०२१ पर्यंत एमएसएमईकडे एकूण कर्जाची थकबाकी ₹१९.५५ लाख कोटी (अंदाजे २६० अब्ज) होती. विस्तार, आधुनिकीकरण, आणि नवीनता एमएसएमईसाठी गुंतवणूक करण्यासाठी वित्तपुरवठ्यात प्रवेश आवश्यक आहे. तथापि, लक्षणीय पत वितरण असूनही अनेक एमएसएमईंना उच्च संपार्श्विक आवश्यकता, जटिल कर्ज मंजूरी प्रक्रिया आणि सावकारांद्वारे जोखीम धारणा यासारख्या कारणांमुळे परवडणारे आणि वेळेवर कर्ज मिळवण्यात अजूनही आव्हाने आहेत.

५) उद्योगांची संख्या :

सूक्ष्म, लघु आणि मध्यम उद्योग मंत्रालयानुसार भारतात ६३ दशलक्षाहून अधिक एमएसएमई आहेत. या मोठ्या संख्येने उद्योग भारताच्या एमएसएमई क्षेत्राचे वैविध्यपूर्ण आणि विकेंद्रित स्वरूप प्रतिबिंबित करतात, ज्यामध्ये विविध उद्योग आणि प्रदेशांमध्ये कार्यरत सूक्ष्म-उद्योग, लघु व्यवसाय आणि मध्यम आकाराच्या कंपन्या यांचा समावेश होतो. भारतातील आर्थिक क्रियाकलाप, रोजगार निर्मिती आणि उद्योजकतेचे प्रमुख वाहक म्हणून एमएसएमईचे मोठे प्रमाण त्यांचे महत्त्व अधोरेखित करते.

६) क्षेत्रानुसार वितरण :

एमएसएमई विविध क्षेत्रांमध्ये वितरीत केले जातात, एकूण एमएसएमईपैकी उत्पादन क्षेत्राचा वाटा सुमारे ४५% आहे, त्यानंतर व्यापार आणि दुरुस्ती सेवा (२५%) आणि इतर सेवा (३०%) आहेत. उत्पादन, व्यापार, किरकोळ, आदरातिथ्य, आरोग्यसेवा आणि इतर सेवांमध्ये गुंतलेल्या उद्योगांद्वारे हे क्षेत्र-निहाय वितरण भारताच्या एमएसएमई परिदृश्याचे वैविध्यपूर्ण स्वरूप प्रतिबिंबित करते. अनेक क्षेत्रांमध्ये एमएसएमईची उपस्थिती आर्थिक वैविध्य, लवचिकता आणि नवकल्पना यामध्ये योगदान देते, ज्यामुळे भारताचा औद्योगिक पाया आणि सेवा अर्थव्यवस्था मजबूत होते.

७) भौगोलिक वितरण :

एमएसएमई शहरी, ग्रामीण आणि निमशहरी भागात पसरलेले आहेत, अर्ध-शहरी आणि ग्रामीण भागात लक्षणीय उपस्थिती प्रादेशिक विकासात योगदान देते. एमएसएमईचे हे भौगोलिक वितरण आर्थिक क्रियाकलापांचे विकेंद्रीकरण करण्यात, प्रादेशिक असमानता कमी करण्यात आणि संतुलित प्रादेशिक विकासाला चालना देण्यासाठी मदत करते. ग्रामीण भागातील एमएसएमई अनेकदा कृषी-संबंधित क्रियाकलाप, कृषी-प्रक्रिया, हस्तकला आणि ग्रामीण पर्यटन, रोजगार आणि उत्पन्नाच्या संधी निर्माण करण्यासाठी स्थानिक संसाधने आणि पारंपारिक ज्ञानाचा लाभ घेतात.

८) स्टार्टअप परिसंस्था :

भारताचे एमएसएमई क्षेत्र वेगाने वाढणाऱ्या स्टार्टअप परिसंस्थेद्वारे दोलायमान आहे. जागतिक स्तरावर स्टार्टअपसाठी भारत तिसरी सर्वात मोठी परिसंस्था म्हणून उदयास आला आहे, डिसेंबर २०२३ पर्यंत भारतात १,१२,७१८ हून अधिक मान्यताप्राप्त स्टार्टअप्स होते, त्यापैकी बरेच एमएसएमई आहेत. एमएसएमई विभागातील स्टार्टअप्सचा उदय भारतातील नाविन्यपूर्ण, जोखीम घेण्याची आणि उद्योजकतेची संस्कृती प्रतिबिंबित करतो. हे स्टार्टअप्स तंत्रज्ञान, डिजिटल प्लॅटफॉर्म आणि व्यवसाय प्रारूपाचा फायदा घेतात ज्यामुळे बाजारातील तफावत दूर करण्यासाठी, नवीन उत्पादने/सेवा तयार करण्यासाठी आणि नवकल्पना-चालित उद्योजकतेद्वारे आर्थिक वृद्धी घडवून आणण्यासाठी मदत होते.

९) व्यवसाय करणे सुलभ :

भारताने एमएसएमईसाठी व्यवसाय करणे सुलभ करण्याच्या दिशेने प्रगती केली आहे. उद्यम नोंदणी पोर्टल सारखे उपक्रम आणि एमएसएमई वित्तपुरवठा व समर्थनासाठी विविध योजना त्यांच्या वृद्धीस सुलभ करण्यासाठी सुरू करण्यात आल्या आहेत. सरलीकृत नोंदणी प्रक्रिया, सिंगल-विंडो क्लिअरन्स यंत्रणा आणि डिजिटल प्लॅटफॉर्म एमएसएमईंना सरकारी योजना, अनुदान आणि सेवांमध्ये सुलभता वाढवतात, ज्यामुळे प्रशासकीय भार कमी होतो आणि उद्योजकता व व्यवसाय विस्ताराला चालना मिळते.

१०) कोविड-१९ प्रभाव :

कोविड-१९ महामारीचा भारतातील एमएसएमईवर लक्षणीय परिणाम झाला, ज्यामुळे उत्पादनात व्यत्यय, पुरवठा साखळीतील अडचणी आणि आर्थिक ताण निर्माण झाला. तथापि, इमर्जन्सी क्रेडिट लाइन गॅरंटी स्कीम (ECLGS) सारखे विविध सरकारी उपक्रम, संकटकाळात एमएसएमईंना मदत करण्यासाठी आणि समर्थन देण्यासाठी आणले गेले. या उपक्रमांचा उद्देश तरलता समर्थन, कर्जाच्या परतफेडीवर स्थगिती आणि क्रेडिट गॅरंटी योजना प्रदान करून साथीच्या रोगाचा प्रतिकूल परिणाम कमी करणे आहे, ज्यामुळे एमएसएमईंना संकटातून वाचण्यास आणि आर्थिक मंदीतून सावरण्यास मदत होईल.

३.६.२ सूक्ष्म, लघु आणि मध्यम उद्योगांच्या समस्या :

भारतातील सूक्ष्म, लघु आणि मध्यम उद्योगांना (एमएसएमई) भेडसावणाऱ्या आव्हानांमध्ये विविध संरचनात्मक, आर्थिक आणि कार्यात्मक समस्यांचा समावेश आहे:

१) मर्यादित वित्तपुरवठा :

एमएसएमईला अनेकदा कठोर संपार्श्विक आवश्यकता आणि उच्च व्याजदरांमुळे औपचारिक वित्तपुरवठा प्राप्त करण्यात अडचणी येतात, ज्यामुळे त्यांची वृद्धी आणि विस्तार रोखला जातो. वित्तपुरवठ्याचा हा अभाव तंत्रज्ञान, पायाभूत सुविधा आणि प्रतिभा विकासामध्ये गुंतवणूक करण्याची त्यांची क्षमता मर्यादित करतो, ज्यामुळे त्यांची स्पर्धात्मकता आणि उत्पादकता मर्यादित होते.

२) अपुऱ्या पायाभूत सुविधा :

खराब पायाभूत सुविधा, जसे की अविश्वसनीय वीजपुरवठा आणि अपुरे वाहतूक नेटवर्क हे एमएसएमईच्या कार्यपद्धतींमध्ये व्यत्यय आणतात, उत्पादन खर्च वाढवतात आणि पुरवठा साखळी कार्यक्षमतेत अडथळा आणतात. या पायाभूत सुविधांच्या कमतरतेमुळे एमएसएमईची स्पर्धात्मकता कमी होते, ज्यामुळे त्यांचे कामकाज वाढवण्याची आणि नवीन बाजारपेठांमध्ये प्रवेश करण्याची क्षमता मर्यादित होते.

३) जटिल नियामक पर्यावरण:

एमएसएमई एक जटिल नियामक चौकटीशी लढतात, ज्यामध्ये अनेक अनुपालन आणि वारंवार धोरणात्मक बदल, प्रशासकीय भार आणि अनुपालन खर्च लादतात. ही नियामक जटिलता उद्योजकतेला अडथळे आणते, औपचारिकतेला परावृत्त करते आणि संसाधनांना उत्पादक क्रियाकलापांपासून दूर वळवते. ज्यामुळे एमएसएमईच्या वाढीला आणि नवकल्पनेला अडथळा निर्माण होतो.

४) कौशल्याचा तुटवडा :

एमएसएमईंना कुशल कामगारांची नियुक्ती करण्यात अडचणी येतात ज्यामुळे उत्पादकता आणि गुणवत्तेच्या मानकांवर परिणाम होतो. कौशल्यातील या अंतरामुळे नावीन्यता आणि तंत्रज्ञानाचा अवलंब मर्यादित होतो, ज्यामुळे एमएसएमईंची गतिशील बाजार पर्यावरणात प्रभावीपणे स्पर्धा करण्याची आणि त्यांच्या वृद्धीच्या क्षमतेस प्रतिबंधित करते.

५) तंत्रज्ञान अवलंबण्याचे अंतर :

अनेक एमएसएमई प्रगत तंत्रज्ञानाचा अवलंब करण्यात, त्यांची कार्यक्षमता, उत्पादन गुणवत्ता आणि बाजारातील स्पर्धात्मकता मर्यादित करण्यात मागे आहेत. हे तंत्रज्ञान अवलंबण्याचे अंतर डिजिटल विभाजन वाढवते, ज्यामुळे व्यवसाय विस्तार आणि बाजारपेठेतील प्रवेशासाठी डिजिटल साधने आणि प्लॅटफॉर्मचा लाभ घेण्याची एमएसएमईची क्षमता मर्यादित होते.

६) बाजारातील स्पर्धा :

मोठ्या कंपन्या आणि जागतिक स्पर्धकांकडून तीव्र स्पर्धा एमएसएमईसाठी आव्हाने उभी करतात, ज्यामुळे त्यांचा बाजारातील हिस्सा आणि नफा प्रभावित होतो. एमएसएमई अनेकदा त्यांची उत्पादने/सेवांमध्ये फरक करण्यासाठी, किमतीवर स्पर्धा करण्यासाठी आणि वितरण माध्यमांमध्ये प्रवेश करण्यासाठी संघर्ष करतात, ज्यामुळे बाजारातील संधी काबीज करण्याची आणि वृद्धी टिकवून ठेवण्याची त्यांची क्षमता मर्यादित होते.

७) बाजारपेठांमध्ये प्रवेश :

देशांतर्गत आणि आंतरराष्ट्रीय बाजारपेठेतील मर्यादित प्रवेशामुळे एमएसएमईच्या वृद्धीच्या शक्यता आणि कमाईची क्षमता मर्यादित होते. एमएसएमईकडे नवीन बाजारपेठा शोधण्यासाठी, वितरण माध्यम स्थापित करण्यासाठी आणि व्यापार नियमांचे पालन करण्यासाठी अनेकदा संसाधने आणि नेटवर्कची कमतरता असते, ज्यामुळे स्थानिक बाजारपेठांच्या पलीकडे विस्तार करण्याची आणि आपल्या ग्राहक आधारामध्ये विविधता आणण्याची त्यांची क्षमता मर्यादित होते.

८) विलंबित देयके :

एमएसएमईंना ग्राहकांकडून पेमेंट प्राप्त करण्यात विलंब झाल्यामुळे, त्यांच्या खेळत्या भांडवलाचे व्यवस्थापन आणि आर्थिक स्थिरता प्रभावित झाल्यामुळे रोख प्रवाहाच्या आव्हानांचा सामना करावा लागतो. ही विलंबित देयके एमएसएमईच्या तरलतेवर ताण आणतात, गुंतवणुकीत अडथळा आणतात आणि कार्यात्मक खर्च भागवण्याच्या आणि वृद्धीच्या संधींचा पाठपुरावा करण्याची त्यांची क्षमता मर्यादित करतात.

९) अनौपचारिकता :

एमएसएमईमधील अनौपचारिकतेचा प्रसार औपचारिक समर्थन यंत्रणा, वित्तीय सेवा आणि सरकारी प्रोत्साहनांमध्ये त्यांचा प्रवेश मर्यादित करतो. अनौपचारिक एमएसएमईंना प्रवेशासाठी अडथळे येतात, कायदेशीर संरक्षणांची कमतरता असते आणि शॅडोव अर्थव्यवस्थेत कार्य करतात. त्यांच्या वृद्धीची क्षमता आणि औपचारिक आर्थिक क्रियाकलापांमध्ये योगदान मर्यादित करते.

१०) तंत्रज्ञान आणि नावीन्यतेचा अभाव :

एमएसएमईंना तंत्रज्ञान आणि नाविन्यपूर्ण समर्थनासाठी प्रवेश नसतो, हे नवीन उत्पादने विकसित करण्याची, प्रक्रिया सुधारण्याची आणि स्पर्धात्मकता वाढवण्याची त्यांची क्षमता रोखते. संशोधन आणि विकासामध्ये मर्यादित गुंतवणूक एमएसएमईंची नवकल्पना करण्याची क्षमता, बाजारातील प्रवाहांशी जुळवून घेण्यास आणि प्रतिस्पर्ध्यांपासून स्वतःला वेगळे करण्याची क्षमता मर्यादित करते, त्यांच्या दीर्घकालीन शाश्वतता आणि वृद्धीच्या शक्यता मर्यादित करते.

३.७ बहुराष्ट्रीय कंपन्यांची भारतातील भूमिका :

बहुराष्ट्रीय महामंडळाचा आकार हा महाकाय स्वरुपाचा असतो. यांच्यामार्फत होणारी उलाढालही अति प्रचंड असते. या महामंडळांना बहुराष्ट्रीय म्हणण्याचे कारण म्हणजे अशा कंपनीचे मुख्य कार्यालय एका देशात असते तर त्यांच्या शाखा अनेक देशात व्यापार करीत असतात. थोडक्यात, बहुराष्ट्रीय महामंडळाची व्याप्ती कोणत्याही एका देशापुरती मर्यादित नसून त्या जगव्यापी असतात असे म्हणता येईल.

३.७.१ अर्थ :

बहुराष्ट्रीय कंपनी म्हणजे अशा स्वरुपाची कंपनी की जिची नोंदणी ही एका विशिष्ट देशात झालेली असते, पण तिची उत्पादित उत्पादने ही जगातील ही जगातील इतर विविध देशांमध्ये विकली जात असतात. त्यांना जागतिक महामंडळे

असे देखील म्हणले जाते. या कंपन्यांचे कार्यसंचालन हे विविध देशांत चालू असते. तथापि त्यांचे सर्व व्यवस्थापन स्वतःच्या मूळ देशातून चालू असते. बहुराष्ट्रीय कंपन्यांचे चार वर्गात विभाजन केले जाते.

१) बहुराष्ट्रीय कंपन्या ज्यांचे विकेंद्रिकरण हे झालेले असते.

२) जागतिक कंपन्या ज्यांचे केंद्रिकरण होऊन केंद्रीकृत उत्पादने व्यय लाभासाठी घेतात पण हे उत्पादन केंद्रिकृत पद्धतीने जेथे स्वस्त स्वरुपात स्त्रोत उपलब्ध होत असतात.

३) आंतरराष्ट्रीय कंपनी जिचे मूळ महामंडळ हे तंत्रज्ञान किंवा संशोधन व विकास विभागाची निर्मिती असते.

४) बहुराष्ट्रीय उद्योगसंस्था या आधीचे तिन्ही विशेष धारण करतात.

३.७.२ व्याख्या :

बहुराष्ट्रीय कंपन्या याच्या व्याख्या पुढीलप्रमाणे सांगता येईल :

१) **आंतरराष्ट्रीय कामगार संघटना :**
''जो उद्योग आपल्या देशांव्यतिरिक्त अन्य देशात उत्पादन व सेवा वितरित करीत असतो त्यास बहुराष्ट्रीय महामंडळ असे म्हणतात.''

२) *''बहुराष्ट्रीय महामंडळाचे महत्त्वाचे लक्षण म्हणजे त्यांचे मुख्य व्यवस्थापकीय कार्यालय एका देशात स्थापन झालेले असते आणि इतर अनेक देशात त्यांच्या व्यवसायाचा कारभार चालविला जातो.''*

३.७.३ बहुराष्ट्रीय कंपन्यांची भूमिका :

बहुराष्ट्रीय कंपन्या (MNCs) भारताच्या अर्थव्यवस्थेत निर्णायक भूमिका बजावतात, थेट विदेशी गुंतवणूक (FDI), तंत्रज्ञान हस्तांतरण, रोजगार निर्मिती आणि बाजार विस्तार वाढवतात. त्यांची उपस्थिती औद्योगिक स्पर्धात्मकता वाढवते, नवकल्पना वाढवते आणि जागतिक मूल्य साखळीत एकात्मतेला प्रोत्साहन देते. बहुराष्ट्रीय कंपन्या पायाभूत सुविधांच्या विकासात, निर्यातीला प्रोत्साहन देण्यासाठी आणि आंतरराष्ट्रीय मानकांचे पालन करण्यासाठी योगदान देतात, तसेच आर्थिक वृद्धी आणि करांच्या माध्यमातून सरकारी महसूल उत्तेजित करतात.

१) **थेट परकीय गुंतवणूक (FDI) :**
बहुराष्ट्रीय कंपन्या लक्षणीय FDI आणतात, भांडवल निर्मिती, रोजगार निर्मिती आणि आर्थिक वृद्धीसाठी योगदान देतात. भारतीय रिझर्व्ह बँकेच्या मते, आर्थिक वर्ष २०२०-२१ मध्ये भारतात FDI ची गुंतवणूक ८१.७२ अब्ज झाली आहे, ज्याचा एक महत्त्वपूर्ण भाग बहुराष्ट्रीय कंपन्यांना देण्यात आला आहे.

२) **तंत्रज्ञान हस्तांतरण :**
बहुराष्ट्रीय कंपन्या अनेकदा प्रगत तंत्रज्ञान, व्यवस्थापकीय कौशल्य आणि सर्वोत्तम पद्धती भारतात आणतात, ज्ञान हस्तांतरण आणि कौशल्य विकास सुलभ करतात. हे देशांतर्गत कंपन्यांची तांत्रिक क्षमता वाढवते, नवकल्पना वाढवते आणि औद्योगिक आधुनिकीकरण व स्पर्धात्मकतेला हातभार लावते.

३) **रोजगार निर्मिती :**
बहुराष्ट्रीय कंपन्या उत्पादन, सेवा, संशोधन आणि विकास यासारख्या विविध क्षेत्रांमध्ये प्रत्यक्ष आणि अप्रत्यक्ष रोजगाराच्या संधी उपलब्ध करून देतात. ते उच्च वेतन, चांगल्या कामाची परिस्थिती आणि कौशल्य वृद्धीसाठी संधी देतात, ज्यामुळे मानवी भांडवल विकास आणि दारिद्र्य निर्मूलनासाठी योगदान प्राप्त होते.

४) **बाजाराचा विस्तार :**
बहुराष्ट्रीय कंपन्या नवीन उत्पादने, सेवा आणि व्यवसाय प्रारूपे सादर करून बाजाराच्या विस्तारात योगदान देतात, ज्यामुळे मागणीला चालना मिळते आणि ग्राहक कल्याणाला चालना मिळते. त्यांचे विस्तृत वितरण नेटवर्क

आणि विपणन क्षमता त्यांना न वापरलेल्या बाजारपेठांपर्यंत पोहोचण्यास आणि विविध ग्राहकांच्या पसंतींची पूर्तता करण्यास सक्षम करतात.

५) निर्यात प्रोत्साहन :

बहुराष्ट्रीय कंपन्या त्यांच्या जागतिक पुरवठा साखळी, बाजार नेटवर्क आणि ब्रँडिंग धोरणांचा फायदा घेऊन निर्यात प्रोत्साहनामध्ये योगदान देतात. ते भारतीय कंपन्यांचे जागतिक मूल्य साखळींमध्ये एकत्रीकरण करण्यास, निर्यात स्पर्धात्मकता वाढवण्यास आणि निर्यातीत विविधता आणण्यास मदत करतात, ज्यामुळे भारताच्या व्यापार वृद्धीस आणि देयक संतुलनास समर्थन मिळते.

६) पायाभूत सुविधांचा विकास :

बहुराष्ट्रीय कंपन्या अनेकदा पायाभूत सुविधांच्या विकासामध्ये गुंतवणूक करतात, ज्यामध्ये उत्पादन सुविधा, संशोधन केंद्रे आणि लॉजिस्टिक पायाभूत सुविधांचा समावेश होतो. भौतिक आणि डिजिटल पायाभूत सुविधांमध्ये त्यांची गुंतवणूक औद्योगिक विकास, प्रादेशिक वृद्धी आणि दळणवळण वर्धित करण्यासाठी योगदान देते, ज्यामुळे आर्थिक विकासाला चालना मिळते.

७) अनुपालन आणि गव्हर्नन्स मानके :

बहुराष्ट्रीय कंपन्या कॉर्पोरेट गव्हर्नन्स, पारदर्शकता आणि नैतिक व्यवसाय पद्धतींच्या आंतरराष्ट्रीय मानकांचे पालन करतात, ज्यामुळे भारतातील एकूण प्रशासन मानके वाढतात. पर्यावरणीय, सामाजिक आणि कामगार नियमांचे त्यांचे पालन हे देशांतर्गत कंपन्यांसाठी मापदंड निश्चित करते, जबाबदार व्यवसाय आचरण आणि शाश्वत विकासास प्रोत्साहन देते.

८) सरकारी महसूल :

बहुराष्ट्रीय कंपन्या कॉर्पोरेट कर, सीमाशुल्क आणि अप्रत्यक्ष करांसारख्या प्रत्यक्ष आणि अप्रत्यक्ष करांद्वारे सरकारी महसुलात योगदान देतात. त्यांचे कर योगदान पायाभूत सुविधा, शिक्षण, आरोग्यसेवा आणि सामाजिक कल्याण कार्यक्रमांवरील सार्वजनिक खर्चास समर्थन देतात, ज्यामुळे समाजाला मोठ्या प्रमाणावर फायदा होतो.

९) संशोधन आणि विकास (R&D) :

बहुराष्ट्रीय कंपन्या नवीन उत्पादने, तंत्रज्ञान आणि स्थानिक व जागतिक बाजारपेठेसाठी तयार केलेले उपाय विकसित करण्यासाठी संशोधन आणि विकास क्रियाकलापांमध्ये गुंतवणूक करतात. त्यांचे संशोधन आणि विकास उपक्रम नावीन्यपूर्ण परिसंस्था, ज्ञान निर्मिती आणि बौद्धिक संपदा विकासात योगदान देतात, भारताला नावीन्य आणि उद्योजकतेचे केंद्र म्हणून स्थान देतात.

१०) भागीदारी आणि सहयोग :

बहुराष्ट्रीय कंपन्या अनेकदा देशांतर्गत कंपन्या, संशोधन संस्था आणि सरकारी यंत्रणा यांच्याशी परस्पर सामर्थ्य, जोखीम सामायिक करण्यासाठी आणि मूल्य सह-निर्मित करण्यासाठी सहयोग करतात. या भागीदारी तंत्रज्ञानाचा प्रसार वाढवतात, औद्योगिक समूहांना प्रोत्साहन देतात आणि लघु व मध्यम आकाराचे उद्योग (SMEs) आणि स्टार्टअप्स यांच्याशी स्वतःस जोडून सर्वसमावेशक विकासाला चालना देतात.

सरावासाठी प्रश्न

प्र. १. खालील प्रश्नांची वीस शब्दात उत्तरे लिहा.

१) औद्योगिक उत्पादकता म्हणजे काय?

२) औद्योगिक उत्पादकतेची व्याख्या सांगा.

३) औद्योगिक उत्पादकतेचे कोणतेही चार मानदंड लिहा.

४) औद्योगिक उत्पादकतेवर परिणाम करणारे कोणतेही चार घटक लिहा.

५) औद्योगिक उत्पादकता सुधारण्यासाठी कोणतेही चार उपाय लिहा.

६) एमएसएमईच्या कोणत्याही चार समस्या लिहा.

७) बहुराष्ट्रीय कंपन्या म्हणजे काय?

८) बहुराष्ट्रीय कंपन्यांची व्याख्या करा.

प्र. २. खालील प्रश्नांची सविस्तर उत्तरे लिहा.

१) औद्योगिक उत्पादकता म्हणजे काय? औद्योगिक उत्पादकतेचे मानदंड स्पष्ट करा.

२) औद्योगिक उत्पादकतेवर परिणाम करणारे घटक स्पष्ट करा.

३) औद्योगिक उत्पादकता सुधारण्यासाठी आवश्यक उपाययोजना सांगा.

४) औद्योगिक उत्पादकतेचे मोजमाप कसे केले जाते?

५) भारतातील औद्योगिक वृद्धीच्या चिंतेची कारणे विशद करा.

६) भारतातील खाजगी क्षेत्रासमोरील आव्हाने स्पष्ट करा.

७) भारतातील प्रादेशिक असमतोल आणि औद्योगिक वृद्धीच्या समस्या विशद करा.

८) प्रादेशिक औद्योगिक असमतोलाचा विस्तार स्पष्ट करा.

८) संतुलित प्रादेशिक औद्योगिक विकासासाठी सरकारचे धोरण सांगा.

९) भारतातील एमएसएमईची कामगिरी स्पष्ट करा.

१०) भारतातील एमएसएमईच्या समस्या विशद करा.

११) बहुराष्ट्रीय कंपन्या म्हणजे काय? भारतातील बहुराष्ट्रीय कंपन्यांची भूमिका स्पष्ट करा.

औद्योगिक वित्तपुरवठा आणि सरकारी धोरण

प्रकरण ४

प्रस्तावना :

औद्योगिक वित्ताचा अभ्यास हा औद्योगिक अर्थशास्त्राचा एक महत्त्वपूर्ण अभ्यास विषय आहे. या अभ्यासाचे मुख्य दोन पैलू आहेत. अ) वित्ताचे स्त्रोत, ब) वित्ताची प्रभावी उपाययोजना. या दोन पैलूंच्या साहाय्याने उत्पादन संस्था वित्तपुरवठा विषयक निर्णय घेत असते. राष्ट्राच्या औद्योगिकीकरणासाठी वित्ताची आवश्यकता असते. औद्योगिक क्षेत्रातील उत्पादनसंस्था विविध मार्गांनी आवश्यक असलेली वित्तीय साधनसामग्री मिळवत असतात. औद्योगिक वित्त कोणत्या क्षेत्रातुन उपलब्ध केले जाते. त्या अनुषंगाने खासगी, सार्वजनिक आणि सहकारी क्षेत्रातील औद्योगिक वित्तीय स्त्रोत असे वर्गीकरण करता येईल. तसेच परकीय भांडवल हे परकीय प्रत्यक्ष गुंतवणूक किंवा रोखारूपी गुंतवणूक आणि परकीय सहकार्य यामधून निर्माण होते. कोणत्याही देशाच्या प्रगतीमध्ये आजच्या स्पर्धात्मक काळात उद्योग क्षेत्राचा वाटा हा मोठा असल्याचे दिसून येते. परिणामी, आर्थिक धोरणांचे निर्धारण होत असताना औद्योगिक क्षेत्र व त्यासंबंधीची धोरणे ही महत्त्वपूर्ण ठरतात. भारतीय अर्थव्यवस्थेने जागतिकीकरण, खासगीकरण आणि उदारीकरण या तत्त्वत्रयींचा स्वीकार केल्यापासून भारताच्या औद्योगिक विकासात काही बदल घडून आले. देशाची औद्योगिक वृद्धी हा देशाच्या आर्थिक प्रगतीचा एक अविभाज्य भाग आहे. देशाच्या अर्थव्यवस्थेत सूक्ष्म, लघु आणि बृहद् क्षेत्रातील उद्योगांची भूमिका ही महत्त्वाची असते. यांचा विकास आणि यातील उत्पादकता ही जर सतत सुरू असेल तर देशाचा औद्योगिक विकास हा सातत्याने सुरू राहतो.

४.१ औद्योगिक वित्तपुरवठा :

औद्योगिक वित्ताचा अभ्यास हा औद्योगिक अर्थशास्त्राचा एक महत्त्वपूर्ण अभ्यासविषय आहे. या अभ्यासाचे दोन मुख्य पैलू आहेत. **अ)** वित्ताचे स्त्रोत आणि **ब)** वित्ताचे प्रभावी उपयोजन. या दोन पैलूंच्या साहाय्याने उत्पादन संस्था वित्तपुरवठाविषयक निर्णय घेत असते. राष्ट्राच्या औद्योगिकीकरणासाठी वित्ताची आवश्यकता असते. वित्ताशिवाय औद्योगिक विकास अशक्य आहे. म्हणून वित्ताला उद्योगाच्या रक्तवाहिन्या असेही म्हटले जाते. औद्योगिक विकास,

वित्ताची उपलब्धता आणि त्यातील सातत्यता यावर अवलंबून असतो. तसेच 'वित्त' या घटकाला पर्याय नसल्याने वित्ताची गरज वित्तच भागवू शकते.

४.१.१ अर्थ :

औद्योगिक वित्त म्हणजे वित्तीय भांडवलाची उभारणी, भांडवलाचा वापर, या भांडवलाचे नियमन- व्यवस्थापन सुसूत्रीकरण याबाबतचे धोरण या सर्वांचा अभ्यास होय. तसेच यात वित्तीय भांडवलाचा योग्य पद्धतीने वापर होत आहे किंवा नाही हेही पाहावे लागते. वित्तीय भांडवलाबाबतच्या धोरणाचा एकूण औद्योगिक व्यवहारांवर व विकासावर काय परिणाम होणार याचाही अंदाज व्यक्त करावा लागतो. यात सरकारच्या सर्वसाधारण धोरणांशी सुसंगत वित्तीय यंत्रणा निर्माण करणे अपेक्षित असते.

४.१.२ व्याख्या :

औद्योगिक वित्तपुरवठ्याच्या व्याख्या खालीलप्रमाणे आहेत :

१) हॉवर्ड डेव्हिस आणि डेव्हिड ग्रीन :

''औद्योगिक वित्तपुरवठा ही अर्थशास्त्राची शाखा आहे जी औद्योगिक आणि उत्पादन क्षेत्रांना निधी व वित्तीय सेवा प्रदान करण्याशी संबंधित आहे. यामध्ये औद्योगिक क्रियाकलापांना समर्थन देण्यासाठी, आर्थिक वृद्धीस चालना देण्यासाठी आणि व्यवसायांना या क्षेत्रातील प्रकल्प व गुंतवणूक करण्यास सक्षम करण्यासाठी भांडवलाचे वाटप समाविष्ट आहे.''

२) रॉबर्ट सी. मेर्टन :

''औद्योगिक वित्तपुरवठा हे अर्थशास्त्राचे असे क्षेत्र आहे, जे औद्योगिक उपक्रमांच्या वित्तीय निर्णयावर लक्ष केंद्रित करते, ज्यामध्ये मूर्त मालमत्तेमध्ये गुंतवणूक करणे, खेळते भांडवल व्यवस्थापित करणे आणि निधीच्या विविध स्त्रोतांमध्ये प्रवेश करणे समाविष्ट आहे.''

४.१.३ औद्योगिक वित्तपुरवठ्याची व्याप्ती :

औद्योगिक वित्तपुरवठ्याच्या व्याप्तीमध्ये औद्योगिक उपक्रमांच्या विशिष्ट गरजांनुसार तयार केलेले अल्प-मुदतीचे आणि दीर्घ-मुदतीचे वित्तपुरवठा पर्याय समाविष्ट आहेत :

अ) अल्पकालीन वित्तपुरवठा :

अल्पकालीन वित्तवित्तपुरवठा म्हणजे तत्काळ कार्यपध्दतींच्या गरजा पूर्ण करण्यासाठी विशेषत: एका वर्षापेक्षा कमी कालावधीसाठी मिळालेल्या निधीचा संदर्भ आहे. यामध्ये ट्रेड क्रेडिट, बँक ओव्हरड्राफ्ट, कमर्शियल पेपर आणि शॉर्ट टर्म लोन यासारख्या स्त्रोतांचा समावेश होतो. कच्चा माल खरेदी करणे, मजुरी देणे आणि दैनंदिन कामकाजाचा खर्च भागवणे यासारख्या खेळत्या भांडवलाच्या गरजा व्यवस्थापित करण्यासाठी अल्पकालीन वित्तपुरवठ्याचा वापर केला जातो. रोख प्रवाहातील अल्पकालीन चढउतार आणि हंगामी मागणीतील फरक हाताळण्यासाठी हे लवचिकता आणि तरलता प्रदान करते. अल्पकालीन वित्तपुरवठ्याचे स्त्रोत खालीलप्रमाणे आहेत :

१) व्यापार क्रेडिट, २) बँक ओव्हरड्राफ्ट, ३) कमर्शियल पेपर, ४) अल्प-मुदतीचे कर्ज, ५) क्रेडिट लाइन

ब) दीर्घकालीन वित्तपुरवठा :

दीर्घकालीन वित्तपुरवठ्यामध्ये भांडवली खर्च आणि धोरणात्मक उपक्रमांना वित्तपुरवठा करण्यासाठी एक वर्षापेक्षा जास्त कालावधीसाठी प्राप्त केलेला निधी समाविष्ट असतो. दीर्घकालीन वित्तपुरवठा स्त्रोतांमध्ये मुदत कर्ज,

डिबेंचर, इक्विटी वित्तपुरवठा आणि उद्यम भांडवल यांचा समावेश होतो. जमीन, इमारती, यंत्रसामग्री आणि तंत्रज्ञान सुधारणा, तसेच विस्तार प्रकल्प, संपादन आणि संशोधन व विकास क्रियाकलापांना निधी देण्यासाठी दीर्घकालीन वित्तपुरवठ्याचा वापर स्थिर मालमत्तेसाठी केला जातो. हे दीर्घकालीन वृद्धी आणि गुंतवणूक नियोजनासाठी स्थिरता आणि समर्थन देते, व्यवसायांना मोठ्या प्रमाणात प्रकल्प हाती घेण्यास आणि शाश्वत विकास उद्दिष्टे साध्य करण्यास सक्षम करते. दीर्घकालीन वित्तपुरवठ्याचे स्त्रोत खालीलप्रमाणे आहेत :
१) मुदत कर्ज, २) डिबेंचर्स, ३) इक्विटी वित्तपुरवठा, ४) व्हेंचर कॅपिटल, ५) सरकारी अनुदाने

४.१.४ औद्योगिक वित्तपुरवठ्याचे महत्त्व :

अर्थव्यवस्थेतील औद्योगिक क्षेत्रांची वाढ, शाश्वतता आणि स्पर्धात्मकता वाढवण्यात औद्योगिक वित्तपुरवठा ही महत्त्वाची भूमिका बजावते. त्याचे महत्त्व पुढील मुद्यांच्या आधारे जाणून घेता येईल :

१) आर्थिक वृद्धीस चालना :

उद्योगांना त्यांचे कार्य विस्तारण्यासाठी, नवीन तंत्रज्ञानामध्ये गुंतवणूक करण्यासाठी आणि रोजगाराच्या संधी निर्माण करण्यासाठी आवश्यक भांडवल पुरवून आर्थिक विकासाला चालना देण्यासाठी औद्योगिक वित्तपुरवठा महत्त्वपूर्ण भूमिका बजावते. यामुळे उत्पादकता वाढते, स्पर्धात्मकता वाढते आणि एकूणच आर्थिक विकासाला हातभार लागतो.

२) पायाभूत सुविधांचा विकास :

औद्योगिक वित्तपुरवठा उत्पादन प्रकल्प, लॉजिस्टिक नेटवर्क आणि उपयुक्तता यासारख्या महत्वपूर्ण पायाभूत सुविधांच्या विकासास सुलभ करते. ही गुंतवणूक औद्योगिक उपक्रमांसाठी अनुकूल पर्यावरण निर्माण करण्यासाठी, कार्यक्षम उत्पादन प्रक्रिया सक्षम करण्यासाठी आणि दळणवळण सुधारण्यासाठी आवश्यक आहे, ज्यामुळे विविध क्षेत्रांमधील आर्थिक क्रियाकलापांना चालना मिळते.

३) नवोपक्रम आणि तांत्रिक प्रगती :

उद्योगांमध्ये नवोपक्रम आणि तांत्रिक प्रगतीला चालना देण्यासाठी वित्तपुरवठ्याचा प्रवेश महत्त्वाचा आहे. हे कंपन्यांना संशोधन आणि विकास (R&D) मध्ये गुंतवणूक करण्यास, प्रगत यंत्रसामग्री आणि उपकरणे घेण्यास तसेच अत्याधुनिक तंत्रज्ञानाची अंमलबजावणी करण्यास सक्षम करते. हे केवळ उत्पादकता आणि कार्यक्षमता वाढवत नाही तर उद्योग-व्यापी नावीन्यपूर्णतेला चालना देते, ज्यामुळे दीर्घकालीन शाश्वत वृद्धी होते.

४) रोजगार निर्मिती आणि गरिबी निर्मूलन :

औद्योगिक वित्तपुरवठा व्यवसायांच्या स्थापनेला आणि विस्ताराला समर्थन देऊन रोजगार निर्मितीमध्ये महत्त्वपूर्ण योगदान देते, ज्यामुळे विविध कौशल्य स्तरांवर रोजगाराच्या संधी निर्माण होतात. एक मजबूत औद्योगिक क्षेत्र अतिरिक्त श्रम शोषून घेते, बेरोजगारीचे दर कमी करते, जीवनमान उंचावते ज्यामुळे गरिबी निर्मूलन आणि सामाजिक-आर्थिक विकासात महत्त्वपूर्ण भूमिका बजावते.

५) आंतरराष्ट्रीय स्पर्धात्मकता :

पुरेशा वित्तपुरवठ्यामुळे उद्योगांना त्यांच्या कार्यपध्दतींचे आधुनिकीकरण करणे, उत्पादनाची गुणवत्ता सुधारणे आणि जागतिक मानकांची पूर्तता करणे तसेच आंतरराष्ट्रीय बाजारपेठांमध्ये त्यांची स्पर्धात्मकता वाढवणे शक्य होते. यामुळे निर्यात वृद्धीस चालना मिळते, परकीय गुंतवणूक आकर्षित होते आणि जागतिक अर्थव्यवस्थेत देशाचे स्थान मजबूत होते, ज्यामुळे शेवटी शाश्वत आर्थिक समृद्धी येते.

६) अर्थव्यवस्थेचे विविधीकरण :

औद्योगिक वित्तपुरवठा पारंपारिक क्षेत्रांच्या पलीकडे विविध उद्योगांच्या विकासास समर्थन देऊन अर्थव्यवस्थेच्या विविधीकरणास प्रोत्साहन देते. यामुळे क्रियाकलापांच्या संकुचित श्रेणीवर अवलंबून राहणे कमी होते, बाह्य धक्क्यांसाठी आर्थिक लवचिकता वाढते आणि अधिक संतुलित व शाश्वत वृद्धीचा मार्ग निर्माण होतो.

७) मूल्यवर्धन आणि पुरवठा साखळी विकास :

औद्योगिक उपक्रमांना वित्तपुरवठा केल्याने मूल्यवर्धन प्रक्रिया सुलभ होते, ज्याद्वारे कच्च्या मालाचे तयार मालामध्ये रूपांतर होते व त्यांचे बाजार मूल्य वाढते. शिवाय, हे मजबूत पुरवठा साखळींच्या विकासास प्रोत्साहन देते, उत्पादकांना पुरवठादार आणि वितरकांशी जोडते, ज्यामुळे कार्यक्षमता सुधारते, खर्च कमी होतो आणि वस्तू व सेवांचे वेळेवर वितरण सुनिश्चित होते.

८) पर्यावरणीय शाश्वतता :

उद्योगांमध्ये पर्यावरणीयदृष्ट्या शाश्वत पद्धतींना प्रोत्साहन देण्यासाठी औद्योगिक वित्तपुरवठा महत्त्वपूर्ण भूमिका बजावते. हे स्वच्छ उत्पादन तंत्रज्ञान, नूतनीकरणयोग्य ऊर्जा स्त्रोत आणि कचरा व्यवस्थापन प्रणालींमधील गुंतवणूकीचे समर्थन करते, ज्यामुळे पर्यावरणाचा ऱ्हास कमी होतो, कार्बन फूटप्रिंट कमी होतो आणि शाश्वत विकास पद्धतींना चालना मिळते.

९) ग्रामीण आणि प्रादेशिक विकास :

औद्योगिक वित्तपुरवठा ग्रामीण आणि प्रादेशिक विकासास हातभार लावते व कमी सुविधा असलेल्या भागात औद्योगिक सुविधांच्या स्थापनेला प्रोत्साहन देते. यामुळे आर्थिक क्रियाकलापांचे विकेंद्रीकरण होते, प्रादेशिक असमानता कमी होते आणि दुर्गम भागात रोजगाराच्या संधी व पायाभूत सुविधांचा विकास करून सर्वसमावेशक विकासाला चालना मिळते.

१०) वित्तीय समावेशन आणि भांडवलाचा प्रवेश :

लहान आणि मध्यम आकाराच्या उद्योगांना (SMEs) परवडणाऱ्या भांडवलात प्रवेश देऊन आर्थिक समावेशनाला चालना देण्यासाठी औद्योगिक वित्तपुरवठा आवश्यक आहे. हे महत्वाकांक्षी उद्योजकांना त्यांच्या व्यवसाय कल्पना साकार करण्यास, विद्यमान उपक्रमांचा विस्तार करण्यास आणि आर्थिक क्रियाकलापांमध्ये अधिक सक्रियपणे सहभागी होण्यास सक्षम करते, अशाप्रकारे सर्वसमावेशक वृद्धी आणि विकासास चालना मिळते.

४.२ औद्योगिक वित्तपुरवठ्याचे स्त्रोत :

औद्योगिक वित्तपुरवठा म्हणजे औद्योगिक उपक्रम आणि प्रकल्प स्थापन करणे, विस्तार करणे किंवा चालवणे यासाठी लागणारा निधी आणि भांडवल. औद्योगिक वित्तपुरवठ्याचे विविध स्त्रोत त्यांच्या कार्यपद्धती, विस्तार आणि विकासासाठी भांडवल शोधणाऱ्या व्यवसायांसाठी उपलब्ध आहेत. या स्त्रोतांमध्ये अंतर्गत आणि बाह्य दोन्ही पर्यायांचा समावेश आहे. प्रत्येकाचे फायदे, तोटे आणि उपयुक्तता हे प्रकल्पाचे स्वरूप, आर्थिक गरजा आणि व्यवसायाची जोखीम भूक यावर अवलंबून आहे.

४.२.१ खाजगी क्षेत्रातील औद्योगिक वित्तपुरवठा :

खाजगी क्षेत्रातील औद्योगिक वित्तपुरवठा हा औद्योगिक उपक्रमांना आणि त्यांच्या वृद्धीच्या उपक्रमांना समर्थन देण्यासाठी व्यावसायिक बँका, खाजगी इक्विटी कंपन्या, उद्यम भांडवलदार आणि इतर गैर-सरकारी वित्तीय संस्थांसारख्या खाजगी संस्थांद्वारे प्रदान केलेल्या आर्थिक क्रियाकलाप आणि सेवांचा संदर्भ देतो.

१) व्यावसायिक बँका :

व्यावसायिक बँका औद्योगिक संस्थांसाठी तयार केलेल्या वित्तीय सेवांचा संच प्रदान करतात, जसे की विशिष्ट उद्देशांसाठी निश्चित रक्कम प्रदान करणारी मुदत कर्जे, लवचिक निधीसाठी फिरणारी क्रेडिट लाइन आणि आंतरराष्ट्रीय व्यवहार सुलभ करण्यासाठी व्यापार वित्त सेवा इ. त्यांच्या सेवा औद्योगिक व्यवसायांच्या अल्पकालीन आणि दीर्घकालीन आर्थिक गरजा पूर्ण करतात.

२) खाजगी इक्विटी कंपन्या :

औद्योगिक उपक्रमांमध्ये गुंतवणूक करून खाजगी इक्विटी कंपन्या मालकीचे दावे घेतात, ज्याचे उद्दिष्ट वेळोवेळी कंपनीचे मूल्य वाढवायचे असते. त्यांच्या सहभागामध्ये वृद्धी आणि नफा वाढवण्यासाठी धोरणात्मक मार्गदर्शन आणि कार्यात्मक पाठिंबा समाविष्ट असतो, ज्यामुळे शेवटी फायदेशीर निर्गमन धोरण ठरते.

३) उद्यम भांडवलदार :

नाविन्यपूर्ण आणि उच्च-वाढीच्या संभाव्य औद्योगिक उपक्रमांवर लक्ष केंद्रित केलेले, उद्यम भांडवलदार इक्विटीच्या बदल्यात निधी प्रदान करतात. ते कंपनीच्या विकासाला सक्रियपणे समर्थन देतात, त्यांच्या कौशल्याचा, नेटवर्कचा आणि संसाधनांचा फायदा घेत बाजारपेठेतील प्रवेशाला गती देतात.

४) देवदूत गुंतवणूकदार :

व्यक्ती किंवा गट सुरुवातीच्या टप्प्यातील औद्योगिक उपक्रमांमध्ये भांडवल गुंतवतात, आर्थिक सहाय्य आणि मार्गदर्शन देतात. त्यांची गुंतवणूक अनेकदा सुरुवातीच्या वाढीच्या टप्प्यांना चालना देते तसेच उत्पादन विकास, बाजारपेठेत प्रवेश आणि संघ विस्ताराला समर्थन देते.

५) खाजगी कर्ज निधी :

औद्योगिक व्यवसायांना कर्ज देण्यात विशेष असणारे हे निधी मेझानाइन कर्ज किंवा संरचित वित्त उत्पादने यासारखी विविध कर्ज साधने देतात. ते पारंपारिक बँकांच्या पलीकडे पर्यायी वित्तपुरवठा पर्याय प्रदान करतात, अनेकदा अद्वितीय भांडवल आवश्यकता किंवा विशिष्ट जोखीम प्रोफाइल सामावून घेतात.

६) मालमत्ता-आधारित कर्जदार :

मालमत्ता-आधारित कर्जदार हे सावकार मालसाठा, उपकरणे किंवा प्राप्य खाती यासारख्या औद्योगिक मालमत्तेद्वारे सुरक्षित पत वाढवतात. मालमत्तेवर आधारित कर्जांची रचना या मालमत्तेच्या मूल्याच्या आधारे केली जाते, व्यवसायांना त्यांच्या मूर्त मालमत्तेचा संपार्श्विक म्हणून वापर करून भांडवलामध्ये प्रवेश करण्याचे साधन प्रदान करते.

७) खाजगी गुंतवणूक बँका :

विलीनीकरण, अधिग्रहण, जोखिमांकन आणि भांडवल उभारणीसाठी सल्लागारांसारख्या सर्वसमावेशक वित्तीय सेवा प्रदान करून, या बँका विशेषत: औद्योगिक उपक्रमांना सेवा देतात, जटिल आर्थिक व्यवहार आणि धोरणात्मक उपक्रमांमध्ये कौशल्य प्रदान करतात.

८) पीअर-टू-पीअर कर्ज प्लॅटफॉर्म :

ऑनलाइन प्लॅटफॉर्म वैयक्तिक किंवा संस्थात्मक गुंतवणूकदारांना थेट वित्तपुरवठा शोधणाऱ्या औद्योगिक व्यवसायांशी जोडतात. हे प्लॅटफॉर्म एक पर्यायी निधी स्त्रोत प्रदान करतात, पारंपारिक बँकिंग प्रणालींच्या बाहेर विविध प्रकारचे कर्ज देण्याचे पर्याय देतात, सहसा स्पर्धात्मक अटी आणि प्रवेशयोग्यतेसह हेकेले जाते.

९) कौटुंबिक कार्यालये :

कौटुंबिक कार्यालये हे खाजगी संपत्ती व्यवस्थापन कंपन्या आहेत ज्या उच्च-निव्वळ कुटुंबांना सेवा देतात. ते बऱ्याचदा औद्योगिक उपक्रमांमध्ये थेट गुंतवणूक करतात, भरीव भांडवल आणि धोरणात्मक मार्गदर्शन प्रदान करतात. त्यांचा सहभाग आर्थिक पाठबळाच्या पलीकडे जातो; कौशल्य, उद्योग जोडणी आणि दीर्घकालीन दृष्टीकोन प्रदान करतो. ते समर्थन करत असलेल्या औद्योगिक व्यवसायांच्या वृद्धीसाठी आणि स्थिरतेमध्ये योगदान देतात.

१०) क्राउड फंडिंग प्लॅटफॉर्म :

क्राउड फंडिंग प्लॅटफॉर्म औद्योगिक व्यवसायांना मोठ्या प्रमाणावर व्यक्तींमधून निधी उभारण्यास मदत करतात. देणगी-आधारित मोहिमा, बक्षीस-आधारित प्रोत्साहन, इक्विटी शेअर्स किंवा डेट ऑफरिंगद्वारे क्राउड फंडिंग व्यवसायांना मोठ्या पाठीराख्यांच्या समुदायाला गुंतवून ठेवत त्यांच्या उपक्रमांसाठी सामूहिक समर्थनाचा लाभ घेऊन भांडवल मिळवून देते.

४.२.२ सार्वजनिक क्षेत्रातील औद्योगिक वित्तपुरवठा :

भारतात सार्वजनिक क्षेत्र आर्थिक सहाय्य आणि औद्योगिक विकासासाठी पुढाकार प्रदान करण्यात महत्त्वपूर्ण भूमिका बजावते. देशातील सार्वजनिक क्षेत्रातील औद्योगिक वित्तपुरवठ्याचे प्रमुख स्त्रोत पुढीलप्रमाणे आहेत :

१) सार्वजनिक क्षेत्रातील बँका (PSBs) :

सरकारी मालकीच्या संस्था म्हणून, सार्वजनिक क्षेत्रातील बँका उद्योगांना कर्ज, खेळत्या भांडवल सुविधा आणि मुदत वित्तपुरवठा यासारख्या अनेक वित्तीय सेवा देतात. ते विशिष्ट उद्योगांना लक्ष्य करणाऱ्या विशेष योजना तयार करतात, त्यांच्या वृद्धीस आणि विकासासाठी अनुकूल आर्थिक उत्पादनांद्वारे मदत करतात.

२) विकास वित्तीय संस्था (DFIs) :

IDBI आणि ICICI सारख्या ऐतिहासिक विकास वित्तीय संस्थांनी औद्योगिक प्रकल्पांना निधी पुरवण्यात महत्त्वाची भूमिका बजावली. काहींचे सार्वत्रिक बँकांमध्ये रूपांतर झाले असले तरी त्यांची विकासात्मक कार्ये इतर संस्थांनी हाती घेतली. त्यांनी दीर्घकालीन औद्योगिक प्रकल्पांना वित्तपुरवठा करण्यावर लक्ष केंद्रित केले, औद्योगिक विस्तार आणि विकासासाठी महत्त्वपूर्ण समर्थन प्रदान केले.

३) राष्ट्रीय लघु उद्योग महामंडळ (NSIC) :

विपणन, तंत्रज्ञान आणि वित्तपुरवठा यांचा समावेश असलेल्या एकात्मिक सेवा प्रदान करून एसएमईचे समर्थन करण्यात राष्ट्रीय लघु उद्योग महामंडळ महत्त्वाची भूमिका बजावते. हे लहान आणि मध्यम उद्योगांच्या वाढीसाठी व टिकाऊपणासाठी महत्त्वपूर्ण असलेल्या बाजारपेठ, तंत्रज्ञान आणि क्रेडिटमध्ये प्रवेश सुलभ करते.

४) भारताची आयात-निर्यात बँक (EXIM बँक) :

भारताची आयात-निर्यात बँक आर्थिक सहाय्य, निर्यात क्रेडिट्स आणि सल्लागार सेवा प्रदान करून आंतरराष्ट्रीय व्यापाराला चालना देण्यासाठी महत्त्वपूर्ण भूमिका बजावते. हे परदेशी व्यापारात गुंतलेल्या औद्योगिक क्षेत्रांना समर्थन देते, त्यांची स्पर्धात्मकता आणि जागतिक बाजारपेठेतील विस्तार सुलभ करते.

५) भारतीय लघु उद्योग विकास बँक (SIDBI) :

भारतीय लघु उद्योग विकास बँक ही एमएसएमई क्षेत्राच्या वित्तपुरवठा आणि विकासावर लक्ष केंद्रित करते. हे आर्थिक सहाय्य, पुनर्वित्त पर्याय आणि प्रचारात्मक क्रियाकलाप प्रदान करते; ज्याचा उद्देश या महत्वपूर्ण क्षेत्राला बळकट करणे, त्याची वाढ आणि स्पर्धात्मकता वाढवणे हा आहे.

६) राष्ट्रीय कृषी आणि ग्रामीण विकास बँक (नाबार्ड) :

प्रामुख्याने ग्रामीण विकास आणि शेतीला समर्पित असताना, नाबार्ड ग्रामीण भागात कार्यरत असलेल्या उद्योगांना कर्ज आणि समर्थन प्रदान करते. हे आर्थिक सहाय्य आणि विकासात्मक सेवा प्रदान करून त्यांची वृद्धी, टिकाऊपणा आणि सर्वसमावेशकतेला प्रोत्साहन देते.

७) राज्य वित्तीय महामंडळे (SFCs) :

भारतातील प्रत्येक राज्याचे स्वतःचे राज्य वित्तीय महामंडळ असते, जे संबंधित राज्यांमधील औद्योगिक प्रकल्पांना दीर्घकालीन आर्थिक सहाय्य देतात. हे महामंडळ प्रादेशिक औद्योगिक वृद्धीस हातभार लावत मुदत कर्ज, खेळते भांडवल आणि सल्लागार सेवा देऊन लहान व मध्यम उद्योगांना समर्थन देतात.

८) भारताची तंत्रज्ञान विकास आणि माहिती कंपनी (TDICI) :

भारताची तंत्रज्ञान विकास आणि माहिती कंपनी उद्योगांमध्ये नवकल्पना आणि तंत्रज्ञानाचा अवलंब करण्यावर भर देते. तंत्रज्ञान-चालित स्टार्ट-अप आणि उद्योगांना उद्यम भांडवल व आर्थिक सहाय्य प्रदान करून, ते औद्योगिक क्षेत्रातील तांत्रिक प्रगती आणि नवकल्पना यांना प्रोत्साहन देते.

९) ग्रामीण विद्युतीकरण महामंडळ (REC) आणि पॉवर फायनान्स कॉर्पोरेशन (PFC) :

प्रामुख्याने वीज क्षेत्रावर लक्ष केंद्रित करून, ग्रामीण विद्युतीकरण महामंडळ आणि पॉवर फायनान्स कॉर्पोरेशन हे वीज निर्मिती, पारेषण आणि वितरणाशी संबंधित औद्योगिक प्रकल्पांना वित्तपुरवठा करतात. ते विश्वसनीय ऊर्जा पायाभूत सुविधा आणि सेवा सुनिश्चित करून औद्योगिक विकासात योगदान देतात.

४.२.३ सहकारी क्षेत्रातील औद्योगिक वित्तपुरवठा :

भारतामध्ये सहकारी क्षेत्र औद्योगिक वित्तपुरवठ्यात योगदान देते, विशिष्ट सहकारी संस्था आणि यंत्रणांद्वारे विविध उद्योगांना समर्थन देते. देशातील सहकारी क्षेत्रातील औद्योगिक वित्तपुरवठ्याचे प्रमुख स्त्रोत पुढीलप्रमाणे आहेत :

१) सहकारी बँका :

सहकारी संस्था किंवा गटांद्वारे चालवल्या जाणाऱ्या या संस्था कर्ज, बचत खाती आणि इतर बँकिंग सुविधांसारख्या अनेक वित्तीय सेवा देतात. ते व्यक्ती आणि उद्योग या दोघांनाही त्यांच्या सदस्यत्वाच्या आधारे सेवा पुरवतात, समुदाय-आधारित आर्थिक सहाय्य वाढवतात.

२) राज्य सहकारी बँका (SCBs) :

राज्य स्तरावर कार्यरत असणाऱ्या राज्य सहकारी बँका औद्योगिक संस्थांबरोबरच विविध सहकारी संस्थांना सेवा देतात. ते अत्यावश्यक कर्ज सुविधा, मुदत कर्ज आणि विविध वित्तीय सेवा प्रदान करतात, राज्यभरातील औद्योगिक उपक्रम आणि सहकारी संस्थांना समर्थन देतात.

३) जिल्हा मध्यवर्ती सहकारी बँका (DCCBs) :

जिल्हा स्तरावर कार्यरत असणाऱ्या जिल्हा मध्यवर्ती सहकारी बँका औद्योगिक सहकारी संस्थांबरोबरच अनेक क्षेत्रांमध्ये पत आणि कर्जासारख्या वित्तीय सेवांचा विस्तार करतात. ते त्यांच्या जिल्ह्यातील औद्योगिक उपक्रमांना आवश्यक बँकिंग सुविधा पुरविण्यात महत्त्वाची भूमिका बजावतात.

४) सहकारी पतसंस्था :

या सोसायट्या तळागाळात काम करतात, त्यांच्या स्थानिक समुदायांमधील लघुउद्योग आणि वैयक्तिक उद्योजकांना पतपुरवठा व आर्थिक सहाय्य देण्यावर लक्ष केंद्रित करतात. ते ग्रामीण आणि निमशहरी भागात औद्योगिक उपक्रमांना पाठिंबा देण्यासाठी महत्त्वपूर्ण योगदान देतात.

५) औद्योगिक सहकारी संस्था :

औद्योगिक क्षेत्रांची पूर्तता करण्यासाठी स्थापन केलेल्या, या सोसायट्या आर्थिक सहाय्य, तांत्रिक मार्गदर्शन आणि औद्योगिक क्रियाकलापांमध्ये गुंतलेल्या सदस्यांच्या गरजेनुसार तयार केलेल्या सहाय्य सेवा यासारख्या अनेक सेवा देतात.

६) नागरी सहकारी बँका (UCBs) :

शहरी आणि निम-शहरी क्षेत्रांमध्ये कार्यरत असणाऱ्या नागरी सहकारी बँका शहरी भागात कार्यरत असलेले छोटे उद्योग आणि व्यवसायांसारख्या विविध विभागांना बँकिंग आणि वित्तीय सेवा प्रदान करतात. ते शहरी औद्योगिक संस्थांच्या आर्थिक गरजा पूर्ण करण्यासाठी योगदान देतात.

७) प्राथमिक कृषी पतसंस्था (PACS) :

प्रामुख्याने कृषी वित्तावर लक्ष केंद्रित करताना, ग्रामीण भागात प्राथमिक कृषी पतसंस्था लघु-उद्योग आणि कृषी-आधारित व्यवसायांना पत आणि वित्तीय सेवा देखील विस्तारित करतात. स्थानिक उद्योगांना आवश्यक आर्थिक सहाय्य देऊन ते ग्रामीण औद्योगिक विकासात महत्त्वपूर्ण भूमिका बजावतात.

८) पत सहकारी संस्था :

या सोसायट्या प्रामुख्याने लघु उद्योगांसारख्या विविध क्षेत्रांना कर्ज सुविधा पुरविण्यावर लक्ष केंद्रित करतात. ते बऱ्याचदा स्थानिक पातळीवर कार्य करतात आणि औद्योगिक उपक्रमांना, विशेषत: ग्रामीण आणि निम-शहरी भागात जेथे औपचारिक बँकिंगचा प्रवेश मर्यादित असतो, त्यांना कर्जपुरवठा करण्यात महत्त्वपूर्ण भूमिका बजावतात.

९) सहकारी बँकांचे राज्यस्तरीय फेडरेशन :

हे फेडरेशन एखाद्या राज्यातील सहकारी बँकांचे प्रतिनिधित्व करणाऱ्या सर्वोच्च संस्था म्हणून काम करतात. ते सहकारी बँकांसाठी समन्वय, समर्थन आणि धोरणात्मक समर्थन प्रदान करतात, ज्यात औद्योगिक क्षेत्रांना कर्ज पुरविणाऱ्या बँकांचा समावेश होतो, सदस्य बँकांमध्ये एकसमानता आणि सहयोग सुनिश्चित होतो.

१०) विशेष सहकारी संस्था :

काही सहकारी संस्था या विशिष्ट औद्योगिक क्षेत्रांवर विशेष लक्ष केंद्रित करणाऱ्या विशेष संस्था असतात. उदाहरणार्थ, केवळ वस्त्रोद्योगाला पाठिंबा देण्यासाठी, आर्थिक सहाय्य, प्रशिक्षण आणि त्या क्षेत्रातील सहयोगी प्रयत्नांना प्रोत्साहन देण्यासाठी समर्पित सहकारी संस्था असतात.

११) प्रादेशिक ग्रामीण बँका (RRBs) :

भारत सरकार, राज्य सरकारे आणि प्रायोजक बँकांच्या संयुक्त मालकीच्या असताना, प्रादेशिक ग्रामीण बँका सहसा ग्रामीण भागात सहकारी म्हणून काम करतात. ते ग्रामीण आणि निमशहरी भागात कृषी व औद्योगिक वित्ताबरोबरच बँकिंग सेवा आणि पत सुविधा प्रदान करतात.

१२) सहकारी पणन संस्था :

सहकारी पणन संस्था प्रामुख्याने कृषी उत्पादनांच्या विपणनावर लक्ष केंद्रित करत असल्या तरी, या सोसायट्या बाजारपेठेतील प्रवेश सुलभ करून आणि आर्थिक सहाय्य देऊन उद्योगांच्या वृद्धीस हातभार लावून कृषी-आधारित उद्योगांना देखील समर्थन देतात.

१३) सहकारी प्रशिक्षण आणि विकास संस्था :

या संस्था सहकारी क्षेत्रातील विविध उद्योगांमध्ये गुंतलेल्या व्यक्ती आणि संस्थांना प्रशिक्षण, क्षमता निर्मिती आणि शैक्षणिक सहाय्य प्रदान करतात. ते सदस्यांना यशस्वी औद्योगिक प्रयत्नांसाठी आवश्यक कौशल्ये आणि ज्ञानाने सुसज्ज करतात.

१४) सहकारी गुंतवणूक आणि विकास निधी :

सहकारी संस्थांद्वारे चालवल्या जाणाऱ्या औद्योगिक प्रकल्पांना आर्थिक मदत, गुंतवणुकीच्या संधी आणि विकासात्मक सहाय्य प्रदान करण्याच्या उद्देशाने काही सहकारी संस्था गुंतवणूक आणि विकास निधीची स्थापना करतात.

४.३ परकीय भांडवल :

परकीय भांडवल म्हणजे आंतरराष्ट्रीय स्त्रोतांकडून देशात येणाऱ्या आर्थिक संसाधनांचा संदर्भ हो. यामध्ये व्यक्ती, कॉर्पोरेशन, सरकार आणि आंतरराष्ट्रीय संस्था यासारख्या विदेशी संस्थांकडून विविध प्रकारच्या गुंतवणुकीचा आणि आर्थिक प्रवाहाचा समावेश होतो. परकीय भांडवल आर्थिक विकासाला चालना देण्यासाठी, नवकल्पना वाढविण्यासाठी, देशांतर्गत बचतीला पूरक आणि प्राप्तकर्त्या देशांमध्ये पायाभूत सुविधांच्या विकासास समर्थन देण्यासाठी महत्त्वपूर्ण भूमिका बजावत. तसेच चलनातील चढ-उतार, भू-राजकीय घटक आणि निधीसाठी बाह्य स्त्रोतांवर अवलंबित्व यांच्याशी संबंधित संभाव्य धोके निर्माण करते.

४.३.१ अर्थ :

परकीय भांडवल म्हणजे परदेशी गुंतवणुकीच्या (FDI किंवा FPI), जागतिक बँकेसारख्या बहुपक्षीय यंत्रणांकडून कर्ज किंवा आंतरराष्ट्रीय देशांच्या सरकारांकडून घेतलेल्या कर्जाच्या रूपात आंतरराष्ट्रीय राष्ट्रांद्वारे देशामध्ये भांडवलाचा प्रवाह. ही थेट परकीय गुंतवणूक आहे जी भारताच्या आर्थिक विकासात मोठ्या प्रमाणात योगदान देते.

४.३.२ व्याख्या :

परकीय भांडवलाच्या व्याख्या खालीलप्रमाणे आहेत :

१) हायमन पी. मिन्स्की :

''परकीय भांडवल ही विदेशातील मालकीची किंवा नियंत्रित संपत्ती आहे जी देशांतर्गत भांडवल निर्मिती वाढवण्यासाठी वापरली जाते.''

२) जॉन एच. डनिंग :

''परकीय भांडवल बाह्यरित्या व्युत्पन्न केलेल्या आर्थिक संसाधनांचे प्रतिनिधित्व करते, ज्यात थेट गुंतवणूक, पोर्टफोलिओ गुंतवणूक आणि अनिवासी व्यक्ती, कॉर्पोरेशन, सरकार किंवा आंतरराष्ट्रीय वित्तीय संस्थांद्वारे प्रदान केलेल्या कर्जाचे विविध प्रकार समाविष्ट आहेत.''

३) जॉन एच. माकिन :

''परकीय भांडवलामध्ये देशाबाहेरून मिळवलेल्या आर्थिक संसाधनांचा समावेश होतो, ज्यामध्ये थेट गुंतवणूक, पोर्टफोलिओ गुंतवणूक आणि परदेशी कर्जे समाविष्ट असतात, जी देशांतर्गत बचत आणि गुंतवणुकीला पूरक असतात.''

४.३.३ परकीय प्रत्यक्ष गुंतवणूक (FDI) :

प्रत्येक देशाला विकासाच्या दृष्टीने भांडवलासाठी परकीय मदतीवर अवलंबून राहावे लागते. भारत हा विकसनशील देश आहे. भारतामध्ये व्यवसायासाठी भांडवल उभारणी करणे हा कंपन्या व व्यावसायिकांसमोर मोठा प्रश्नच असतो. त्यामुळे भारतातील आर्थिक विकासाच्या दृष्टीने परकीय भांडवल स्त्रोत हा अत्यंत महत्त्वाचा आणि आवश्यक मुद्दा आहे. देशाच्या विकासामध्ये असा परकीय भांडवल प्रवाह नेहमीच उपयोगी ठरला आहे. भारतामध्ये दोन दशकापूर्वी

परकीय चलनाचा मोठ्या प्रमाणावर तुटवडा भासू लागला होता. त्यामुळे भाग भांडवलाच्या स्वरूपात परकीय चलन मिळविण्यासाठी सरकारी पातळीवरून मोठ्या प्रमाणावर प्रयत्न केले गेले. भारताने आपल्या आर्थिक धोरणात उदारमतवादी धोरण आखले व त्या दृष्टीने पावले उचलून परकीय भांडवल प्रवाहाला वाट मोकळी करून दिली.

अ) अर्थ :

थेट परकीय गुंतवणूक हा आपल्या उद्योगांना कर्जपुरवठा करणारा प्रवाह आहे. अशी गुंतवणूक भागांमध्ये किंवा कर्जाच्या स्वरूपात असते. परकीय गुंतवणूकदार जेव्हा एखाद्या कंपनीमध्ये गुंतवणूक करतात त्यावेळी कंपनीच्या व्यवस्थापनात या गुंतवणूकदारांचे अप्रत्यक्ष नियंत्रण येते. परकीय गुंतवणूक ही नेहमीच पैशांच्या स्वरूपात असेल असे नाही तर ती नवीन तंत्रज्ञानाच्या स्वरूपातही असू शकते. अशा प्रकारची गुंतवणूक देशाच्या आर्थिक विकासाला नेहमीच हातभार लावत असते.

भारतामध्ये पुढील दोन प्रकारे थेट परकीय गुंतवणूक केली जाऊ शकते :

१) थेट/प्रत्यक्ष उद्योजकीय गुंतवणूक.

२) रेन्टिअर गुंतवणूक यालाच रोख्यातील गुंतवणूक (Portfolio Invesdtment) असे म्हणतात.

अनेक बहुराष्ट्रीय कंपन्यांनी त्यांची कार्यालये भारतात उघडली आहेत. परकीय भांडवल प्रवाह सातत्याने भारतात यावा या दृष्टीने भारत सरकार परकीय गुंतवणूकदारांना नेहमीच प्रोत्साहन देते. परकीय चलन उपलब्ध करण्याचा तो कर्जाऊ घेण्यापेक्षा अशा प्रकारे भांडवल स्वरूपात घेणे नेहमीच कमी खर्चाचे असते.

ब) थेट परकीय गुंतवणुकीची गरज :

परदेशी भांडवलाचा ओघ अनेक हेतूने महत्त्वाचा ठरतो. ते हेतू पुढीलप्रमाणे :

१) भांडवल उभारणी :

अविकसित देशांमध्ये बचतीचे प्रमाण कमी असल्याने त्यांना स्वबळावर विकास करता येणे शक्य नसते. तेथील लोकांच्या उत्पन्नाची पातळी खूपच खाली असल्याने उद्योग व्यवसायासाठी आवश्यक असणाऱ्या भांडवलाची उभारणी करणे त्यांना खूप कठीण जाते. याचबरोबर कमी उत्पादनामुळे उत्पन्न पातळी आणखीनच घटते त्यामुळे भांडवल उभारणीसाठी परकीय/परदेशी भांडवल स्त्रोतांची आवश्यकता असते.

२) तज्ज्ञ व प्रगत तांत्रिक ज्ञानाची उपलब्धता :

अविकसित देशात फक्त भांडवलाचीच कमतरता नसून प्रशिक्षित, कुशल आणि तांत्रिक मनुष्यबळाचाही अभाव असतो. त्यामुळे परकीय मदतीने तज्ज्ञ व्यक्ती तसेच प्रगत तांत्रिक ज्ञान उपलब्ध करून घेता येते व ही कमतरता भरून काढता येते.

३) प्रगत तंत्रज्ञानाचा पुरवठा :

परकीय/परदेशी मदतीमुळे अविकसित देशांमध्ये प्रगत, शास्त्रशुद्ध असे तंत्रज्ञान आणि औद्योगिक संशोधन, इत्यादींचा पुरवठा होऊ शकतो.

४) उद्योगधंद्यांचा विकास :

औद्योगिक रचना परिपूर्ण आणि शक्तीशाली बनविण्यासाठी आवश्यक असलेली यंत्रसामग्री तसेच वस्तू आणणे परकीय मदतीमुळे सहज शक्य होते व पर्यायाने उद्योगधंद्यांचा झपाट्याने विकास होतो.

५) प्रगतीच्या दृष्टीने नियोजन :

परकीय मदतीने झपाट्याने प्रगती होण्याच्या दृष्टिकोनातून नियोजन करता येणे शक्य होते.

क) थेट परकीय गुंतवणुकीवरील सरकारी नियमने :

१९९१ मध्ये भारत सरकारने आपले नवीन औद्योगिक धोरण जाहीर केले. परकीय गुंतवणूकदारांना आकर्षित करण्याच्या दृष्टीने हे धोरण महत्त्वाचे ठरले. परकीय गुंतवणुकीचे नियम आणि पद्धती अत्यंत सोपी आहे. या

धोरणातील सर्वात महत्त्वाचा मुद्दा म्हणजे भारतातील ३४ उच्च अग्रक्रम असलेल्या उद्योगांमध्ये परकीयांना ५१% सहभाग देणे हा होय. या धोरणान्वये करण्यात आलेले बदल :

१) परकीय गुंतवणुकीची मंजुरी :

भारतातील ३४ अग्रक्रम उद्योगांमध्ये परकीय गुंतवणूक साधारण भाग भांडवलाच्या ५१% परकीयांना खुली करण्यात येऊन त्याबाबतची मंजुरी ही आपोआप होऊ लागली. याचाच अर्थ त्यासाठी वेगळी मंजुरी घेण्याची आता गरज राहिली नाही कारण अशा प्रकारच्या मंजुरीची रिझर्व्ह बँकेकडे नोंदणी करावी लागते.

२) फॉरेन इन्व्हेस्टमेंट प्रमोशन बोर्डची स्थापना :

५१ % पेक्षा जास्त परकीय भागीदारीसुद्धा मंजूर करण्यात येऊ लागली. त्यासाठी अशी प्रकरणे त्वरेने मंजूर करण्यासाठी एक फॉरेन इन्व्हेस्टमेंट प्रमोशन बोर्ड स्थापन करण्यात आले.

३) भारतीय कंपन्यांसाठी परदेशी गुंतवणुकीच्या पद्धतीचे सुलभीकरण :

भारतीय कंपन्यांनी परदेशी कंपन्यांत गुंतवणूक करून परकीय संबंध स्थापन करण्यासाठीची पद्धत अधिक सोपी करण्यात आली.

४) फेमाच्या निर्बंधांचे शिथीलीकरण :

यापूर्वी भारतामध्ये परकीय गुंतवणूक असलेल्या उद्योगांवर सरकारने फॉरेन एक्सचेंज रेग्युलेशन ॲक्ट अन्वये जी बंधने घातली होती ती या कायद्यात सुधारणा करून कमी करण्यात आली. त्याबरोबरच परदेशात व्यापार करण्यासाठी भारतीय व्यवसायाला प्रोत्साहन देण्यात आले. त्यावरील निर्बंध शिथील करण्यात आले.

५) मल्टीलॅटरल इन्व्हेस्टमेंट गॅरन्टी एजन्सी या संघटनेचे सभासदत्व :

जे देश परकीय गुंतवणुकीला प्रोत्साहन देतात. अशा देशांनी तयार केलेल्या मल्टीलॅटरल इन्व्हेस्टमेंट गॅरन्टी एजन्सी (MIGA) या संघटनेचे सभासदत्व भारताने स्वीकारले.

ड) परकीय प्रत्यक्ष गुंतवणुकीचे फायदे :

वस्तू व सेवांच्या निर्मितीसाठी अनेक देश आता थेट परदेशी गुंतवणुकीचा आश्रय घेत आहेत. त्याचे बरेच फायदे आहेत व ते खाली दिले आहेत.

१) भांडवलाची त्वरित उपलब्धता :

प्राथमिक ग्राहकोपयोगी वस्तू व सेवांचे उत्पादन वाढविण्यासाठी भांडवल लगेच गुंतविता येते व त्यामुळे औद्योगिकीकरणास व अर्थव्यवस्थेस लाभ होतो. विकसनशील देशांच्या बाबतीत हे अत्यंत खरे आहे. उद्योगाचा आकार व गुणवत्ता आता जागतिक पातळीपर्यंत पोहोचली आहे.

२) मोठ्या उद्योगांची निर्मिती :

जागतिक स्तरावरील व मोठ्या कंपन्या मोठ्या प्रमाणावर परदेशी गुंतवणुकीमुळे मोठे उद्योग निर्माण होतात. उदा. चीन व श्रीलंकेमध्ये जागतिक बाजारपेठेसाठी मुद्दाम निर्माण केलेल्या कापड गिरण्या आहेत. त्यांना अमेरिकेतून तंत्रज्ञान व आर्थिक साहाय्य मिळते.

३) विकासाचा केंद्रबिंदू :

नव्या मोठ्या कंपन्यांतून मोठ्या प्रमाणावर व्यवसाय होऊ लागतो. नंतरच्या प्रक्रियांवर आधारित अनेक उद्योग तयार होऊ शकतात. शिवाय संलग्न उद्योग व संबंधित सेवा देणाऱ्या उद्योगांचीही निर्मिती होते. स्थानिक गुंतवणूक वाढीस लागते. या सर्व सकारात्मक कारणांमुळे मूळ देशात आर्थिक विकासाला चालना मिळते.

४) निरोगी स्पर्धा निर्माण होते :

परदेशी गुंतवणुकीचा प्रवाह साधारणपणे मूळ देशातील कार्यक्षम व यशस्वी उद्योगांकडेच वळतो. परदेशी गुंतवणूक आकर्षित करण्यात देशादेशांमध्ये स्पर्धा असल्याने कार्यक्षमता वाढते. सुधारणेसाठी अनेक प्रक्रिया तरल केल्यामुळे मूळ देशातील उद्योगांच्या उत्पादकतेत भर पडते. जर मूळ देशात काही वस्तू आधी तयार होत नसतील व FDI मुळे त्या निर्माण होत असतील तर परदेशी गुंतवणूक पूरक ठरते. बहुराष्ट्रीय कंपन्या नव्या बाजारपेठा काबीज करण्यासाठी FDI च्या माध्यमातून नवीन उत्पादने बाजारात आणतात. FDI गुंतवणूक संस्था अस्तित्वात असलेल्या उत्पादनासाठीही पर्यायी गुंतवणूक या स्वरुपात येऊ शकते.

५) स्थानिक गुंतवणुकीस प्रोत्साहन :

थेट परदेशी गुंतवणुकीतून उद्योगधंद्यात सुधारणांचे नवीन मार्ग येतात व नीतिधैर्य वाढते. परदेशी कर्जे किंवा परदेशी पोर्टफोलिओ गुंतवणुकीपेक्षा थेट परदेशी गुंतवणुकीमुळे स्थानिक उद्योगांवर जास्त प्रभाव पडतो. त्यामुळे अर्थव्यवस्थेतील आत्मविश्वासाची पातळी वाढते व स्थानिक गुंतवणुकीला चालना दिली जाते. उदा. गेल्या दशकामध्ये भारतीय शेअरबाजारात झालेली वाढ.

६) अर्थव्यवस्थेला जोर मिळतो :

मूळ देशातील अर्थव्यवस्थेला विकासासाठी जोर प्राप्त होतो. अधिक परदेशी गुंतवणुकीमुळे जागतिक दर्जाच्या अधिक कंपन्या उत्पादने व पर्यायाने परकीय चलन भारतात येते. FDI मुळे स्थानिक उत्पादन व निर्यातीसाठी उत्पादन दोन्ही वापरतात. वस्तू व सेवांच्या अधिक उत्पादनामुळे एकूण राष्ट्रीय उत्पादन व दरडोई उत्पन्न वाढते. FDI चा अर्थव्यवस्थेवर गुणाकारात्मक प्रभाव पडतो. अर्थव्यवस्थेच्या सतत प्रगतीमुळे अधिक परदेशी गुंतवणूक आकर्षित होते व हे चक्र चालूच राहते.

७) नव्याने केलेली गुंतवणूक :

नव्या कंपन्या किंवा नव्या उत्पादनात केलेल्या गुंतवणुकीला 'ग्रीन फील्ड गुंतवणूक' असे म्हणतात. सध्याच्या उद्योगांच्या विस्तारातील गुंतवणुकीला 'ब्राऊन फील्ड गुंतवणूक' असे म्हणतात. त्यापेक्षा ग्रीन फील्ड गुंतवणूक अधिक किफायतशीर व अर्थव्यवस्थेत सर्वंकष मदत करणारी ठरते. ग्रीन फील्ड गुंतवणुकीतून निर्माण होणारी उत्पादने जर अधिक चांगल्या दर्जाची व स्वस्त असतील तर सध्याचे तत्सम उद्योग अडचणीत येऊ शकतात.

८) ताब्यात घेणे व समाविष्ट होणे यासाठी थेट परदेशी गुंतवणूक :

याठिकाणी मूळ देशातील एखादी कंपनी थेट गुंतवणुकीतून विकत घेतली जाते. नवीन कंपनी तयार होत नाही की नवीन उत्पादने निर्माण होत नाहीत. मोठ्या बहुराष्ट्रीय कंपन्या पैशाच्या जोरावर विकसनशील देशातील कंपन्या खरेदी करतात. जर त्यांची कार्यक्षमता वाढली नाही किंवा निर्यात वाढली नाही तर अशा गुंतवणुकीमुळे मूळ देशात काही कायदा होत नाही. उलट FDI मुळे मूळ देश एक चांगली कंपनी गमावतो. मोठ्या प्रमाणावर उद्योग परदेशीयांच्या ताब्यात गेल्याने देशाची आर्थिक ताकद कमी होते व देशाच्या राजकीय भवितव्यावर त्याचा परिणाम होऊ शकतो. विकसनशील देशातील धोरणकर्ते परदेशी थेट गुंतवणुकीतून त्यांच्या ताब्यात जाणाऱ्या कंपन्यांबाबत नेहमीच साशंक व सावध असतात.

९) बाजारपेठेचा विकास :

थेट परदेशी गुंतवणुकीमुळे जागतिक बाजारपेठेतील विस्तार वाढतो. जागतिक ग्राहक वर्गाचा गाभा व त्यांच्या आवडी-निवडी कळतात आणि विपणनाचे जाळे अनेक देशात पसरते व बाजारपेठ वाढते. थेट परदेशी गुंतवणुकीमुळे जाळे दूरवर पसरते व त्यामुळे बाजारपेठेचे अधिक ज्ञान व आवका वृद्धींगत होऊन कंपनीचा फायदा होतो.

१०) उत्पादकतेत भर :

थेट परदेशी गुंतवणुकीमुळे मूळ देशातील कंपन्यांची उत्पादकता अनेक प्रकारे वाढते.

i) गुणवत्तेत वाढ :

कंपनीच्या आकारमानात वाढ होते आणि त्या जागतिक पातळीवर उतरतात. गुणवत्ता आणि उत्पादकतेत चांगली वाढ होते आणि जगातील उत्तम कंपन्यांशी तुलना केली जाते.

ii) वाहतूक खर्चात कपात :

स्पर्धेमुळे जागतिक स्तरावरील साधनसंपत्तीचा उत्तम वापर होतो. नव्या कंपन्या कच्च्या मालाच्या उगमस्थानाजवळ असल्यामुळे आणि ग्राहकांच्या सान्निध्यात असल्यामुळे वाहतुकीचा खर्च कमी होतो.

iii) व्यावसायिक ज्ञानात भर :

व्यवसायाच्या ज्ञानात भर पडल्यामुळे बाजारपेठेवर अधिक लक्ष केंद्रित करण्यात येते.

iv) विकास आणि संशोधन कार्याचा विकास :

विकास आणि संशोधन कार्याचा विकास होतो. अधिक ज्ञानप्राप्तीमुळे नवीन उत्पादने बाजारपेठेत आणण्यास आणि सध्याच्या उत्पादनांच्या मूल्यात भर घालण्यास मदत होते.

११) तंत्रज्ञानात होणारे फायदे :

बहुतेक वेळा थेट परदेशी गुंतवणूक सुधारित तंत्रज्ञानात केली जाते. गुंतवणुकीबरोबर नव्या पद्धती नवी साधनसामग्री आणि सुविधा येतात. कर्मचाऱ्यांना नवी सामग्री आणि पद्धती यामध्ये प्रशिक्षण मिळते. मूळ देशामध्ये रोजगार निर्मिती वाढते. उदा.

i) अलीकडच्या काळात बंगलोरमध्ये माहिती तंत्रज्ञान क्षेत्रात इंटेल, आय.बी.एम्. सारख्या बहुराष्ट्रीय संस्था आल्या आहेत. माहिती तंत्रज्ञान व बीपीओ क्षेत्रातील थेट गुंतवणुकीमुळे बंगलोरमध्ये रोजगार संधी वाढल्या आहेत.

ii) ह्युंदई मोटर्स, नोकीया आणि इतर अनेक बहुराष्ट्रीय कंपन्या चेन्नईमध्ये आल्यामुळे चेन्नईतील रोजगारनिर्मिती वाढली आहे.

मुख्य उद्योगाला साहाय्यभूत वस्तू आणि सेवा निर्माण करणाऱ्या इतर, उद्योगांमध्येही रोजगार निर्मिती वाढते. एका थेट नेमणुकीमुळे वाहतूक, किरकोळ विक्री, दुरुस्ती, सुट्ट्या भागांचा पुरवठा अशा इतरही क्षेत्रात रोजगार वाढतो व पर्यायाने अर्थव्यवस्थेत सुधारणा होते.

१२) कार्यसंस्कृती आणि प्रणालीमध्ये सुधारणा :

थेट गुंतवणुकीचा प्रकार साधारणपणे विकसित जगापासून विकसनशील देशांकडे वाहत असतो. थेट परदेशी गुंतवणुकीमुळे अधिक चांगली व्यवस्थापन कौशल्ये जागतिक स्तरावरील विपणन धोरणे आणि प्रणाली देशात येतात. उदा.

i) टोयाटोने भारतातील टोयाटो कंपनीत गुणवत्तेची उत्तम कौशल्ये आणली.

ii) 'बॉस' कंपनीने आपल्या भारतीय शाखेत जर्मन तंत्रज्ञान आणि प्रणाली आणली.

बहुराष्ट्रीय कंपन्या चांगले प्रशिक्षण देऊन आणि मार्गदर्शन करून नवीन कौशल्ये प्राप्त करून देतात. परदेशी थेट गुंतवणुकीमुळे कर्मचाऱ्यांच्या वृत्तीत बदल होतो आणि जागतिक दर्जाचे उत्पादन करण्यासाठी कार्यसंस्कृती निर्माण होते.

१३) मूळ देशाची निर्यात वाढते :

थेट परदेशी गुंतवणुकीमुळे निर्यातीतून परकीय चलन मिळते व म्हणून विकसनशील देश अशा गुंतवणुकीचे स्वागत करतात. सेवा क्षेत्रातील थेट परदेशी गुंतवणुकीमुळे सेवांच्या निर्यातीत वाढ होते. बहुराष्ट्रीय कंपन्या निर्यातीसाठी मूळ देश व ग्राहक या दरम्यान त्यांच्या परदेशातील शाखा/कंपन्यांमार्फत हमीदार आणि मध्यस्थ म्हणूनही काम करू शकतात.

४.३.४ परकीय संस्थात्मक गुंतवणूक (FII) :

परकीय संस्थात्मक गुंतवणूकदार हा भारतातील रोखरूपी गुंतवणुकीचा प्राथमिक स्त्रोत आहे. सप्टेंबर १९९२ मध्ये भारताने भाग बाजारात परकीय संस्थात्मक गुंतवणुकीस परवानगी दिली. नोव्हेंबर १९९५ पासून सेबीची काही नियमने यावर प्रस्थापित करण्यात आली. तसेच १९७३च्या परकीय विनिमय कायद्यातील तरतुदींचा देखील संदर्भ विचारात घेण्यात आला. मार्च २००२ अखेरीस परकीय संस्थात्मक गुंतवणूक १५२४२.३ मिलीयन अमेरिकन डॉलर एवढी होती.

अ) अर्थ :

भांडवल हा प्रत्येक व्यवसायाचा आत्मा आहे. देशाच्या जलद विकासाच्या दृष्टीने विकसित देशातून भांडवलाचा प्रवाह विकसनशील किंवा अविकसित देशांमध्ये येणे आवश्यक असते. आंतरराष्ट्रीय आर्थिक सहकार्य आणि सुव्यवस्थित संबंधांमुळे विकसित देशांमधून विकसनशील देशांकडे भांडवलाचा ओघ वाहत आहे. भारतातील व्यावसायिक विकासाच्या दृष्टीने असे भांडवल गरजेचे आहे. प्रत्येक देशाला त्याच्या विकासाच्या सुरुवातीच्या काळात परकीय गुंतवणुकीवर अवलंबून राहावे लागले आहे. ज्यावेळी भांडवलाची कमतरता भासते त्यावेळी व्यवसायात भांडवल उभारणीच्या संदर्भात परकीय भांडवल अत्यंत महत्त्वाची भूमिका बजावते. आवश्यक भांडवलाची तूट भरून काढण्याचे कार्य अशा प्रकारचे परकीय भांडवल करते.

युनो, आय बी आर डी यांसारख्या आंतरराष्ट्रीय संघटनांमुळे अशा प्रकारचा भांडवलाचा प्रवाह चालू असतो. निरनिराळ्या प्रकारच्या आंतरराष्ट्रीय संस्था भारतामध्ये गुंतवणूक करून भारतातील भांडवल तुटीचे प्रमाण भरून काढतात. तसेच व्यवसाय आणि आर्थिक विकासाच्या दृष्टीने आवश्यक असलेले दीर्घ भांडवलाची तरतूद करतात.

ब) परकीय संस्थात्मक गुंतवणुकीसंबंधीची महत्त्वपूर्ण तत्त्वे :

१) नोंदणीकृत परकीय संस्थात्मक गुंतवणूकदारांची संख्या जून २००६ रोजी ८१३ होती. ही संख्या जून २००७ रोजी १०४२ एवढी झाली. या गुंतवणूकदारांनी साधारण भागात सहा बिलीयन अमेरिकन डॉलरएवढी गुंतवणूक केली.

२) या गुंतवणूकदारांनी भारतातील वित्तीय बाजारपेठेत जून २००७ पर्यंत केलेल्या गुंतवणूकीची रक्कम ५३.०६ बिलीयन अमेरिकन डॉलरएवढी होती.

३) परकीय संस्थात्मक गुंतवणूकदार हे गुंतवणुकीसाठी बांधकाम क्षेत्र, बँकिंग क्षेत्र आणि माहिती तंत्रज्ञान उद्योग यांना प्राधान्य देतात.

४) भारतातील सर्वात सक्रिय परकीय संस्थात्मक गुंतवणूकदार HSBC मेरिल लिन्च, सिटीग्रुप CLSA इत्यादी आहेत.

क) भारतातील परकीय संस्था :

भारतात परकीय संस्थात्मक गुंतवणूक करणाऱ्या अनेक महत्त्वपूर्ण संस्था आहेत. त्यांची माहिती पुढील मुद्यांच्या आधारे जाणून घेता येईल.

१) आंतरराष्ट्रीय परस्पर निधी :

आंतरराष्ट्रीय परस्पर निधींची स्थापना १९४५ च्या डिसेंबरमध्ये झाली. या निधींमध्ये २९ सदस्य देश आहेत. ब्रेट वूड कॉन्फरन्सचा परिणामस्वरूप परस्पर निधी आणि जागतिक बँकेची स्थापना झालेली आहे. या निधीमध्ये एक कार्यकारी संचालक मंडळ असते. हे कार्यकारी संचालक मंडळ या निधीचा दैनंदिन कारभार पाहते. यामध्ये १६ देशाचे निवडलेले १६ आणि ६ देशांचे नियुक्त सभासद असतात. त्याचे सचिवालय वॉशिंग्टन येथे आहे.

आंतरराष्ट्रीय परस्पर निधीची उद्दिष्टे :

i) आंतरराष्ट्रीय सांपत्तिक सहकार्य.
ii) जागतिक व्यापाराचा विस्तार.
iii) बदलाबदल दरात स्थिरता.
iv) प्रदान अडचणींचे संतुलन.
v) आंतरराष्ट्रीय तरलता राखणे.
vi) योग्य/न्याय्य आंतरराष्ट्रीय संबंध.

२) जागतिक बँक (World Bank or International Bank for Reconstruction and Development) :

जुलै १९४४ मध्ये जागतिक बँकेची स्थापन करण्यात आली. तिचे कार्य १९४६ साली सुरू झाले. तिच्या सदस्य राष्ट्रांचा आर्थिक विकास घडवून आणणे आणि जागतिक राहणीमानाचा दर्जा उंचाविणे ही तिची उद्दिष्टे आहेत. या बँकेचा हेतू उत्पादक कार्यासाठी भांडवल पुरविणे तसेच हमी देऊन अथवा कर्जामध्ये भागीदारी घेऊन परकीय भांडवल उपलब्ध करून देणे हा आहे.

जागतिक बँक चार टप्प्यामध्ये कर्ज मंजूर करते हे टप्पे पुढीलप्रमाणे :

i) कर्जदाराच्या कर्जफेडीची क्षमता तपासून पाहिली जाते. त्यासाठी बँक एक समिती त्या देशाच्या शेतकी, खनिज आणि औद्योगिक स्त्रोतांची परिस्थिती पाहण्यासाठी पाठविते.
ii) ठरावीक प्रकल्प सुरू करण्याच्या दृष्टिकोनातून तपास करणे.
iii) कर्जाच्या अटी व नियमांसंबंधी वाटाघाटी करणे.
iv) कर्जाचे व्यवस्थापन व उपयोग करणे.

३) आंतरराष्ट्रीय विकास संस्था (International Development Agency) :

जागतिक बँकेला संलग्न असलेली ही संस्था आहे. १९६० मध्ये तिची स्थापना झाली. जागतिक बँकेपेक्षा वेगळे कर्ज प्रकरणे ही संस्था करते. विकासाला पूरक असा हा प्रयत्न आहे. जागतिक बँकेच्या सर्व सदस्यांना या संस्थेचे सभासदत्व मिळविता येते.

४) आंतरराष्ट्रीय वित्त महामंडळ (International Finance Corporation) :

जागतिक बँकेच्या संचालक मंडळांकडून या महामंडळाच्या संचालकांची निवड होते व या महामंडळाचे कामकाज पाहिले जाते. असे असले तरी ही स्वतंत्र आणि वेगळी संघटना आहे. जागतिक बँकेची संलग्न संस्था म्हणून ती कार्य करते.===

सदस्य देशांच्या आर्थिक विकासाच्या दृष्टीने उत्पादक खासगी व्यवसायांच्या वाढीसाठी त्यांना प्रोत्साहीत करणे हे तिचे उद्दिष्ट आहे. खासगी गुंतवणूकदार यांच्याशी भागीदारीत ही संस्था गुंतवणूक करते. खासगी भांडवल किंवा परकीय आणि देशातील भांडवल तसेच अनुभवी व्यवस्थापन, गुंतवणूक संधी यांना निक्षेपगृहाचे कार्य करून ही संस्था एकत्र आणते.

५) आशियाई निक्षेप संघटना (Asian Clearing Union) :

९ डिसेंबर, १९९४ रोजी या संस्थेची स्थापना झाली. या संस्थेचे मुख्यालय तेहरान येथे आहे. या संस्थेची उद्दिष्टे पुढीलप्रमाणे सांगता येतील :

i) बहुउद्देशीय तत्त्वावर चालू आंतरराष्ट्रीय व्यवहारासाठी प्रदान सुविधेची व्यवस्था करणे.
ii) या व्यवहारात भाग घेणाऱ्या सदस्य देशांच्या चलनाचाच व्यवहारात उपयोग करणे.
iii) परकीय भांडवलाच्या वापरात इकॉनॉमी दाखवून अशा व्यवहारासाठी लागणाऱ्या खर्चात कपात करणे.
iv) देशांमध्ये व्यापार आणि सांपत्तिक सहकार्याचा विस्तार करण्याच्या दृष्टीने मदत करणे.

६) आंतरराष्ट्रीय तडजोडीसाठीची बँक (Bank for International Settlement) :

१९३० मध्ये या बँकेची स्थापना झाली. पहिल्या महायुद्धातील हानी भरून काढणे आणि मध्यवर्ती बँकांमध्ये वित्तीय सहकार्याचा प्रवाह सुरू करणे हे या बँकेचे ध्येय होते. या बँकेची स्थापना सरकारने न करता मध्यवर्ती बँकांनी केलेली आहे. तिचा विकास संघटनेत झाला. आंतरराष्ट्रीय वित्तीय कार्यात ही बँक अतिरिक्त सुविधा पुरविते. आंतरराष्ट्रीय वित्त तडजोडी / तजवीजीमध्ये ही बँक अत्यंत मोलाची भूमिका बजावते. तिचा कारभार आंतरराष्ट्रीय कायद्यानुसार चालतो. सेंट्रल बँकांच्या निधींच्या डिपॉझिटरीचे कार्य ही बँक करते. त्याचप्रमाणे मध्यवर्ती बँकांच्या परकीय चलन निधींचे ती व्यवस्थापन करते. ही बँक सोन्याच्या ठेवी स्वीकारते. ती सांपत्तिक तसेच वित्तीय सहकार्य देते.

४.३.५ युरो इश्यू :

युरो इश्यू हे परकीय चलनात स्वदेशाबाहेर पैसे उभे करण्यासाठी उपलब्ध वित्त किंवा भांडवल स्त्रोतांना दिलेले नाव आहे. अमेरिकन डिपॉझिटरी रिसिप्ट्स (ADR), ग्लोबल डिपॉझिटरी रिसीट्स (GDR), आणि फॉरेन करन्सी कन्व्हर्टेबल बाँड्स (FCCB) हे युरो इश्यू अंतर्गत येणारे फंडाचे सर्वात सामान्यपणे वापरले जाणारे स्त्रोत आहेत.

अ) अर्थ :

युरो-इश्यू म्हणजे विदेशी बाजारात कंपनी किंवा घटकाद्वारे प्रतिभूती (स्टॉक, बाँड किंवा इतर आर्थिक साधने) जारी करणे, विशेषतः जारी करणाऱ्या कंपनीच्या स्थानिक चलनाव्यतिरिक्त इतर चलनात नामांकित करणे. हा शब्द भारतीय अर्थव्यवस्थेच्या संदर्भात ऐतिहासिकदृष्ट्या भूतकाळात अधिक सामान्यपणे वापरला जातो. अनेकदा युरोपियन बाजारपेठांमध्ये युरो किंवा यूएस डॉलर सारख्या इतर प्रमुख चलनांमध्ये इश्यूस दर्शवितात.

ब) भारतातील युरो-इश्यू :

भारतातील युरो-इश्यू ऐतिहासिकदृष्ट्या विदेशी बाजारपेठांमध्ये भारतीय संस्थांद्वारे प्रतिभूती जारी करण्याला संदर्भित केले जाते, विशेषतः युरो किंवा इतर प्रमुख विदेशी चलनांसारख्या चलनांमध्ये नामांकित केले जाते.

१) उद्देश :

कंपन्या आंतरराष्ट्रीय भांडवल बाजारात प्रवेश करण्यासाठी, विदेशी चलनांमध्ये निधी उभारण्यासाठी, त्यांच्या गुंतवणूकदारांच्या पायामध्ये विविधता आणण्यासाठी, संभाव्यतः कमी कर्ज घेण्याच्या खर्चाचा फायदा घेण्यासाठी आणि चलन जोखमींपासून बचाव करण्यासाठी युरो-इश्यू पर्याय निवडतात.

२) नियमन :

भारतीय रिझर्व्ह बँक (RBI) आर्थिक स्थिरता आणि जबाबदार कर्ज घेणे सुनिश्चित करण्यासाठी विदेशी चलनांमध्ये कर्ज घेणे आणि जारी करणे नियंत्रित करण्यासाठी मार्गदर्शक तत्त्वे, निर्बंध आणि मंजूरी प्रक्रिया निश्चित करते, या प्रतिभूतींचे नियमन आणि देखरेख करते.

३) युरो-इश्यूचे स्वरूप :

यामध्ये बाह्य व्यावसायिक कर्जे (ECBs), विदेशी चलन परिवर्तनीय बाँड्स (FCCBs), किंवा आंतरराष्ट्रीय गुंतवणूकदारांना आकर्षित करण्यासाठी भारतीय कंपन्यांनी परदेशी बाजारात जारी केलेल्या इतर कर्ज साधनांचा समावेश असतो.

४) शब्दावलीतील उत्क्रांती :

भूतकाळात युरो-इश्यू हा सामान्यतः वापरला जाणारा शब्द, समकालीन चर्चा आणि नियम हे ECB किंवा FCCB सारख्या भिन्न शब्दावली वापरून या आंतरराष्ट्रीय इश्यूचा संदर्भ घेतात, जे आर्थिक व्यवहार आणि नियामक चौकटीमधील बदल प्रतिबिंबित करतात.

५) फायदे आणि जोखीम :

युरो-इश्यू व्यापक गुंतवणूकदार आधार, संभाव्यत: कमी कर्ज खर्च आणि चलन वैविध्य मिळवण्यासाठी प्रवेश देतात. तथापि, त्यांच्याकडे चलनातील चढउतार, परदेशी नियमांचे पालन आणि आंतरराष्ट्रीय बाजारातील अस्थिरतेशी संबंधित जोखीम देखील आहेत.

६) देखरेख आणि मार्गदर्शक तत्त्वे :

भारतीय रिझर्व्ह बँक भारताच्या एकूण आर्थिक आणि वित्तीय स्थैर्याशी सुसंगत असल्याची खात्री करण्यासाठी या इश्यून्सचे प्रमाण, किंमत, अंतिम वापर आणि इतर पैलूंवर लक्ष ठेवते व विशिष्ट मार्गदर्शक तत्त्वे लादते.

क) युरो-इश्यूचे फायदे :

युरो-इश्यूचे खालील फायदे आहेत :

१) आंतरराष्ट्रीय भांडवलामध्ये प्रवेश :

युरो-इश्यू कंपन्यांना आंतरराष्ट्रीय भांडवल बाजारात प्रवेश करण्याची परवानगी देतात, देशांतर्गत बाजारांच्या पलीकडे त्यांच्या निधी स्त्रोतांमध्ये विविधता आणतात.

२) चलन वैविध्य :

विदेशी चलनांमध्ये प्रतिभूती जारी करणे (जसे की युरो किंवा USD) कंपन्यांना त्यांच्या चलनाच्या अन्वेषणामध्ये विविधता आणण्यास मदत करते, देशांतर्गत चलनातील चढउतारांशी संबंधित जोखीम कमी करते.

३) व्यापक गुंतवणूकदार आधार :

आंतरराष्ट्रीय बाजारपेठेतील प्रवेश संभाव्य गुंतवणूकदारांच्या पायाचा विस्तार करतो, विविध गुंतवणूक संधींमध्ये स्वारस्य असलेल्या परदेशी गुंतवणूकदारांना आणि संस्थांना आकर्षित करतो.

४) कमी कर्ज खर्च :

आंतरराष्ट्रीय बाजारपेठेत कमी व्याजदर किंवा कर्ज घेण्याच्या चांगल्या अटींमुळे कंपन्यांना फायदा होतो, संभाव्यपणे भांडवल उभारणीचा खर्च कमी होतो.

५) धोरणात्मक निधी :

युरो-इश्यू कंपन्यांना जागतिक बाजारपेठेत उपलब्ध असलेल्या मोठ्या निधीमध्ये प्रवेश करून विस्तार, अधिग्रहण किंवा भांडवल-केंद्रित प्रकल्पांना धोरणात्मकरित्या निधी देण्यास सक्षम करतात.

६) वित्तीय लवचिकता :

उपलब्ध नसलेल्या किंवा देशांतर्गत बाजारपेठेत महाग असतील, अशा निधीमध्ये प्रवेश प्रदान करून वित्तीय लवचिकता प्रदान करत त.

७) विनिमय दर जोखमीच्या विरुद्ध हेजिंग :

परकीय चलनांमध्ये निधी उभारून, कंपन्या चलनातील जोखीम कमी करून संभाव्य विनिमय दर चढउतारांपासून बचाव करू शकतात.

८) जागतिक दृश्यमानता आणि प्रतिष्ठा :

आंतरराष्ट्रीय बाजारात प्रतिभूती यशस्वीरित्या जारी केल्याने कंपनीची जागतिक दृश्यमानता आणि प्रतिष्ठा वाढते, आंतरराष्ट्रीय गुंतवणूकदार आणि भागधारकांचे लक्ष वेधून घेते.

९) स्पर्धात्मक फायदा :

देशांतर्गत कर्ज घेण्याच्या पर्यायांच्या तुलनेत अनुकूल अटी व शर्ती सुरक्षित करून निधीसाठी परदेशी बाजारपेठेत प्रवेश करणे स्पर्धात्मक फायदा देते.

१०) धोरणात्मक आघाडीसाठी संधी :

प्रतिभूती जारी केल्याने परदेशी गुंतवणूकदारांसोबत धोरणात्मक संबंध प्रस्थापित करण्यासाठी, सहकार्य आणि भागीदारी वाढवण्याच्या संधी निर्माण होतात.

ड) युरो-इश्यूचे तोटे :

युरो-इश्यूचे तोटे खालीलप्रमाणे आहेत :

१) चलन जोखीम अन्वेषण :

युरो-इश्यू चलन जोखमींपासून बचाव करू शकते, परंतु विदेशी चलनांमध्ये निधी उभारणे कंपन्यांना विनिमय दरातील प्रतिकूल हालचालींमुळे संभाव्य नुकसानास सामोरे जावे लागते.

२) नियामक अनुपालन :

कंपन्यांना जटिल विदेशी नियमांचे आणि अनुपालन आवश्यकतांचे पालन करणे आवश्यक आहे, जे देशांतर्गत नियमांपेक्षा अधिक कठोर असतात.

३) बाजारातील अस्थिरता :

आंतरराष्ट्रीय बाजारपेठा अधिक अस्थिर असतात, ज्यामुळे कंपन्यांना गुंतवणूकदारांच्या भावना किंवा जागतिक आर्थिक परिस्थितीत अचानक बदल होऊ शकतात.

४) जास्त कर्ज घेण्याचा खर्च :

कमी कर्ज घेण्याच्या खर्चाची क्षमता असूनही, युरो-समस्या काहीवेळा परकीय चलन शुल्क किंवा उच्च व्याज दर यासारख्या घटकांमुळे जास्त खर्च करतात.

५) बाजारातील अनिश्चितता :

जागतिक बाजारपेठांत प्रवेश करण्यामध्ये बाजाराच्या परिस्थितीशी संबंधित अनिश्चितता, जागतिक भू-राजकीय घटक आणि नियामक बदल यांचा समावेश होतो, ज्यामुळे इश्यूजच्या यशावर परिणाम होतो.

६) विदेशी बाजारांवर अवलंबित्व :

परकीय निधी स्त्रोतांवरील अत्याधिक अवलंबनामुळे अवलंबित्व समस्या निर्माण होतात, ज्यामुळे कंपन्या आंतरराष्ट्रीय बाजारातील चढउतार किंवा गुंतवणूकदारांच्या भावनेतील बदलांना असुरक्षित बनवतात.

७) कार्यपद्धतींमधील गुंतागुंत :

अनेक चलने व्यवस्थापित करणे, विविध नियामक पर्यावरण आणि आंतरराष्ट्रीय कार्यपद्धती कंपनीच्या वित्तीय आणि कार्यात्मक व्यवस्थापनामध्ये जटिलता वाढवतात.

८) जादा कर्ज घेण्याचा धोका :

आंतरराष्ट्रीय निधीचा प्रवेश कंपन्यांना जास्त कर्ज घेण्यास प्रवृत्त करतो, ज्यामुळे जास्त कर्जाचा बोजा आणि दीर्घकालीन आर्थिक ताण येतो.

९) संभाव्य कायदेशीर समस्या :

कायदेशीर प्रणालींमधील फरक आणि परदेशी बाजारपेठेतील संभाव्य कायदेशीर विवाद युरो-इश्यूद्वारे निधी उभारणाऱ्या कंपन्यांसाठी आव्हाने निर्माण करतात.

१०) बाजार धारणा :

युरो-इश्यू प्रभावीपणे व्यवस्थापित करण्यात अयशस्वी होणे किंवा बाजारातील नकारात्मक धारणा आंतरराष्ट्रीय बाजारपेठेतील कंपनीच्या प्रतिमेवर आणि विश्वासार्हतेवर परिणाम करतात.

४.३.६ अमेरिकन डिपॉझिटरी रिसिट्स (ADR) :

डिपॉझिटरी रिसीट्सचा एक सर्वसामान्य प्रकार म्हणजे अमेरिकन डिपॉझिटरी रिसिट्स होय. याची निर्मिती अमेरिकन बाजारपेठेत १९२७ साली झाली. अमेरिकन डिपॉझिटरी रिसीट्स ही एक पराक्राम्य प्रतिभूती असते जी अमेरिकन वित्तीय बाजारपेठांमध्ये व्यापार करणाऱ्या बिगर अमेरिकन कंपनीच्या प्रतिभूतींचे प्रतिनिधित्व करते. अमेरिकन डिपॉझिटरी रिसीट्सद्वारे दर्शविल्या जाणाऱ्या विदेशी कंपनीच्या प्रतिभूतींना अमेरिकन डिपॉझिटरी शेअर्स असे म्हणतात. अनेक बिगर अमेरिकन कंपन्यांच्या शेअर्सचा अमेरिकन डिपॉझिटरी शेअर्सच्या माध्यमातून अमेरिकन शेअरबाजारामध्ये व्यापार केला जातो. अमेरिकन डिपॉझिटरी रिसीट्सचे निर्देशन आणि लाभांशाचा भरणा हा अमेरिकन डॉलरमध्ये केला जातो आणि त्याचा नियमित शेअरप्रमाणे व्यापार केला जाऊ शकतो. पहिल्या अमेरिकन डिपॉझिटरी रिसीट्सची निर्मिती जे.पी.मॉरगन यांनी १९२७ मध्ये ब्रिटिश रिटेलर सेलफ्रिजेससाठी केली.

अ) अर्थ :

अमेरिकन डिपॉझिटरी रिसीट ही अमेरिकेबाहेरील कंपनीने प्रचालन केलेली प्रतिभूती असते. ही प्रतिभूती प्रचालन करणाऱ्या देशाच्या ताब्यात प्रामुख्याने बँकेच्या ताब्यात राहते. परंतु या प्रतिभूतीचा अमेरिकन शेअर बाजारात व्यापार केला जातो. अमेरिकन डिपॉझिटरी रिसीट अमेरिकन वित्त बाजारपेठेमध्ये व्यापार केल्या जाणाऱ्या बिगर अमेरिकन समभागांची मालकी दर्शविते. अमेरिकन डिपॉझिटरी रिसीट्सचे निर्देशन आणि लाभांशाचा भरणा हा अमेरिकन डॉलरमध्ये केला जातो त्यामुळे अमेरिकन डिपॉझिटरी रिसीट गुंतवणुकदारांना सीमापार चलन व्यवहाराशिवाय समभागांचा व्यापार करण्याची परवानगी देते. अमेरिकन डिपॉझिटरी रिसीटद्वारे परकीय समभागाचा एक समभाग, समभागाचा एखादा भाग किंवा एकापेक्षा अधिक भाग दर्शविला जातो आणि त्याद्वारे गुंतवणुकदार ते त्या समभागांचे प्रतिनिधित्व करतात. तो समभाग प्राप्त करण्याचा अधिकार मिळतो. अमेरिकन डिपॉझिटरी रिसीट्सचे प्रचालन हे अमेरिकन डिपॉझिटरी बँकांद्वारे केले जाते आणि ते एखादा लाभांश गुंतवणुकदारांपर्यंत पोहोचण्याआधी त्याचे अमेरिकन डॉलरमध्ये रुपांतर करण्यासाठी जबाबदार असते. अमेरिकन डिपॉझिटरी रिसीट्स सामान्यपणे त्याच्या स्थानिक बाजारपेठेताल समभागाच्या किंमतीचा अवलंब करते आणि त्यामुळे ते स्थानिक देशांच्या आर्थिक व राजकीय पर्यावरणासाठी अत्यंत जोखमीचे असते जागतिक डिपॉझिटरी रिसिट्सद्वारे परकीय कंपनिच्या समभागांचे प्रतिनिधित्व केले जाते. त्या अर्थाने जागतिक डिपॉझिटरी रिसिट हे अमेरिकन डिपॉझिटरी रिसीट समान असते, परंतु त्याचा व्यापार हा स्थानिक शेअर बाजारात केला जातो. जागतिक डिपॉझिटरी रिसीट्सचे प्रचालन हे जागतिक डिपॉझिटरी बँकाद्वारे केले जाते आणि त्यांचा वापर हा उद्योन्मुख अर्थव्यवस्थांमधील कंपन्यांमध्ये गुंतवणुक करण्यासाठी केला जातो.

ब) अमेरिकन डिपॉझिटरी रिसीट्सची वैशिष्ट्ये :

अमेरिकन डिपॉझिटरी रिसीट्स हे बिगर अमेरिकन कंपन्यांचे एक साधन आहे, ज्यांचे त्या परकीय भांडवल प्राप्त करण्यासाठी अमेरिकेमध्ये प्रचालन करतात. त्या केवळ न्यूयॉर्क, नॅस्डॅक आणि अमेरिकन शेअर बाजारामध्ये सूचीबध्द केल्या जाऊ शकतात. अमेरिकन डिपॉझिटरी रिसीट्सची वैशिष्ट्ये पुढीलप्रमाणे.

१) अमेरिकन डिपॉझिटरी रिसीट्स कोणत्याही अमेरिकन शेअर बाजारामध्ये सूचीबध्द केल्या जाऊ शकतात.

२) एका अमेरिकन डिपॉझिटरी रिसीट्सद्वारे एकापेक्षा अधिक समभाग दर्शविले जाऊ शकतात उदा. एक अमेरिकन डिपॉझिटरी रिसीट = दोन समभाग.

३) अमेरिकन डिपॉझिटरी रिसीट धारक त्यांचे संभागांमध्ये रुपांतरण करु शकतात.

४) अमेरिकन डिपॉझिटरी रिसीट धारकांना कंपनीमध्ये मतदानाचा अधिकार नसतो.

५) अमेरिकन डिपॉझिटरी रिसीट्सवरील लाभांश हा संभागांवरील लाभांशाप्रमाणेच असतो.

६) अमेरिकन डिपॉझिटरी रिसीट्सचे निर्देशन हे अमेरिकन डॉलरमध्ये केले जाते.

क) अमेरिकन डिपॉझिटरी रिसीटच्या प्रचालनाची पद्धत :

१) कंपनी सुरुवातीला समभाग देशांतर्गत संरक्षक बँकेकडे हस्तांतरीत करते.

२) देशांतर्गत संरक्षक बँक अमेरिकन डिपॉझिटरी बँकेला, अमेरिकन डिपॉझिटरी रिसीट्च्या स्वरुपातील समभागांचे प्रचालन करण्याची विनंती करते.

३) अमेरिकन डिपॉझिटरी बँक जे प्रचालन रुपयांमध्ये करण्यात आले आहे त्यांचे रुपांतरण अमेरिकन डिपॉझिटरी रिसीट आणि अमेरिकन डॉलर मध्ये रुपांतरित करते.

४) शेवटी अमेरिकन डिपॉझिटरी रिसीट त्याचे इच्छित गुंतवणुकदाराला प्रचालन करते.

ड) अमेरिकन डिपॉझिटरी रिसीटचे फायदे :

अमेरिकन डिपॉझिटरी रिसीटच्या प्रचालनाद्वारे जागतिक डिपॉझिटरी रिसिटचे प्रचालन केल्यानंतर जे फायदे प्राप्त होतात, तेच फायदे प्राप्त होतात. उदा.

१) परकिय भांडवल प्राप्त करणे.

२) अधिक तरलता.

३) कंपनीच्या व्यापाराची पत वाढविणे.

४) बदलणारा खर्च कमी करणे.

५) अधिक चांगले समभाग मूल्य.

६) भागधारकांच्या विस्तारात वाढ करणे.

४.३.७ जागतिक डिपॉझिटरी रिसिट्स (GDR) :

परदेशी कंपनीमधील समभागांसाठी बँकेकडून दिल्या जाणाऱ्या प्रमाणपत्राला जागतिक डिपॉझिटरी रिसीट असे म्हणतात. जागतिक डिपॉझिटरी रिसीट्स म्हणजे आंतरराष्ट्रीय शाखेच्या परकीय शाखेद्वारे धारण केलेले समभाग होय. समभागांचा देशांतर्गत समभाग म्हणून व्यापार केला जातो. परंतु बँकेच्या विविध शाखांद्वारे ते जागतिक विक्रिसाठी प्रस्तावित केले जातात. जागतिक डिपॉझिटरी रिसीट हे एक वित्तीय साधन आहे ज्याचा वापर खाजगी बाजारपेठेद्वारे अमेरिकन किंवा युरो डॉलरच्या स्वरुपात निर्देशित केलेल्या भांडवलामध्ये वाढ करण्यासाठी केला जातो. जागतिक डिपॉझिटरी रिसीट हे अमेरिकन डिपॉझिटरी रिसीटशी अतिशय मिळते जुळते असते. जेव्हा खाजगी बाजारपेठा युरो डॉलर प्राप्त करण्याचा प्रयत्न करतात तेव्हा वापरल्या जाणाऱ्या साधनांना युरो डिपॉझिटरी रिसीट्स असे म्हणतात. जागतिक डिपॉझिटरी रिसीट हे ओव्हरसिज डिपॉझिटरी बँकेद्वारे प्रचालन करण्यात येणारे डिपॉझिटरी रिसीटच्या स्वरुपातील एक डिपॉझिटरी रिसीट किंवा प्रमाणपत्राच्या स्वरुपातील एक साधन असते ज्याचे देशाबाहेरील निर्वासितांना प्रचालन करणाऱ्या कंपनीच्या सर्वसामान्य समभागाला लागून प्रचालन केले जाते. ओव्हरसिज डिपॉझिटरी बँक म्हणजे प्रचालन करणाऱ्या कंपनीच्या सर्वसामान्य समभागाला लागून जागतिक डिपॉझिटरी रिसीट प्रचालन करण्यासाठी प्रचालन करणाऱ्या कंपनीद्वारे मान्यता दिलेली बँक होय.

अ) अर्थ :

जागतिक डिपॉझिटरी रिसीटला आंतरराष्ट्रीय डिपॉझिटरी रिसीट असेदेखील म्हटले जाते. जागतिक डिपॉझिटरी रिसीट हे डिपॉझिटरी बँकेद्वारे प्रचालन करण्यात येणारे एक प्रमाणपत्र असते जे परकीय कंपन्यांच्या समभागांची खरेदी करते आणि त्यांची खात्यामध्ये गुंतवणुक करते. ते ज्या वास्तविक अमेरिकन डिपॉझिटरी रिसीटवर आधारित

असते त्याच्याशी जागतिक स्वरुपात समान असते. जागतिक डिपॉझिटरी रिसीट्स परदेशी कंपनीच्या अंतर्निहित समभागाची मालकी दर्शविते आणि त्याचा वापर विकसित बाजारपेठेमधील गुंतवणुकदारांमार्फत विकसित किंवा उद्योन्मुख बाजारपेठांमध्ये गुंतवणुक करण्यासाठी केला जातो. जागतिक डिपॉझिटरी रिसीटच्या किंमती या संबंधित समभागांच्या मूल्यावर अवलंबून असतात, परंतु त्यांचा अंतर्निहित समभागापेक्षा स्वतंत्रपणे व्यापार आणि व्यवस्थापन केले जाते. सामान्यपणे एक जागतिक डिपॉझिटरी रिसीट हे १० अंतर्निहित समभागांसमान असतात. परंतु कोणतेही प्रमाण वापरले जाते हे एक पराक्राम्य साधन आहे, जे काही स्वतंत्रपणे रुपांतरित चलनामध्ये निर्दे शित केले जाते. जागतिक डिपॉझिटरी रिसीट्समुळे प्रचालन करणाऱ्या कंपनिला परदेशी भांडवल बाजाराचा वापर करता येतो. जे. पी. मॉर्गन चेस, सिटीग्रुप, ड्यूश बँक, बँक ऑफ न्यूयॉर्क मेलन यांसारख्या अनेक आंतरराष्ट्रिय बँका जागतिक डिपॉझिटरी रिसीट्सचे प्रचालन करतात. जागतिक डिपॉझिटरी रिसीट्स अनेकदा फ्रॅंकफर्ट शेअर बाजार, लक्झेंबर्ग शेअर बाजार आणि लंडन शेअर बाजार यांमध्ये सूचीबध्द केले जाते जेथे त्यांचा इंटरनॅशनल ऑर्डर बुकमध्ये व्यापार केला जातो.

ब) जागतिक डिपॉझिटरी रिसीट्सची वैशिष्ट्ये :

जागतिक डिपॉझिटरी रिसीट हे कंपन्यांद्वारे वापरले जाणारे एक साधन आहे, ज्याचे कंपनी परकीय भांडवल प्राप्त करण्यासाठी अमेरिकन डॉलरमध्ये प्रचालन करते. ज्या शेअर बाजारामध्ये ते सूचीबध्द केलेले असतात त्या सर्व परकीय शेअर बाजारांमध्ये त्यांचा व्यापार केला जातो. उदा. रिलायन्स उद्योग समूहाद्वारे प्रचालन केलेले जागतिक डिपॉझिटरी रिसीट्स न्ययॉर्क शेअर बाजारात सूचिबध्द करण्यात आले आहे. त्यामुळे या जागतिक डिपॉझिटरी रिसिटचे खरेदी-विक्री व्यवहार हे केवळ या शेअर बाजारात केले जातात.

१) जागतिक डिपॉझिटरी रिसीट कोणत्याही अमेरिकन आणि युरोपीयन शेअर बाजारात सूचीबध्द करता येतात.

२) एका जागतिक डिपॉझिटरी रिसीटद्वारे एकापेक्षा अधिक समभाग दर्शविले जाऊ शकतात. उदा. एक जागतिक डिपॉझिटरी रिसीट = दोन समभाग

३) जागतिक डिपॉझिटरी रिसीट्सचे भागधारक, जागतिक डिपॉझिटरी रिसीट्सचे समभागांमध्ये रुपांतरण करु शकतात.

४) जागतिक डिपॉझिटरी रिसीट्सच्या भागधारकांना कंपनीमध्ये मतदान करण्याचा अधिकार नसतो. परंतु भागधारकांना हा अधिकार असतो.

५) या जागतिक डिपॉझिटरी रिसीट्सवरील लाभांश हे समभागावरील लाभांशासारखेच असतात.

६) जागतिक डिपॉझिटरी रिसीट्स अमेरिकन डॉलरमध्ये निर्देशित केले जातात.

क) जागतिक डिपॉझिटरी रिसीट्सचे प्रचालन करण्याची पद्धत :

१) प्रथम जागतिक डिपॉझिटरी रिसीट्सचे प्रचालन करणारी कंपनी तिचे समभाग एखाद्या देशांतर्गत संरक्षण बँकेकडे हस्तांतरित करते.

२) देशांतर्गत संरक्षण बँक परदेशातील काही ओव्हरसीज डिपॉझिटरी बँकेला जागतिक डिपॉझिटरी रिसीट्सचे समभागांचे प्रचालन करण्याची विनंती करते.

३) ओव्हरसिज डिपॉझिटरी बँक जागतिक डिपॉझिटरी रिसीटमध्ये रुपयामध्ये दर्शविलेल्या समभागांचे रुपांतरण अमेरिकन डॉलरमध्ये असलेल्या जागतिक डिपॉझिटरी रिसीटमध्ये करतात.

४) शेवटी ओव्हरसिज डिपॉझिटरी बँक त्यांचे इच्छित गुंतवणुकदारांना प्रचालन करते.

ड) जागतिक डिपॉझिटरी रिसीट्सचे फायदे :

जागतिक डिपॉझिटरी रिसीट्सचे प्रचालन करण्याचे मुख्य फायदे पुढीलप्रमाणे :

१) परकीय भांडवल प्राप्त करणे :

जागतिक डिपॉझिटरी रिसीटच्या माध्यमातून भारतीय कंपन्या परकीय भांडवलाची प्राप्ती करु शकतात. त्यामुळे अशा कंपन्यांना मुबलक स्वरुपात वित्तपुरवठा केला जातो. त्यामुळे देशातील परकीय विनिमय साठ्यात वाढ होते. या दोन्ही घटकांमुळे आर्थिक विकासाला मदत होते.

२) अधिक तरलता :

जागतिक डिपॉझिटरी रिसीटमध्ये समभागांशी तुलना करता अधिक तरलता असते कारण जागतिक डिपॉझिटरी रिसीट्सचे आर्थिकदृष्ट्या सक्षम कंपन्यांद्वारे प्रचालन केले जाते म्हणजेत त्यांची सहजपणे विक्री करता येते.

३) कंपनीची पत वाढते :

जी कंपनी जागतिक डिपॉझिटरी रिसीटचे प्रचालन करतात त्यांना बाजारपेठांमध्ये प्रतिष्ठा प्राप्त होते. या प्रतिष्ठेचा कंपनीच्या विक्रीवर अप्रत्यक्षपणे परिणाम होत असतो.

४) बदलणाऱ्या खर्चात घट :

समभागांचे प्रचालन करताना येणाऱ्या खर्चापेक्षा जागतिक डिपॉझिटरी रिसीट्सचे प्रचालन करताना कंपनीला कमी खर्च येतो.

५) अधिक चांगली समभाग किंमत :

कंपनीला देशांतर्गत बाजारपेठेत समभागांचे प्रचालन करण्याद्वारे मिळणाऱ्या मूल्यापेक्षा जागतिक डिपॉझिटरी रिसीटचे प्रचालन करण्याद्वारे अधिक मूल्य प्राप्त होते कारण जागतिक डिपॉझिटरी रिसिटद्वारे कंपनीची उत्तम आर्थिक स्थिती दर्शविली जाते.

६) भागधारकांचा विस्तार :

जागतिक डिपॉझिटरी रिसीटच्या प्रचालनामुळे भागधारकांना देशांतर्गत सीमा ओलांडून व्यापक स्वरुपात विस्तार करणे शक्य होते. यामुळे कंपनीचा आर्थिक प्रश्न संपतो आणि कंपनी जागतिकदृष्ट्या नावाजली जाते.

४.३.८ बाह्य व्यावसायिक कर्जे (ECB) :

'बाह्य व्यापारी कर्ज उभारणी' हा भारतामध्ये भांडवल उभारणीचा महत्त्वाचा स्त्रोत आहे. कंपन्यांच्या विस्तारीकरणासाठी भारत सरकारने बाह्य व्यापारी कर्ज उभारणी भांडवल उभारणीचा एक मार्ग म्हणून मान्यता दिलेली आहे. त्याचप्रमाणे नवीन गुंतवणुकीसाठीही बाह्य व्यावसायिक कर्जे हा मार्ग उपलब्ध आहे.

बाह्य व्यावसायिक कर्जामध्ये खालील गोष्टींचा समावेश होतो :

१) व्यापारी बँक कर्जे.

२) खरेदीदाराची पत.

३) सुरक्षित/हमी साधने (उदा. फ्लोटींग रेट नोटस् आणि फिक्स्ड रेट बॉण्डस्.)

४) ऑफिसीअल एक्सपोर्ट क्रेडिट एजन्सीकडील क्रेडिट.

५) बहुविध वित्तीय संस्था (उदा. इंटरनॅशनल फायनान्स कार्पोरेशन एशियन डेव्हलपमेंट बँक, इत्यादी) सारख्या संस्थांकडून घेतलेले कर्ज.

६) पुरवठादाराने दिलेले क्रेडिट.

बाह्य व्यावसायिक कर्जे या माध्यमातून परकीय चलन उपलब्ध होऊ शकते. अशाप्रकारे मिळणारे भांडवल प्रकल्पाच्या रुपयाच्या स्वरूपातील खर्च भागविण्यासाठी वापरता येते. परंतु हे लक्षात घेतले पाहिजे की, अशाप्रकारे उभारलेले भांडवल रोखे बाजार किंवा वास्तविक मालमत्ता यामध्ये गुंतवू शकत नाही.

बाह्य व्यावसायिक कर्जासाठी कर्ज घेऊ इच्छिणाऱ्या व्यक्तिंना/कंपन्यांना विहित नमुन्यात जॉईन्ट सेक्रेटरी, डिपार्टमेंट ऑफ इकॉनॉमिक अफेअर्स, मिनेस्ट्री ऑफ फायनान्स, नॉर्थ ब्लॉक, न्यू दिल्ली यांच्याकडे अर्ज करावा लागतो. कंपन्या इ सी बीसाठी कोणत्याही मान्यताप्राप्त आंतरराष्ट्रीय संस्थांकडून कर्ज उभारू शकतात. अशा संस्था म्हणजे बँका साधनसामुग्रीचे पुरवठादार, एक्सपोर्ट क्रेडिट एजन्सीज, फॉरेन कॉलॅबरेशन, परदेशी भागधारक, इत्यादींचा समावेश होतो. अनधिकृत किंवा नोंदणी न झालेल्या संस्थांकडून इ सी बी माध्यमातून कर्ज उभारणीसाठी केलेले अर्ज विचारात घेतले जात नाहीत.

कंपन्यांनी अशाप्रकारे बाह्य व्यावसायिक कर्जे माध्यमातून कर्ज उभारणीसाठी केलेल्या प्रकरणांबाबत ५ दशलक्ष डॉलर्स ते १० दशलक्ष डॉलर्स पर्यंतची प्रकरण हाताळण्याचा अधिकार अर्थखात्याच्या १७ मार्च १९९९ च्या आदेशानुसार रिझर्व्ह बँकेला देण्यात आलेले आहेत. यामध्ये कमीत कमी परिपक्वता कालावधी ३ वर्षांचा असतो. या माध्यमातून उभारलेल्या पैशाचा/भांडवलाचा उपयोग व्यवसायाशी निगडित अशा गरजा भागविण्यासाठी करावा लागतो. प्रत्येक बाह्य व्यावसायिक कर्जे प्रकरणातील अटी आणि नियम योग्य अशा बाजारभावाशी निगडीत असावेत.

अ) बाह्य व्यावसायिक कर्जाचे फायदे :

बाह्य व्यावसायिक कर्जाचे फायदे पुढीलप्रमाणे स्पष्ट करता येतील :

१) बाह्य स्रोतांकडून ज्यावेळेस कर्ज घेतले जाते त्यावेळेस निधीचे जे मूल्य असते ते कमी असते. उदाहरणार्थ, अशा अर्थव्यस्था आहेत की ज्यांचा व्याजदर हा कमी आहे आणि या अर्थव्यवस्थांकडून भारतीय उद्योग, व्यवसाय संघटना या कमी व्याजदराने कर्जे घेऊ शकतात. यामध्ये भारतीय उद्योग-व्यवसाय संघटनांसाठी युरोझोन आणि अमेरिका हे तुलनात्मक रीतीने कमी व्याजदराचे वितरण करतात.

२) बाह्य व्यावसायिक कर्जेद्वारे निधी उभारताना आंतरराष्ट्रीय बाजारपेठ ही मोठी असल्याने, देशांतर्गत अभिकर्त्यांद्वारे मिळवलेल्या सुविधांच्या तुलनेत उदयोग-व्यवसाय संघटना आंतरराष्ट्रीय अभिकर्त्यांद्वारे त्यांच्या ज्या गरजा आहेत त्या मोठ्या प्रमाणात पूर्ण करू शकतात.

३) बाह्य वाणिज्यिक कर्ज घेणे हा मुळात कर्ज घेण्याचा एक मार्ग आहे. त्यामुळे यामध्ये कर्जाचे स्वरूप हे इक्विटी प्रमाणे असणे आवश्यक नाही आणि म्हणूनच कंपनीचे भाग यामध्ये समाविष्ट होत नाहीत. कर्जदार जो आहे तो त्याच्या आवश्यकतेप्रमाणे निधीची उभारणी कोणत्याही नियंत्रणाशिवाय करू शकतो कारण जी कर्ज देणारी व्यक्ती आहे तिला कंपनीमध्ये कोणत्याही प्रकाराचे मताचे अधिकार नसतात.

४) कर्जदार गुंतवणूकदाराच्या आधारावरती विविधता आणू शकतो.

५) बाह्य व्यावसायिक कर्जे जागतिक बाजारपेठांमध्ये प्रवेश उपलब्ध करुन देते जेणेकरून कर्जदारांना जगातील संधींचा जास्त फायदा घेता येईल.

६) बाह्य व्यवसायिक कर्जे ही अर्थव्यस्थेसाठी देखील फायदेशीर असतात. भारत सरकारद्वारे या क्षेत्रामध्ये मुद्रास्फिती निर्धारित केली जाते, ज्यामुळे आर्थिक वृद्धीची शक्यता वाढते. उदाहरणार्थ, बाह्य व्यावसायिक कर्जाच्या माध्यमातून जो निधी भारतामध्ये येतो त्याचा वापर भारत सरकार सूक्ष्म, मध्यम आणि लघु उद्योगांच्या विकासासाठी आणि तसेच पायाभूत उद्योगांच्या विकासासाठी करू शकते. यामुळे देशाच्या सर्वांगीण विकास आणि वृद्धीला चालना मिळेल.

७) बाह्य व्यावसायिक कर्जाच्या माध्यमातून कंपन्या या अधिकाधिक नफा कमावू शकतात.

ब) बाह्य व्यावसायिक कर्जाच्या मर्यादा :

बाह्य व्यावसायिक कर्जाच्या मर्यादा पुढीलप्रमाणे सांगता येतील :

१) कमी दरामध्ये कर्जाची उपलब्धता होत असल्याने कंपनीचा दृष्टिकोन हा हलगर्जीपणाचा होऊ शकतो. यामुळे कंपनी आवश्यकतेपेक्षा जास्त कर्जे घेऊ शकते आणि त्यामुळे कंपनीचे जे ताळेबंदपत्रक असते त्यामध्ये कर्जाचे प्रमाण हे अधिक दिसून येते. याचा कंपनीच्या वित्तीय प्रमाणावरती/गुणोत्तरावरती विपरीत (वाईट) परिणाम घडून येतो.

२) श्रेणी देणाऱ्या ज्या कंपन्या आहेत त्या कंपनीच्या ताळेबंद पत्रकातील कर्जे बघून त्यांच्या वित्तीय स्थितिकडे नकारात्मक दृष्टिकोनातून बघतात, ज्यामुळे कंपनीच्या क्षमता विकासास मर्यादा येतात. याचा परिणाम कंपनीच्या कर्ज व्ययावरती होतो, ज्यामुळे कंपनीची व्यावसायिक बाजारातील जी प्रतिमा असते ती प्रतिमा मलीन होते. तसेच बाजारातील कंपनीचे जे भाग असतात त्यांची देखील किंमत कमी होते.

३) बाह्य व्यावसायिक कर्जे ही परकीय चलनांमध्ये घेतली गेली असतील तर त्यांचे व्याज आणि मूळ रक्कम ही देखील परकीय चलन स्वरूपातच भरावी लागते. परिणामी कंपनीला विनिमयदरामध्ये मोठ्या प्रमाणात जोखीम उचलावी लागते. ज्यामुळे कंपनीला मोठ्या प्रमाणात तोटा सहन करावा लागतो.

४.४ भारतातील औद्योगिक धोरण :

भारत सरकारने २४ जुलै १९९१ रोजी आपले नवीन औद्योगिक धोरण जाहीर केले. या धोरणाचा मुख्य उद्देश भारतीय औद्योगिक अर्थव्यवस्थेला प्रशासकीय आणि कायदेशीर नियंत्रणांपासून मुक्त करणे हा आहे. आंतरराष्ट्रीय स्तरावर औद्योगिक कार्यक्षमता वाढवणे आणि औद्योगिक विकासाला गती देणे हे त्याचे मुख्य उद्दिष्ट आहे.

४.४.१ नवीन औद्योगिक धोरणाची प्रमुख वैशिष्ट्ये :

नवीन औद्योगिक धोरणाची महत्त्वाची वैशिष्ट्ये पुढीलप्रमाणे सांगता येतील :

१) सार्वजनिक क्षेत्राचा संकोच :

नवीन औद्योगिक धोरणानुसार केवळ तीनच उद्योग हे मूळ स्वरूपात सार्वजनिक क्षेत्रात राखीव स्वरूपात राहतील. त्या उद्योगात आण्विक खाणकाम, आण्विक ऊर्जा आणि रेल्वे यांचा समावेश होईल. अन्य उद्योग हे खासगी क्षेत्राकरिता खुले केले जातील. सार्वजनिक क्षेत्रातील उद्योग हे देशाच्या अर्थव्यवस्थेतील महत्त्वाची भूमिका बजावतील, पण त्यासाठी सार्वजनिक क्षेत्रातील उद्योग हे योग्य दृष्टीकोनातून व्यवसाय कार्य करत आहेत याची शासनाची खात्री होणे गरजेचे आहे. सार्वजनिक क्षेत्रांतील उद्योगांना जे उद्योग या क्षेत्रासाठी राखीव नाहीत असे उद्योग उभारण्याची परवानगी विशिष्ट परिस्थितीत दिली जाईल.

२) बिगर परवानाकरण :

केवळ विशिष्ट नमूद केलेल्या ६ उद्योगांच्या शिवाय गुंतवणूकीच्या पातळीवर औद्योगिक परवाना धोरण हे रद्द केले जाईल, पण काही विशिष्ट उद्योगांना परवाना धोरण हे अनिवार्य राहील. त्यामध्ये अल्कोहल उत्पादने, तंबाखू उत्पादने, अंतराळ विज्ञान आणि संरक्षण साधने, औद्योगिक स्फोटक पदार्थ, भयानक स्वरूपाची रसायने यांशी संबंधित उद्योगांचा त्यामध्ये समावेश होतो. या उद्योगांच्या शिवाय अन्य इतर उद्योग हे औद्योगिक परवान्यातून वगळले गेले. म्हणजेच औद्योगिक परवान्याचे क्षेत्र हे कमी केले व त्याची व्याप्ती देखील विशिष्ट मर्यादेत ठेवली.

३) नोंदणीचे उन्मूलन :

उद्योगांशी संबंधित ज्या नोंदणी करणाच्या योजना आहेत त्या बंद केल्या गेल्या. आता उद्योजक केवळ नवीन प्रकल्पाकरिता माहितीचे घटनापत्र सादर करतील आणि अस्तित्वात असणाऱ्या औद्योगिक युनिट्स ठोस आणि समाधानकारकपणे विस्तार करतील.

४) परकीय भांडवल :

परकीय भांडवल गुंतवणूकीची मर्यादा ही ४०% हून होणारी ५१% समन्याय भागावरती केली गेली. ८७ उच्च प्राधान्य उद्योगांत होणारी ५१% परकीय गुंतवणूक ही कोणत्याही अडथळ्यांत आणि लाला फितीत न अडकवता केली जाईल. ७४% पर्यंत परकीय चलन गुंतवणूक ही केवळ ९ उद्योगांत केली जाईल. साधारणपणे परकीय विनिमय व्यवस्थापन कायद्यानुसार, नवीन परकीय समन्याय भागांची गुंतवणूक ही १००% पर्यंत मान्य करून एकूनच भारतीय शासनाने परकीय गुंतवणूकीचा स्वीकार केल्याचे दिसून येते.

५) परकीय गुंतवणूक प्रवर्तक मंडळाची उभारणी :

आंतरराष्ट्रीय उद्योग संख्यांची चर्चा-विचार विनिमय करण्यासाठी आणि निवडक क्षेत्रांतील परकीय प्रत्यक्ष गुंतवणूकीला मान्यता देण्यासाठी एका विशेष मंडळाची उभारणी करण्यात आली. सक्षम परकीय गुंतवणूकीला आकर्षित करण्यासाठी आणि जागतिक बाजारपठेत स्थान निर्माण करण्यासाठी व उच्च तंत्रज्ञान उपलब्ध करून घेण्यासाठी राबवण्यात आलेला हा विशेष कार्यक्रम घेता.

६) तांत्रिक तज्ज्ञ :

भारतीय उत्पादनाचे परिक्षण करण्यासाठी व उत्पादनात सुधारणा घडवून आणण्यासाठी परकीय तंत्रज्ञ व तज्ज्ञ यांची नियुक्ती करण्यास कोणत्याही परवागीची आवश्यकता असणार नाही. याकरिता आवश्यक असणारे वित्त भारतीय रिझर्व्ह बँकेकडून कोणत्याही बंधनाच्या शिवाय उपलब्ध केले जाईल.

७) सार्वजनिक संस्थांना होणारा तोटा :

सार्वजनिक संस्थांना होणाऱ्या तोट्याचा शोध घेण्याठी औद्योगिक आणि वित्तीय पुनर्रचना मंडळ कार्यरत होईल. आजारी सार्वजनिक क्षेत्राला पुनर्संजीवनी मिळवण्यासाठी शासन पुनर्वसनाच्या योजना कालक्रमाने जाहीर करेल.

८) कामगारांच्या सुविधा :

सार्वजनिक क्षेत्रातील क्षतीग्रस्त कर्मचाऱ्यांचे पुनर्वसन करण्यासाठी शासन सामाजिक सुरक्षा यंत्रणेच्या मार्फत धोरणाची आखणी व अंमलबजावणी करेल. कामगारांना सामाजिक सुरक्षा पुरवठ्याच्या दृष्टीकोनातून राष्ट्रीय पुनर्वसन निधीची उभारणी करण्यात येईल. या निधीद्वारे ज्या कामगारांचे तांत्रिक बदल, खासगीकरण आणि सार्वजनिक क्षेत्रातील उद्योग बंद पडल्यामुळे तोटा झालेला आहे त्यांना मदत दिली जाईल.

९) उद्योगांचे ठिकाण :

ज्या शहरांची लोकसंख्या १० लाखांपेक्षा कमी अधिक त्यांच्यासाठी कोणत्याही प्रकारे ठिकाण निश्चिती करीत निर्बंध घातलेले नाहीत, पण १० लाख आणि त्यापेक्षा जास्त लोकसंख्या असणाऱ्या शहरांना प्रदुषणे न करणारे उद्योग आणि इलेक्ट्रॉनिक्स उद्योग संख्या यांच्या व्यतिरिक्त अन्य यंत्रकुलांची उभारणी ही त्या शहराच्या नगरपालिकेच्या सीमेपासून २५ कि.मी. च्या परिसरात केली जाईल. प्रदूषण न करणाऱ्या उद्योगसंख्या म्हणजे मुद्रणालये, संगणक, इलेक्ट्रॉनिक इ. उद्योग हे शहरात उभारता येतील.

१०) औद्योगिकदृष्ट्या मागास क्षेत्रांना (प्रदेशांना) प्रोत्साहन:

प्रादेशिक असमतोल कमी करण्याच्या दृष्टीने शासन औद्योगिकदृष्ट्या मागास प्रदेशांना विशेष प्रोत्साहनपर योजना आणि आर्थिकमदतीद्वारे उद्योग निर्मितीला प्रोत्साहन देईल.

११) प्रशासकीय नियंत्रणातून मुक्तता :

नवीन उद्योग संस्थांच्या विस्ताराचा कार्यक्रम हा प्रशासकीय नियंत्रणापासून मुक्त असेल. अगोदरच प्राप्त झालेल्या परवान्यांच्या आधारे कोणत्याही सुविधेचे उत्पादन करण्याचे मुक्तत्व उद्योगांना देण्यात आले.

१२) मक्तेदारी नियंत्रण कायदा :

मक्तेदारी नियंत्रणासाठी एम.आर.टी.पी. कायदा १९७० पासून अस्तित्वात होता. या कायद्यानुसार अनेक बंधने उद्योगांवर होती. नवीन औद्योगिक धोरण, मक्तेदारी कंपन्यांवरील सर्व बंधने रद्द केली. एकूण उत्पादनाच्या २५% किंवा त्यापेक्षा जास्त उत्पादन ज्या उद्योगाचे असेल त्याला मक्तेदारी प्राप्त झालेली आहे असा नवा निकष ठरवण्यास आला.

१३) सूक्ष्म, लघू आणि मध्यम उद्योगांच्या नवीन व्याख्या :

सूक्ष्म, लघू आणि मध्यम उद्योगांच्या नवीन व्याख्या केल्या गेल्या. या व्याख्यांमध्ये वस्तुनिर्माण व सेवा उद्योगसंस्था या दोन्हींचा त्यामध्ये समावेश केला गेला. या उद्योगांचा अर्थ लावताना यात पुढीलप्रमाणे गुंतवणूकीच्या मर्यादा निश्चित केल्या गेल्या :

अ) वस्तूनिर्माण उद्योग संस्था : यंत्रकुलांवर आधारित व यंत्रांवर आधारित गुंतवणूक :

१) सूक्ष्म उद्योग : रु २५ लाखपर्यंत

२) लघू उद्योग : रू २५ लाखापासून ते ५ कोटींपर्यंत

३) मध्यम उद्योग : रू ५ कोटीपासून ते १० कोटींपर्यंत

ब) सेवा उद्योग साधनांच्या गुंतवणूकीवर आधारित :

१) सूक्ष्म उद्योग : रु १० लाखपर्यंत

२) लघू उद्योग : रू १० लाखापासून ते २ कोटींपर्यंत

३) मध्यम उद्योग : रू २ कोटीपासून ते ५ कोटींपर्यंत

१४) लघू उद्योगाबाबात महत्वपूर्ण तरतुदी :

नवीन औद्योगिक धोरणात लघू उद्योग भांडवल गुंतवणूक मर्यादा ३५ लाखांवरून ६० लाख रू करण्यात आली. पूरक उद्योगांची भांडवल गुंतवणूक मर्यादा ४५ लाख रूपयांवरून ७५ लाख रू. करण्यात आली. पुरेशा प्रमाणात वित्तपुरवठा उपलब्ध होईल. या दृष्टीने नवीन धोरणात तरतूद करण्यात आली. इतर उद्योगांना लघुउद्योगांना २४ टक्के भाग भांडवल गुंतविण्यास परवानगी देण्यात आली. कच्च्या मालाचा पुरवठा व विपणन सुविधा लघुउद्योगांना उपलब्ध लघुउद्योगांना करून देण्याचे नवीन धोरणात मान्य केले गेले. मोठ्या प्रमाणावर उत्पादन व योग्य पुरवठा होण्याच्या दृष्टीने अनेक उपाययोजना हाती घेण्यात आल्या. लघुउद्योगांसाठी काही उत्पादने रोखून ठेवून त्यांना संरक्षण देण्याचे धोरण सरकारने पुढे चालू ठेवले.

१५) आयात सुविधा :

सर्वसाधारणपणे या धोरणाने भांडवली वस्तूंच्या आयातीसाठी की ज्या वस्तूंचे मूल्य हे यंत्रकुले आणि यंत्र संचाच्या एकूण किमतीच्या २५% पेक्षा कमी आहे व ज्यांचे आधिकतम मूल्यही २ कोटींपर्यंत आहे. त्यांच्या आयातीला परवानगी दिली. त्याचप्रमाणे भांडवली वस्तू, कच्चा माल, तंत्रज्ञान इत्यादीच्या आयातीसाठी परकीय चलन विनिमयाची स्थिती लक्षात घेऊन उद्योगमंत्रालय वस्तूंच्या आयातीला परवानगी देईल.

४.४.२ नवीन औद्योगिक धोरणाची अंमलबजावणी :

नवीन औद्योगिक धोरणांच्या अंमलबजावणीच्या काळात पुढील महत्त्वपूर्ण बदल केले जातील :

१) सार्वजनिक क्षेत्राचा संकोच :

या धोरणांपूर्वी सार्वजनिक क्षेत्रात आरक्षित असणाऱ्या उद्योगांचे प्रमाण कमी करून ते ३ वरती आणले.

यामध्ये १) आण्विक ऊर्जा २) रेल्वे ३) आण्विक खाणी यांचा समावेश होतो.

२) अनिवार्य परवाना धोरणातील उद्योगांच्या संख्येत कपात :

अनिवार्य परवाना धोरणातील उद्योगांच्या संख्येत घट करून २००६ मध्ये ही संख्या ५ पर्यंत नेण्यात आली.

३) बृहद उद्योगांचा विस्तार :

जे काही ठरावीक क्षेत्र लघू उद्योगांकरिता राखीव ठेवण्यात आले होते ते आता बृहद् उद्योगांकरिता खुले केले गेले.

४) निर्यातीला प्रोत्साहन :

जुन १९९३ मध्ये, निर्यात प्रवर्तन (प्रोत्साहन) क्षेत्रातील विकास मंडळाला काही विशिष्ट अधिकार १००% निर्यात -केंद्री विकासासाठी दिल्या गेल्या. अलिकडील काळात या अधिकारांचे केंद्रीकरण वाणिज्य मंत्रालयाच्या अंतर्गत येणाऱ्या प्रादेशिक अधिकेंद्राच्या हाती केंद्रित झाल्या. यामुळे निर्यात केद्रांना ज्या अडचणी येत होत्या त्यात कपात घडून आली. निर्यात केंद्राच्या विकसनासाठी परवानगी थेट मंत्रालयांकडे मागण्यापेक्षा विकास अधिकाऱ्यांकडे मागणे ईओयुंकरिता सोपे होते.

५) जकात शुल्कामध्ये कपात :

भांडवली वस्तूंवरील जकात शूल्कामध्ये कपात करण्यात आली. तसेच आयात शुल्क देखील कमी केले गेले. ज्यामुळे भांडवली वस्तू, कच्चा माल आणि तंत्रज्ञान यांची आयात वृद्धी झाली. याचा फायदा स्थानिक उद्योगांना द्यावा.

६) परकीय गुंतवणुकीला प्रोत्साहन :

परकीय गुंतवणुकीत वाढ करण्यासाठी परकीय संस्थात्मक गुंतवणूकदारांसाठी सवलतीच्या दरात भांडवलावरती कर गोळा करण्याचा परिचय करून दिला. नवीन औद्योगिक धोरणामुळे परकीय प्रत्यक्ष गुंतवणुकीला मोठ्या प्रमाणात चालना मिळाली. १९९१ मध्ये ही परकीय गुंतवणूक ९७ दशलक्ष अमेरिकन डॉलर इतकी होती. काही उद्योगात परकीय गुंतवणुकीची मर्यादा ही १००% पर्यंत वाढवण्यात आली.

i) ऊर्जा निर्मिती उद्योगाला सवलत :

ऊर्जा निर्मिती उद्योगाला नव्याने चालना देण्यासाठी पाच वर्षात त्या उद्योगाची उभारणी भारतात कोठेही करता येणार होती.

ii) निर्यातदारांना सवलतीतील कर्जे :

निर्यातीला प्रोत्साहन देण्यासाठी निर्यातदारांना सवलतीच्या दराने कर्जे देऊ केली जात होती.

iii) आजारी औद्योगिक कंपनी अधिनियमात सुधारणा :

आजारी औद्योगिक कंपनी अधिनियमात १९९३ मध्ये सुधारणा केली गेली. कंपनीचे आजारीपण ओळखण्यासाठी तीच्या कारणांचा शोध घेऊन त्यावर उपाययोजना करणे व त्याची अंमलबजावणी करणे हा त्या मागचा हेतू होता.

७) निर्गुंतवणूक :

निधी उभारणीकरिता, शासनाने १९९६-९७ या वर्षी निर्गुंतवणूक आयोगाची स्थापना केली. हे कमीशन अथवा आयोग सार्वजनिक क्षेत्रातील उद्योगसंस्था ज्यांचे समभाग या अंतर्गत येतील त्यांचा परिचय करून घेतील. आलेल्या प्रस्तावांनुसार शासनाच्या भागांची विक्री खासगी क्षेत्राला केली जाईल. निर्गुंतवणूक आयोग सार्वजनिक क्षेत्रातील निर्गुंतवणुकीच्या संबंधित आवश्यक सल्ले देईल.

८) तंत्रज्ञानातील अद्ययावतता :

तंत्रज्ञानात सुधारणा करण्यासाठी आणि उत्पादनाची गुणवत्ता सुधारण्यासाठी शासनाने वर्ष २००२ मध्ये प्रतिपूर्तीची घोषणा केली. या योजनेनुसार जर एखाद्या औद्योगिक केंद्राला आयएसओ १४,००० चे प्रमाणपत्र मिळवायचे असेल तर त्यासाठी येणाऱ्या सर्व खर्चाची सर्व प्रतिपूर्ती शासनाद्वारे केली जाईल.

९) लघुउद्योग संख्यांमध्ये गुंतवणूक मर्यादेत वाढ :

२००६ मध्ये, लघुउद्योगांच्या असणाऱ्या मर्यादेत वाढ घडवून आणली. या नवीन तरतुदींनुसार वस्तुनिर्माण उद्योगसंस्था त्यांच्या यंत्रकुलांकरिता रू. ५ कोटी पर्यंतची गुंतवणूक करू शकतात. व सेवा क्षेत्रात समाविष्ट होणारे लघुउद्योग त्यांना आवश्यक असणाऱ्या साधनांची खरेदी करण्यासाठी रू. २ कोटी पर्यंतची गुंतवणूक करू शकतात.

१०) जैवतंत्रज्ञान विभागांची स्थापना :

वर्ष २००२ मध्ये, शासनाने जैवतंत्रज्ञान विभागाची स्थापना केली. याचा उद्देश जैवतंत्रज्ञानात होणाऱ्या संशोधनाला प्रोत्साहन देणे आणि लघु-उद्योजकांना जैव तंत्रज्ञानाशी संबंधित प्रशिक्षण देणे हा होता. २००४-०५ मध्ये जैवतंत्रज्ञान पार्क उभारण्याची तरतूद केली गेली. यामुळे जैवतंत्रज्ञान उद्योगाला चालना मिळेल.

११) आंतरराष्ट्रीय भांडवल बाजारातून निधीची उभारणी :

वर्ष ९५-९६ मध्ये भारत सरकारने भारतीय कॉर्पोरेट क्षेत्रला आंतरराष्ट्रीय भांडवल बाजारातून निधी उभारणी करण्यास परवानगी दिली. या बाजारातून निधी उभारणीसाठी भारतीय कंपन्यांनी अमेरिकन डिपॉझिटरी रिसिट्स आणि ग्लोबल डिपॉझिटरी रिसिट्सचे प्रचालन केले.

१२) मक्तेदारी आणि प्रतिबंधात्मक व्यापार पद्धती अधिनियमानचा लोप :

मोठ्या मोठ्या स्वरुपातील उद्योगांना फायदा व्हावा म्हणून आणि त्यांचा जागतिक स्पर्धेतील सहभाग आणि वाटा वाढवा म्हणून शासनाने मक्तेदारी आणि प्रतिबंधात्मक व्यापार पद्धती अधिनियमाचा लोप केला. हा अधिनियम बृद्ध उद्योगांच्या वाढीत आणि विस्तारात अडथळा ठरत होता.

१३) ऊर्जानिर्मिती उद्योगांना सवलत :

भारतात कोठेही स्थापन होणाऱ्या नव्या ऊर्जानिर्मित उद्योगांना सुरूवातीचे पाच वर्षे कर भरावा लागणार नाही. यातून ऊर्जानिर्मिती उद्योगांच्या स्थापनेस चालना प्राप्त होण्यास मदत झाली.

१४) निर्यातदारांना सवलतीच्या दरात कर्ज :

निर्यातीस प्रोत्साहन देण्यासाठी निर्यातदारांना सवलतीच्या दरात कर्ज देण्याचे धोरण आखण्यात आले.

१५) उद्योगांसाठी कर्ज मर्यादेत वाढ :

उद्योगांच्या कर्ज मर्यादेत वाढ करण्यात आली. बँका उद्योगांना ५०० कोटी रूपयांपर्यंत कर्ज देवू शकतात. मोठ्या उद्योगांच्या स्थापनेस यामुळे चालना मिळाली.

१६) आजारी औद्योगिक कंपनी कायद्यात दुरूस्ती :

१९८५ मध्ये आजारी औद्योगिक कंपनी कायदा करण्यात आला होता. या कायद्यात १९९३ मध्ये दुरूस्ती करण्यात आली. कंपन्यांच्या आजारपणाच्या लक्षणांचा शोध घेवून त्यावर लवकरात लवकर सुधारणात्मक उपाययोजना केल्या जाव्यात अशी तरतूद करण्यात आली.

१७) मागास प्रदेशांतील उद्योगांसाठी करात सूट :

शासनाने ज्या प्रदेशांना मागास प्रदेश म्हणून जाहीर केले आहे, अशा प्रदेशात स्थापन होणाऱ्या उद्योगांना सुरूवातीचे पाच वर्षे करात सूट दिली जाईल. शासनाने १९९-९४ मध्ये जाहीर केलेले हे धोरण मागासलेल्या प्रदेशात उद्योगांची स्थापना होण्यास प्रोत्साहन देणारे ठरले.

१८) पायाभूत सुविधांच्या विकासात खासगी क्षेत्राच्या सहभागास प्रोत्साहन :

१९९५-९६ पासून शासनाने ऊर्जा, रस्ते, समुद्रतळ, विमानतळ, संदेशवहन यांसारख्या पायाभूत सुविधांच्या विकासात खाजगी क्षेत्राच्या सहभागास प्रोत्साहन देण्यास सुरूवात केली.

१९) परकीय गुंतवणूक वृद्धी मंडळाची (FIPB) **स्थापना :**

गुंतवणुकीस आकर्षित करण्यासाठी शासनाने परकीय गुंतवणूक वृद्धी मंडाची स्थापना केली परकीय गुंतवणुकीदारांनी भारतात गुंतवणूक करावी यासाठी हे मंडळे कार्यरत असते.

२०) मुल्यवर्धित कर (VAT) :

विक्री कराचे सुसूत्रीकरण घडवून आणण्यासाठी शासनाने २००३-०४ मध्ये मुल्यवर्धित कर घोषित केला. १ एप्रिल २००५ पासून मुल्यवर्धित कराची सर्व घटकराज्यांत कायदेशीरपणे अंमलबजावणी सुरू झाली.

४.४.३ नवीन औद्योगिक धोरणाचे मूल्यमापन :

नवीन औद्योगिक धोरण हे मुक्त स्वरुपाचे धोरण आहे. याचे मुळ उद्दिष्ट हे उद्योगांना प्रशासकीय आणि वैधानिक नियत्रणापासून मुक्त करणे हे होते. त्यामुळेच परिणामतः भारतीय उद्योग क्षेत्रात अनेक क्रांतिकारी आणि मुलभूत स्वरूपाचे बदल घडून येण्याची शक्यता वर्तवली जात होती. या औद्योगिक धोरणाचे मूल्यमापन पुढीलप्रमाणे करता येईल :

अ) धोरणाचे फायदे :

नवीन औद्योगिक धोरणाचे गुण अथवा फायदे पुढीलप्रमाणे स्पष्ट करता येतील :

१) उत्पादनात वृद्धी :

परकीय गुंतवणूक आणि परकीय तंत्रज्ञान, तंत्रज्ञ, व्यवस्थापकीय व्यक्ती यांच्या सहभागामध्ये वाढ केल्यामुळे परकीय गुंतवणूकीचा प्रवाह वाढून चांगली उत्पादन तंत्रे अवगत व प्राप्त झाल्यामुळे उत्पादनात वृद्धी होण्यास मदत झाली. भारतीय अर्थ व्यवस्थेत दुर्मिळ असणाऱ्या स्त्रोतांच्या संख्येतही वाढ झाली. जास्तीत जास्त प्रमाणात संशोधने उपलब्ध होऊ लागल्यामुळे व परकिय मदत वाढीस लागल्याने उत्पादनामध्ये वृद्धी घडून आली.

२) उदारीकरण :

औद्योगिक वृद्धीला अडथळा निर्माण करणाऱ्या विविध हस्तक्षेपांना नोकरशाहीच्या नियंत्रणात कपात करून अर्थव्यवस्था आणि औद्योगिक क्षेत्र मुक्त करण्याचा प्रयत्न यांद्वारे झाला. १५ उद्योगाव्यतिरिक्त अन्य उद्योगांवरील अनिवार्य परवान्यांचे धोरण बाजूला केले. १९९७ मध्ये आणखी ७ उद्योगांना अनिवार्य परवाना धोरणामधून वगळले गेले. सद्य स्थितीमध्ये केवळ ५ उद्योगांना सुरू होण्यापूर्वी परवाना प्राप्त करून घ्यावा लागतो. त्याचप्रमाणे मक्तेदारीचे देखील नियंत्रण उद्योगांवरूच उठवले गेले.

३) सार्वजनिक क्षेत्राच्या कार्यक्षमतेत सुधारणा :

सार्वजनिक क्षेत्रातील आरक्षित उद्योगांची संख्या १७ वरून ३ वरती कमी केली तसेच आजारी सार्वजनिक क्षेत्रातील कंपन्यांच्या पुनर्वसनासाठी केलेल्या उपाययोजनांमुळे सार्वजनिक क्षेत्राची कार्यक्षमता वाढीस लागल्याचे दिसून येते. त्याचप्रमाणे या क्षेत्रात केलेल्या व्यावसायिक व्यवस्थापन आणि महत्तम स्वायत्तता यांमुळे या क्षेत्रांतील उद्योगसंस्थांची कामगिरी सुधारणे गरजेचे आहे.

४) स्पर्धात्मकतेत वृद्धी :

बहुराष्ट्रीय कंपन्यांचा सहजपणे बाजारपेठेत होणारा प्रवेश, खाजगीकरण आणि कंपन्यांच्या मत्तेवरील उच्चाटन, उदार परवानाधोरण यामुळे अर्थव्यवस्थेतील स्पर्धा वाढीस लागली. स्पर्धात्मकतेत वाढ झाल्याने त्याचा परिणाम

किंमती वर देखील झाला. उदारणार्थ इलेक्ट्रॉनिक्स पैलूंचे उत्पादन स्पर्धेत वाढ झाल्यामुळे उत्पादनात वृद्धी झाली पण वस्तूंच्या किंमतीत ही झाली.

५) शासनावरती कमी आर्थिक भार :

सार्वजनिक क्षेत्राची व्याप्ती कमी केल्यामुळे या क्षेत्रात आता केवळ तीन उद्योग पूर्वी प्रमाणे यामध्ये राहिले. बाकी सर्व क्षेत्रे ही खाजगी क्षेत्राला मुक्त करून देण्यात आली. त्याचप्रमाणे काही आजारी उद्योग हे खाजगी क्षेत्राला विकण्यात आले. परिणामतः शासनावरील आर्थिक भार कमी झाला.

६) निर्यातीत वृद्धी :

या नवीन धोरणात निर्यात केंद्री युनिट्सना, उद्योगांना मुक्त कर्जे, विशेष आर्थिक क्षेत्रांशी उभारणा भांडवली वस्तूंची मुक्त आयात इत्यादी विविध सवलती दिल्या गेल्या. या सर्वांचाच फायदा प्रत्यक्ष-अप्रत्यक्ष स्वरूपात निर्यात क्षेत्राला झाला. परिणामतः निर्यातीत वाढ घडून आली.

७) संतुलित प्रादेशिक विकास :

नवीन औद्योगिक धोरणामध्ये मागास प्रदेशांत मोठे उदयोग उभारणेची तरतुद केली गेली. मागास प्रदेशांत स्थित असणाऱ्या उद्योगांना विविध लाभांश दिले गेले. संतुलित प्रादेशिक विकास घडवून आणण्यासाठी या बाबी गरजेच्या होत्या.

८) लघु उद्योगांना महत्त्व :

या नवीन औद्योगिक धोरणाने अगदी पहिल्यांदाच लघुउद्योग आणि कुटीर उद्योगांच्या वृद्धीचा वेगळा व्यूहरचानात्मक विचार केलेला होता. या धोरणात्मक व्यूहरचनेत सूक्ष्म, लघु व मध्यम उद्योगांच्या विकासासाठी, सक्षमी करणांसाठी आणि प्रवर्तनासाठी अनेक उपाययोजना केल्या. आर्थिक सक्षमता आणि सातत्यपूर्ण तंत्रज्ञानीय अद्ययावतता या उद्योगांनी प्राप्त करावी म्हणून शासनाने त्यांना भक्कम पाठिंबा दिला.

९) कामगारांच्या कल्याणात वृद्धी :

कामगारांच्या हितसंबंधांचे रक्षण व्हावे अणि त्यांचे कल्याण व्हावे व नवीन तंत्रज्ञानाच्या वापराच्या पद्धती त्यांनी शिकाव्या, यासाठी शासनाने अनेक महत्त्वाकांक्षी प्रकल्प हाती घेतले. कामगार जे आहेत ते प्रगतीमधील समान भागीदार असतात. राष्ट्रीय पुनर्नूतनीकरण निधीची उभारणी देखील या धोरणाने केली.

ब) धोरणाच्या मर्यादा :

या धोरणाच्या मर्यादा पुढीलप्रमाणे स्पष्ट करता येतील :

१) सार्वजनिक क्षेत्राच्या भूमकेत कपात :

नवीन औद्यागिक धोरणाने सार्वजनिक क्षेत्राच्या भूमिकेत कपात केली. उदा. सार्वजनिक क्षेत्रात आरक्षित केलेल्या उद्योगांची संख्या कमी केली आणि काही सार्वजनिक क्षेत्रामधील उद्योगांमध्ये हे बंद केले. वास्तविकता सार्वजनिक क्षेत्रामध्ये समाविष्ट केले जाणारे उद्योग हे पायाभूत आणि महत्त्वाचे उद्योग होते, पण या क्षेत्राची भुमिकाच कमी केल्यामुळे पायाभूत व महत्त्वाचा उद्योगांच्या वृद्धीची गती मंद झाली. तसेच या धोरणाने महत्तम नफा कमवण्यासाठी सार्वजनिक क्षेत्रातील उद्योगांबद्दल काहीही सुधारणात्मक बाबी प्रदान केल्या नाहीत.

२) खाजगीकरण सक्षमतेत वृद्धी होईलच असे नाही :

नवीन आर्थिक धोरणाने मुळातच भर हा मोठ्या प्रमाणात खाजगीकरणावर दिलेला होता, की ज्यामुळे उद्योगाच्या कार्यक्षमतेते सुधारणा होतील. वास्तविकत: स्पर्धात्मकतेशिवाय खाजगीकरण केले गेल्याने खाजगी क्षेत्रातील मक्तेदारीत वाढ निर्माण होती. कार्यक्षमतेत वाढ व सुधारणा घडवून आणण्यासाठी किंवा त्यांच्याशी संबंधित

समस्या सोडवण्याकरिता स्पर्धा विरहीत खाजगीकरण हे उपयोगी पडणारे नसते. याचा अनुभव संपूर्ण जगाने घेतलेला आहे.

३) आर्थिक शक्तींचे केंद्रिकरण :

नवीन धोरण हे आर्थिक सत्तेच्या केंद्रकरणाला महत्त्व देणारे होते. मक्तेदारी नियंत्रण कायद्याचे वर्चस्व कमी केल्याने आर्थिक शक्तीचे केंद्रिकरण हे औद्योगिक क्षेत्रात होण्यास सुरुवात झाली.

४) प्रादेशिक असमानतेमध्ये वृद्धी :

अनेक समीक्षकांच्या मते नवीन औद्योगिक धोरण हे प्रादेशिक असमतोल निर्माण करणारे होते. परवाना धोरणामध्ये शिथिलता आणल्यामुळे प्रकल्प अथवा नवीन उद्योगांचा विस्तार हा आधीच विकसित असणाऱ्या प्रदेशांत सुद्धा होऊ शकतो. मागास प्रदेशांपर्यंत पाहोचण्यासाठी उद्योजक स्वतःहूनच प्रयत्न करतील अशी शक्यता समीक्षक, तज्ज्ञ यांना कमी वाटत होती.

५) आर्थिक सार्वभौमत्वावर विपरित परिणाम :

परकीय भांडवलाच्या गुंतवणूकीला अतिरिक्त स्वातंत्र्य दिल्यामुळे त्याचा आर्थिक सार्वभौमत्वावरती विपरीत परिणाम होईल अशी भीती सर्वांना वाटत होती.

६) लघुउद्यागांवरती विपरीत परिणााम :

नवीन औद्योगिक धोरणामध्ये, परवान्याचे शिथिलीकरण झाल्याने परकीय गुंतवणूकीचा हस्तक्षेप वाढल्याने, सार्वजनिक क्षेत्रात कपात केल्याने तसेच मक्तेदारी कमी केल्याने स्पर्धेत वाढ घेणार होती. भारतातील लघु उद्योग हे कोणत्याही परिस्थितीत बहुराष्ट्रीय कंपन्यांच्या स्पर्धेचा तोंड देऊ शकणाऱ्या क्षमतेचे नव्हते. या सर्वांचा विपरित परिणाम लघुउद्योग क्षेत्रावरती होणार होता.

७) सामाजिक उद्दिष्टांकडे दुर्लक्ष :

नवीन औद्योगिक धोरणाने पंचवार्षिक योजनेत जी साध्य करावयाची उद्दिष्ट्ये (सामाजिक) ठरवली होती जसे की, सार्वजनिक क्षेत्रांचा जलदगतीने विकास, पायाभूत आणि महत्त्वाच्या उद्योगांचा जलद द्रुतगतीने विस्तार आर्थिक, सत्तेचे विकेंद्रिकरण, लघुउद्योग आणि समाज कल्याणाचे प्रवर्तन, संतुलित प्रादेशिक विकास यांकडे पूर्णपणे दुर्लक्ष या धोरणाने केले.

८) बेकारी, बेरोजगारीमध्ये वृद्धी :

परकीय तंत्रज्ञान व गुंतवणूक यांत शिथिलता आणल्यामुळे त्यांचा उद्योग क्षेत्रातील सहभाग वाढीस लागलेला आहे. याचा विपरीत परिणाम भारतातील श्रमशक्तीवरती होतो.

४.५ औद्योगिक धोरणातील विकास :

भारतीय अर्थव्यस्थेतील औद्योगिक क्षेत्राचा दिशादर्शक आणि नियोजनबद्ध विकास व्हावा आणि औद्योगिक विकासाची उद्दिष्टे साध्य केली जावीत या हेतूने स्वातंत्र्योत्तर काळात भारतामध्ये औद्योगिक धोरणांची निर्मिती केली गेली. सर्व उद्योगांचा विकास व्हावा आणि आर्थिक विकासाला गतिमानता यावी या हेतूने ही औद्योगिक धोरणे निर्धारित केली गेली. १९९१ नंतरच्या औद्योगिक धोरणांचा आणि औद्योगिक विकासाचा आढावा घेतल्यास असे दिसून येते की, भारतामध्ये सार्वजनिक क्षेत्राबरोबरच खाजगी क्षेत्राचा देखील मोठ्या प्रमाणात विकास होऊन अनेक परकीय कंपन्या देखील येथील उद्योग क्षेत्रामध्ये गुंतवणूक करत होत्या. परिणामी भारतीय शासनाला सार्वजनिक क्षेत्र, खाजगी क्षेत्र आणि परकीय गुंतवणूक या तिन्ही बाबींना समोर ठेऊन औद्योगिक धोरणात्मक निर्णय घ्यावे लागले. परिणामी भारतीय औद्योगिक धोरणांचा विकास घडून आला. या औद्योगिक धोरणांच्या विकासाची चर्चा पुढील मुद्द्यांच्या आधारे करता येईल :

४.५.१ विशेष आर्थिक क्षेत्र (SEZ) :

विशेष आर्थिक क्षेत्र किंवा सेझ म्हणजे देशातील असे भौगोलिक क्षेत्र की ज्यास बिगर सेझ क्षेत्राच्या तुलनेत विशेष सवलती उपलब्ध होतात. 'सेझ' निर्माण करण्यामागे देशाच्या निर्यातवाढीला प्रोत्साहन देणे हा प्रमुख हेतू आहे. भारतात निर्यातवाढीस प्रोत्साहन देण्यासाठी निर्यात प्रक्रिया क्षेत्रे निर्माण करण्यात आली होती. अशी निर्यात प्रक्रिया क्षेत्रे पुढे 'सेझ' किंवा विशेष आर्थिक क्षेत्रात रूपांतरित करण्यात आली. त्यानुसार सरकारकडून कांडला व सुरत (गुजरात), सांताक्रुझ मुंबई (महाराष्ट्र), फल्टा (पश्चिम बंगाल), चेन्नई (तामिळनाडू), विशाखापट्टणम (आंध्रप्रदेश), नोयडा (उत्तरप्रदेश) येथील निर्यात प्रक्रिया क्षेत्रे 'सेझ' मध्ये रूपांतरित करण्यात आली. सध्या भारतात २२ 'सेझ' आहेत. २००४-०५ मध्ये भारतातील विशेष आर्थिक क्षेत्राद्वारे झालेली निर्यात १८,३०९ कोटी रुपयांची होती.

अ) अर्थ :

विशेष आर्थिक क्षेत्र किंवा सेझ म्हणजे परकीय व्यापाराला चालना देण्यासाठी खास स्थापन केलेले पूर्णपणे व्यावसायिक क्षेत्र होय. विशेष आर्थिक क्षेत्र हा एक भौगोलिक प्रदेश आहे ज्यामध्ये आर्थिक कायदे हे देशाच्या विशिष्ट आर्थिक कायद्यांपेक्षा अधिक उदार आहेत. परकीय गुंतवणुकीत भरभराट घडवून आणणे हे सामान्यतः उद्दिष्ट असते. दुसऱ्या शब्दांत सांगायचे तर, एसईझेड हे विशेषत: औद्योगिक, सेवा आणि व्यापार कार्यपध्दतींच्या उद्देशाने परकीय क्षेत्र म्हणून मानले गेलेले अंतःक्षेत्र आहेत, ज्यामध्ये सीमा शुल्कात शिथिलता आणि इतर शुल्क, परदेशी गुंतवणूक तसेच इतर व्यवहारांच्या संदर्भात अधिक उदार व्यवस्था आहे.

ब) विशेष आर्थिक क्षेत्राची उद्दिष्टे :

विशेष आर्थिक क्षेत्रे हे देशामध्ये नियुक्त केलेले भौगोलिक क्षेत्र आहे, जे परदेशी गुंतवणूक आकर्षित करण्यासाठी, निर्यातीला चालना देण्यासाठी आणि आर्थिक वृद्धी सुलभ करण्यासाठी विविध प्रोत्साहन आणि सुव्यवस्थित प्रक्रिया देते. विशेष आर्थिक क्षेत्राची उद्दिष्टे पुढीलप्रमाणे आहेत :

१) निर्यात-केंद्रित वृद्धीस प्रोत्साहन देणे :

उत्पादन, प्रक्रिया, वस्तू आणि सेवा निर्यात करण्यासाठी अनुकूल पर्यावरण प्रदान करून देशाची निर्यात स्पर्धात्मकता वाढवणे हे सेझचे उद्दिष्ट आहे. निर्यातीवर लक्ष केंद्रित केल्याने परकीय चलन मिळण्यास मदत होते आणि आर्थिक विस्तारास हातभार लागतो.

२) थेट विदेशी गुंतवणूक (FDI) आकर्षित करणे :

विदेशी गुंतवणूकदारांना आकर्षित करण्यासाठी सेझ आकर्षक सवलती, कर लाभ आणि पायाभूत सुविधा देतात. आर्थिक विकासाला चालना देण्यासाठी एफडीआय प्रवाह, तंत्रज्ञान हस्तांतरण आणि तज्ञांना प्रोत्साहन देणे हे या क्षेत्राचे उद्दिष्ट आहे.

३) रोजगार निर्मिती :

सेझ या क्षेत्रामध्ये उद्योग आणि व्यवसाय स्थापन करून रोजगाराच्या संधी निर्माण करतात. ते उत्पादन, सेवा, व्यापार-संबंधित क्रियाकलाप आणि पायाभूत सुविधांच्या विकासाद्वारे रोजगार निर्माण करतात, बेरोजगारीचा दर कमी करण्यास हातभार लावतात.

४) औद्योगिकीकरण आणि आर्थिक विविधता वाढवणे :

सेझ विविध उद्योग आणि क्षेत्रांसाठी अनुकूल प्रयव्रण प्रदान करून औद्योगिक विकासाला चालना देतात. उत्पादन, सेवा आणि तंत्रज्ञान यासारख्या विविध क्षेत्रांच्या विकासाला प्रोत्साहन देऊन अर्थव्यवस्थेत विविधता आणण्याचे त्यांचे उद्दिष्ट आहे.

५) पायाभूत सुविधांचा विकास करणे :

सेझमध्ये अनेकदा वाहतूक, उपयुक्तता आणि दळणवळण नेटवर्कसारख्या भरीव पायाभूत सुविधांचा विकास होतो. या पायाभूत सुविधा केवळ सेझच्या कार्यास समर्थन देत नाही तर आसपासच्या प्रदेशांनाही लाभ देतात.

६) धोरण प्रयोग आणि व्यवसाय करणे सुलभ :

सेझमध्ये अनेकदा शिथिल नियामक चौकट आणि सुव्यवस्थित प्रशासकीय प्रक्रिया असतात. हे क्षेत्र नवीन धोरणे, नियामक सुधारणा आणि व्यवसाय-अनुकूल पद्धती तपासण्यासाठी प्रयोगशाळा म्हणून काम करतात, ज्याचे उद्दिष्ट गुंतवणूक आकर्षित करणे आणि व्यवसाय सुलभ करणे हे आहे.

७) नवोपक्रम आणि तंत्रज्ञान हस्तांतरणास प्रोत्साहन देणे :

सेझ देशांतर्गत आणि परदेशी कंपन्यांमधील सहकार्याद्वारे नवकल्पना आणि तंत्रज्ञान हस्तांतरणास प्रोत्साहन देतात. ज्ञान आणि तंत्रज्ञानाची ही देवाणघेवाण कौशल्ये आणि प्रक्रिया सुधारण्यास, स्पर्धात्मकता वाढविण्यास मदत करते.

८) प्रादेशिक विकास :

सेझ कमी विकसित प्रदेशांमध्ये गुंतवणूक आणि आर्थिक क्रियाकलाप निर्देशित करून, प्रादेशिक विषमता कमी करून आणि एकूण आर्थिक विकासाला चालना देऊन संतुलित प्रादेशिक विकासात योगदान देतात.

क) विशेष आर्थिक क्षेत्राची वैशिष्ट्ये किंवा लक्षणे :

निर्यात प्रोत्साहनासाठी निर्माण करण्यात आलेल्या विशेष आर्थिक क्षेत्राची किंवा सेझची वैशिष्ट्ये किंवा लक्षणे पुढीलप्रमाणे आहेत :

१) परकीय प्रदेशाचा दर्जा :

देशात निर्माण करण्यात आलेल्या विशेष आर्थिक क्षेत्रास किंवा सेझला देशातील इतर भागाच्या किंवा क्षेत्राच्या तुलनेत विशेष दर्जा देण्यात आलेला आहे. विशेष आर्थिक क्षेत्रास व्यापार, उद्योग व सेवा क्षेत्रातील परकीय प्रदेश म्हणून दर्जा दिला जातो.

२) कर सवलती :

देशातील इतर भागाच्या तुलनेत विशेष आर्थिक क्षेत्रास कर आकारणीच्या बाबतीत वेगळी वागणूक दिली जाते. प्राप्तीकराबरोबरच सीमा शुल्क, उत्पादन शुल्क, सेवा कर, मूल्यवर्धित कर (VAT), लाभांश कर वगैरे बाबतीत सवलती मिळतात.

३) दर्जेदार पायाभूत सुविधा :

विशेष आर्थिक क्षेत्रासाठी आवश्यक असलेल्या पायाभूत सुविधा उपलब्ध केल्या जातात. त्यांना प्राधान्यक्रमाने दर्जेदार पायाभूत सुविधा उपलब्ध होतील अशी व्यवस्था करण्यात येते. वाहतूक, दळणवळण यांसारख्या सुविधांची त्यांना आवश्यकता असते.

४) नोकरशाहीचे अत्यल्प नियंत्रण :

उद्योग व्यवसायाच्या उभारणीत बऱ्याचदा नोकरशाहीचा अडथळा येतो. विशेष आर्थिक क्षेत्राच्या उभारणीत व विकासात अशा प्रकारचा अडथळा येऊ नये म्हणून अशा क्षेत्राच्या बाबतीत नोकरशाहीला हस्तक्षेपाची कमी संधी असते. अशा क्षेत्रावर नोकरशाहीचे नियंत्रण फारच मर्यादित असते.

५) शिथिल कामगार कायदे :

देशातील सर्व कामगारविषयक कायदे विशेष आर्थिक क्षेत्रांना लागू पडत नाहीत. कामगार कायद्याबाबत अशा क्षेत्रांना विशेष सवलती मिळतात. त्यांच्यासाठी कामगार कायदे शिथिल असतात. त्यामुळे या क्षेत्रातील कार्यरत

कामगारांना आपल्या हक्कांसाठी व मागण्यांसाठी संपासारख्या मार्गाचा अवलंब करण्यास प्रतिबंध घातला जातो. कराराने कामगार घेण्यास या क्षेत्रांना मुभा मिळते. विशेष आर्थिक क्षेत्रातील औद्योगिक घटक आणि अस्थापनांना 'सार्वजनिक उपयोगिता सेवा' समजले जात असल्याने या क्षेत्रातील संप बेकायदेशीर ठरतात.

ड) सेझची भूमिका :

विशेष आर्थिक क्षेत्रे (SEZs) भारताच्या आर्थिक परिदृश्यात महत्त्वपूर्ण भूमिका बजावतात. आर्थिक विकासाला चालना देण्यासाठी, गुंतवणूक आकर्षित करण्यासाठी, निर्यातीला चालना देण्यासाठी आणि रोजगार निर्मितीच्या उद्देशाने नियुक्त क्षेत्र म्हणून काम करतात. त्याच्या भूमिकेचे विहंगावलोकन पुढे दिले आहे:

१) निर्यातीला चालना :

सेझची स्थापना प्रामुख्याने निर्यातीला चालना देण्यासाठी व्यवसायांना अनुकूल पर्यावरण प्रदान करण्यासाठी केली जाते. ते विविध सवलती देतात जसे की कर लाभ, शुल्क सूट आणि सरलीकृत नियामक प्रक्रिया, ज्या कंपन्यांना निर्यात बाजारासाठी वस्तू तयार करण्यास प्रोत्साहित करतात.

२) थेट परकीय गुंतवणुकीला आकर्षित करणे (FDI) :

सेझ भारतात परकीय गुंतवणुकीला आकर्षित करण्यासाठी महत्त्वाचे आहेत. या क्षेत्रामध्ये देऊ केलेली अनुकूल धोरणे आणि पायाभूत सुविधांमुळे ते बहुराष्ट्रीय कंपन्यांसाठी (MNCs) आणि देशात त्यांची उपस्थिती प्रस्थापित करू पाहत असलेल्या परदेशी गुंतवणूकदारांसाठी आकर्षक ठिकाणे बनतात.

३) रोजगार निर्मिती :

विशेषत: उत्पादन आणि सेवा क्षेत्रात रोजगार निर्मितीसाठी सेझ महत्त्वपूर्ण योगदान देतात. या क्षेत्रामध्ये उद्योगांच्या स्थापनेमुळे कुशल आणि अकुशल कामगारांसाठी रोजगाराच्या संधी निर्माण होतात, ज्यामुळे देशातील बेरोजगारी आणि अल्प रोजगारीची आव्हाने दूर होतात.

४) पायाभूत सुविधांचा विकास :

पायाभूत सुविधांचा विकास हा सेझचा प्रमुख घटक आहे. या क्षेत्रामध्ये रस्ते, बंदरे, वीज पुरवठा आणि दूरसंचार यासारख्या मजबूत पायाभूत सुविधा निर्माण करण्यासाठी सरकार गुंतवणूक करते, जे केवळ उद्योगांच्या कार्यपध्दतींना समर्थन देत नाही तर या प्रदेशात एकूण दळणवळण आणि लॉजिस्टिक कार्यक्षमता देखील वाढवते.

५) तंत्रज्ञान हस्तांतरण आणि नावीन्य :

सेझ प्रगत तंत्रज्ञान असलेल्या कंपन्यांना आकर्षित करून आणि देशांतर्गत व आंतरराष्ट्रीय कंपन्यांमधील सहकार्याला प्रोत्साहन देऊन तंत्रज्ञान हस्तांतरण आणि नवकल्पना सुलभ करतात. यामुळे ज्ञानाची देवाणघेवाण, कौशल्य विकास आणि सर्वोत्तम पद्धतींचा अवलंब होतो, ज्यामुळे भारतीय उद्योगांची स्पर्धात्मकता वाढते.

६) प्रादेशिक विकास :

विशिष्ट भागात आर्थिक वृद्धी आणि विकासाला चालना देण्यासाठी कमी विकसित प्रदेशांमध्ये सेझची स्थापना केली जाते. पायाभूत सुविधा आणि रोजगाराच्या संधी उपलब्ध करून देऊन, सेझ प्रादेशिक असमानता कमी करण्यास, गुंतवणूक आकर्षित करण्यास आणि देशाच्या विविध भागांमध्ये सर्वसमावेशक वृद्धीस चालना देण्यास मदत करतात.

७) लघु आणि मध्यम उद्योगांना (SMEs) चालना :

सेझ हे लघु आणि मध्यम उद्योगांना पायाभूत सुविधा, तंत्रज्ञान आणि बाजारपेठांमध्ये प्रवेश प्रदान करून जागतिक मूल्य साखळीत समाकलित करण्यासाठी व्यासपीठ प्रदान करतात. सेझमधील सहाय्यक परिसंस्थेचा त्यांना फायदा होतो, ज्यामुळे त्यांचे कार्य वाढते, उत्पादकता सुधारते आणि स्पर्धात्मकता वाढते.

८) महसूल निर्मिती :

सेझ त्यांच्या हद्दीत कार्यरत व्यवसायांना विविध कर सवलती देतात, तसेच ते अप्रत्यक्ष कर, भाडेपट्टी आणि इतर शुल्कांद्वारे सरकारी महसुलात योगदान देतात. सेझमध्ये निर्माण झालेल्या आर्थिक क्रियाकलापांमुळे एकूण आर्थिक वृद्धीस हातभार लागतो, ज्यामुळे सरकारला उच्च कर महसूल मिळतो.

९) परकीय चलन कमाई :

वाढीव निर्यातीद्वारे देशासाठी परकीय चलन मिळविण्यात सेझ महत्त्वपूर्ण भूमिका बजावतात. निर्यात-केंद्रित उत्पादन आणि सेवा क्रियाकलापांना प्रोत्साहन देऊन, सेझ भारताचा व्यापार संतुलन आणि परकीय चलन साठा वाढविण्यास मदत करतात.

१०) जागतिक एकात्मता :

सेझ जागतिक अर्थव्यवस्थेमध्ये भारताच्या एकात्मतेसाठी प्रवेशद्वार म्हणून काम करतात. ते भारत आणि इतर देशांमधील व्यापार, गुंतवणूक आणि तंत्रज्ञान प्रवाह सुलभ करतात, ज्यामुळे आर्थिक संबंध मजबूत होतात आणि आंतरराष्ट्रीय बाजारपेठेत भारताला स्पर्धात्मक कर्ता म्हणून स्थान मिळते.

ई) भारतातील विशेष आर्थिक क्षेत्र :

भारत सरकारच्या वाणिज्य आणि उद्योग मंत्रालयाने जी नवीन संख्याशास्त्रीय माहिती जाहीर केली. त्यात विशेष आर्थिक क्षेत्राच्या आर्थिक विकासावरती जो सरकारमान्य प्रभाव पडला व जी आर्थिक वृद्धी झाली त्यावरती प्रकाशझोत टाकलेला आहे.

१) विशेष आर्थिक क्षेत्राची निर्यातीतील कामगिरी :

वाणिज्य आणि उद्योग मंत्रालयाच्या म्हणण्यानुसार भारतीय निर्यातीतील विशेष आर्थिक क्षेत्रातील वाटा हा २०११-२०१२ तील २४.८६% पेसलन २०१३-२०१४ मध्ये २६.१०% पर्यंत वाढलेला आहे. म्हणजेच याचा अर्थ असा होतो की सेझचा २०११-१२ सालचा निर्यातीमधील वाटा हा ६०.७६ दशलक्ष अमेरिकन डॉलर इतका होता तर २०१३-१४ मध्ये तो वाटा ८२.३७ दशलक्ष अमेरिकन डॉलर पर्यंत वाढला. विशेष आर्थिक क्षेत्राने भारतातील राजगार निर्मितीसाठी मोठ्या प्रमाणात चालना दिली. २०११ ते २०१४ च्या दरम्यानच्या कालावधीत २०११ ही रोजगार निर्मिती ८४,९१६ होती ती २०१४ मध्ये १२८३३०९ इतकी वाढलेली दिसून येते.

द्वितीय वर्षे	देशाची एकूण निर्यात (कोटी रुपयांत)	एकूण सेझ निर्यात (कोटी रुपयांत)	सेझचा एकूण निर्यातीतील वाटा (%)	सेझमधील रोजगार
२०११-२०१२	१४,६५,९५९	३,६४,४७८	२४.८६%	८,४४,९१६
२०१२-२०१३	१६,३५,२६१	४,७६,१५९	२९.१२%	१०,७४,९०४
२०१३-२०१४	१८,९२,८९२	४,९४,०७७	२६.१०%	१२,८३,३०९

संकलित माहितीच्या आधारे

माहिती स्त्रोत : डीजीसीआयएस, कलकत्ता

एकूणातच सेझचा निर्यातीतील व रोजगार निर्मितीमधील सकारात्मक सातत्यपूर्ण दृष्टीची बाब लक्षात घेऊन आंतरराष्ट्रीय स्पर्धात्मकतेला तोंड देण्यासाठी सेझला प्रोत्साहन देण्यासाठी विशेष गुंतवणूकीचे पॅकेच सरकारने घोषित केलेले आहे. अर्थात याचा समावेश २०१४ च्या अर्थसंकल्पात केला गेलेला नव्हता.

२) औद्योगिक विकास आणि विशेष आर्थिक क्षेत्र :

अर्थव्यवस्थेतील औद्योगिक क्षेत्राच्या विकासावरती विशेष आर्थिक क्षेत्र हे थेट प्रभाव टाकते. विशेष आर्थिक क्षेत्रातील जी औद्योगिक केंद्रे आहेत. त्यांच्या आदानविषयक गरजा या सहजपणे पूर्ण केल्या जातात. अत्यंतिक जलद गतीने वाढत जाणाऱ्या एतद्देशीय आणि निर्यात बाजारपेठांमध्ये त्यामुळे औद्योगिक केंद्रे ही त्यांच्या इष्टतम पातळीपर्यंत वृद्धींगत होत जातात. व आर्थिक श्रेणी प्राप्त करून घेतात. विशेष आर्थिक क्षेत्रातील औद्योगिक केंद्रांना पायाभूत सोयी सुविधा ह्या सहज उपलब्ध होत असल्यामुळे या औद्योगिक केंद्राची वृद्धी ही केवळ त्या प्रदेशा पुतीच मर्यादित न रहाता मोठ्या अर्थव्यवस्थांमध्ये देखील होते. सेझने एकूण १.९७ लाख लोकांना रोजगारांची निर्मिती करून दिली त्यापैकी ३७% स्त्रीया होत्या. सध्या सेझ मधून ८३,४५० कोटी रूपयांची गुंतवणूक केली जाते. व १,१३,४२६ लोकांना रोजगार प्राप्त होतो.

३) तंत्रज्ञानातील आधुनिकता :

विशेष आर्थिक क्षेत्राने त्याचे अस्तित्व नियति व्यापाराच्या माध्यमातून जागतिक अर्थव्यवस्थेला दाखवून दिले. जागतिकीकरण आ आर्थिक परस्परावलंबनाच्या प्रक्रियेत ते एक साधन आहे. सेझमध्ये समाविष्ट असणारे जे उद्योग आहेत ते त्यांच्या उत्पादन प्रक्रियेत आणि विपणन व्यवस्थापनात जास्त आधुनिक तंत्रज्ञानाचा समावेश करत आहेत. आधुनिक तंत्रज्ञानाचा वापर हा आयातीच्या आणि एतद्देशीय विकसित होणाऱ्या तंत्रात केला जात असल्यामुळे केवळ सेझ मधीलच उद्योग नाहीत तर सेझ क्षेत्रात समाविष्ट न होणाऱ्या उद्योगांमध्ये देखील उत्पादन आणि विपणनात तंत्रज्ञानाचे अद्ययावनीकरण सुरु झाले आहे. म्हणूनच सेझने हा जो तंत्रज्ञानातील विकास प्राप्त केलेला आहे तो अर्थव्यवस्थेचा आर्थिक विकासाचा निदर्शक आहे.

४.५.२ मेक इन इंडिया :

मेक इन इंडिया या कार्यक्रमाची घोषणा आणि अंमलबजावणी भारत सरकारने २५ सप्टेंबर २०१४ मध्ये केली. परकीय कंपन्यांनी भारतामध्ये त्यांचे वस्तुनिर्माणाचे प्रकल्प सुरु करावेत जेणे करून भारतामध्ये गुंतवणुकीत वाढ होऊन रोजगारांची देखील उपलब्धता होण्यास मदत होईल अशी त्यामागची धारणा होती. या धोरणामुळे भारतामध्ये गुंतवणुकीसाठी पोषक वातावरणाची निर्मिती होणार होती तसेच नवीन पायाभूत सोयी आणि सुविधांचा देखील विकास होणार होता आणि परकीय भांडवलाची वाढ होऊन अनेक नवीन क्षेत्रांमध्ये परकीय भांडवलाची गुंतवणूक होण्यास सुरुवात होणार होती.

अ) मेक इन इंडियाची रूपरेषा :

मेक इन इंडिया उपक्रमासाठी निवडण्यात आलेली जी २५ आर्थिक क्षेत्रे होती त्या आर्थिक क्षेत्रांमध्ये रोजगारांची नवीन निर्मिती होऊन कौशल्य विकासाला चालना मिळणार होती. या कार्यक्रमाच्या माध्यमातून भारताला जागतिक स्तरावरील वस्तुनिर्माणाचे केंद्र तयार करणे हा उद्देश होता.

१) मेक इन इंडिया कार्यक्रमाची लक्ष्ये :

मेक इन इंडिया कार्यक्रमाची लक्ष्ये पुढीलप्रमाणे सांगता येतील :

i) वस्तुनिर्माण क्षेत्रामध्ये दरवर्षी प्रत्येक आर्थिक सत्रामध्ये १२ ते १४% इतकी वाढ घडवून आणणे.

ii) स्थूल राष्ट्रीय उत्पादनातील वस्तुनिर्माण क्षेत्राचा वाटा १६% वरून २५% इतका वाढवणे.

iii) वस्तुनिर्माण क्षेत्रामध्ये २०२२ पर्यंत १०० दशलक्ष अतिरिक्त रोजगाराची निर्मिती करणे.

iv) वस्तुनिर्माण क्षेत्रातील उद्योगाच्या स्थानिक मूल्यामध्ये आणि तांत्रिक विकासामध्ये मोठ्या प्रमाणात वाढ घडवून आणणे.

२) मेक इन इंडिया कार्यक्रमाची भारतीय अर्थव्यस्थेतील आवश्यकता :

भारतीय अर्थव्यस्थेच्या दृष्टिकोनातून विचार करता असे दिसून येते की, भारतीय अर्थव्यवस्थेला आणि भारतातील वस्तुनिर्माण क्षेत्राला आर्थिक गती देण्यासाठी मेक इन इंडिया सारख्या उपक्रमाची आवश्यकता होती. भारताच्या स्थूल राष्ट्रीय उत्पदनातील वस्तुनिर्माण क्षेत्राचा वाटा हा गेल्या २५ वर्षांपासून केवळ १६% इथपर्यंतच विस्तारू शकला. या कार्यक्रमांच्या माध्यमातून भारतातील वस्तुनिर्माण क्षेत्राला गती देऊन भारतीय अर्थव्यवस्थेला सर्वांगीण गती प्रदान करणे हा उद्देश होता.

भारतीय अर्थव्यस्थेचा विचार केल्यास असे दिसून येते की, भारतीय अर्थव्यस्थेत गेल्या काही वर्षांपासून सेवा क्षेत्राचे आर्थिक योगदान हे खूप मोठ्या प्रमाणावर आहे. हे सेवा क्षेत्राचे योगदान अर्थव्यवस्थेमध्ये ५०% पेक्षा जास्त दिसून येते. अर्थतज्ज्ञांच्या मते, सेवा क्षेत्राचा महत्त्वाचा वाटा आणि विस्तार असणारी अर्थव्यवस्था म्हणून जागतिक स्तरावर भारतीय अर्थव्यस्थेचा उदय होण्यास सुरुवात झालेली होती. अन्य विकसित देशांच्या अर्थव्यवस्थांशी तुलना करता ही बाब नक्कीच विरोधाभास प्रदान करणारी होती. परिणामी विकसित देशांची अर्थव्यवस्था ज्या महत्त्वपूर्ण अशा वस्तुनिर्माण उद्योगामुळे प्रगतीपथावरती होती अशा उद्योग क्षेत्राची देखील भारतीय अर्थव्यवस्थेत प्रगती व्हावी या हेतूने या कार्यक्रमाची आवश्यकता होती.

अनेक आर्थिक तज्ञांच्या मते, भारतातील जे सेवा क्षेत्र आहे ते सेवा क्षेत्र केवळ एका विशिष्ट स्तरापर्यंत शिक्षण झालेल्या व्यक्तींनाच रोजगाराची उपलब्धता करून देऊ शकते. अशा परिस्थितीत सर्वसामान्य शिक्षण आणि कौशल्य धारण करणाऱ्या व्यक्तीला देखील रोजगाराची उपलब्धता होणे आर्थिक दृष्टिकोनातून गरजेचे होते. सर्वसामान्यांना त्यांच्या कौशल्य आणि घेतलेल्या शिक्षणानुरूप रोजगार हा मोठ्या प्रमाणावरती वस्तुनिर्माण क्षेत्राकडून निर्माण होऊ शकणार होता म्हणून देखील या कार्यक्रमाची सुरुवात करण्यात आली. अर्थव्यवस्थेच्या ज्या अल्पकालीन आणि दीर्घकालीन कृती होत्या त्यांना चालना वस्तुनिर्माण क्षेत्राकडून मिळणार होती .

१९९१ मध्ये उदारीकरणाच्या तत्त्वाचा स्वीकार केल्याने भारतीय अर्थव्यस्थेमध्ये सेवा क्षेत्राचा विकास आणि वृद्धी ही मोठ्या प्रमाणावरती घडून आली. सेवा क्षेत्राचा सकल राष्ट्रीय उत्पदनातील वाटा हा ५६.५% एवढा झाला पण त्याचवेळेस भारतातील वस्तुनिर्माण क्षेत्राचा वाटा मात्र केवळ १६% पर्यंत मर्यादित राहिला. भारतीय रिझर्व्ह बँकेच्या मतानुसार, भारतामध्ये माहिती-तंत्रज्ञान आधारित आणि बीपीओ क्षेत्रातील जी निर्यात होती ती २०१२-१३ मध्ये ३७% पर्यंत वाढली. तर त्याचवेळेस वस्तुनिर्माण क्षेत्रातील निर्यात ही मर्यादित होती. परिणामी वस्तुनिर्माण क्षेत्रातील निर्यात देखील वाढवी या हेतूने मेक इन इंडिया कार्यक्रमाची सुरुवात करण्यात आली.

३) मेक इन इंडिया उपक्रमांतर्गत समाविष्ट करण्यात आलेली क्षेत्रे :

मेक इन इंडिया उपक्रमांतर्गत समाविष्ट करण्यात आलेली क्षेत्रे पुढीलप्रमाणे स्पष्ट करता येतील :

ऑटोमोबाईल	अन्न-प्रक्रिया उद्योग	पुनर्नवीकरणीय ऊर्जा
ऑटोमोबाईल कंपोनंट्स	माहिती-तंत्रज्ञान आणि माहिती तंत्रज्ञान आधारित उद्योग	रस्ते आणि महामार्ग
हवाई क्षेत्र	चर्मोद्योग	अंतराळ संशोधन
जैवविज्ञान	प्रसारमाध्यमे आणि मनोरंजन	कापड आणि वस्त्रोद्योग
रसायन उद्योग	खाणकाम	औष्णिक ऊर्जा

बांधकाम उद्योग	तेल आणि वायू उद्योग	पर्यावरण आणि आदरातिथ्य सेवा
संरक्षण वस्तुनिर्माण	औषधनिर्माण उद्योग	वेलनेस
विद्युत यंत्रे	बंदर विकास	
विद्युत प्रणाली	रेल्वे	

४) मेक इन इंडिया उपक्रमांतर्गत झालेली गुंतवणूक :

मेक इन इंडिया अंतर्गत समाविष्ट होणारे जे उपक्रम आहेत त्याची अंमलबजावणी ही केंद्र आणि राज्य शासनाद्वारे वेळोवेळी करण्यास सुरुवात झालेली असून मेक इन इंडिया या कार्यक्रमांतर्गत झालेली परकीय प्रत्यक्ष गुंतवणूक ही पुढील प्रमाणे स्पष्ट करता येईल :

क्रमांक	वर्ष	परकीय प्रत्यक्ष गुंतवणूक (अमेरिकन डॉलरमध्ये)
१	ऑक्टोबर २०१४ ते मार्च २०१५	१५,०४५.८९
२	२०१५-१६	४०,०००.९८
३	२०१६-१७	४३,४७८.२७
४	२०१७-२०१८	४४,८५६.७५

५) मेक इन इंडिया कार्यक्रमाची निष्पत्ती :

मेक इन इंडिया कार्यक्रमाची घोषणा झाल्यानंतर भारतात सप्टेंबर २०१४ ते फेब्रुवारी २०१६ या काळामध्ये साधारणपणे २५० अमेरिकन दशलक्ष डॉलर इतकी गुंतवणूक करण्यात आली. मेक इन इंडिया कार्यक्रमांतर्गत कोरियन कर उत्पादक कंपनी किया मोटर्स यांनी आंध्रप्रदेश येथे कर उत्पादनाचा कारखाना सुरु केला असून किया मोटर्सच्या माध्यमातून भारतात २०२१ पर्यंत १०,००० रोजगारांची निर्मिती होईल असा अंदाज व्यक्त केला जात आहे. बी.के.मोदी उद्योग समूहाने बीवायडी या समूहाशी व्यवसायीक करार करून उत्तरप्रदेश येथे इलेक्ट्रिक बस निर्माणचा प्लँट उभारलेला आहे. फॉक्सकॉन या तैवान येथील इलेक्ट्रॉनिक वस्तुनिर्माण समूहाने भारतात आंध्रप्रदेश आणि तामिळनाडू येथे उद्योगाची सुरुवात झाल्यांनतर ५०,००० रोजगार निर्मितीचे लक्ष्य समोर ठेवले आहे. एलोन मस्क या दक्षिण आफ्रिकेतील कंपनीने टेलसा या कंपनीच्या सहकार्याने २०२० मध्ये यंत्रकुलाच्या उभारणीद्वारे वस्तुनिर्माणाचे उद्दिष्ट डोळ्यासमोर ठेवलेले आहे. हिताची या कंपनीने चेन्नई येथे वस्तुनिर्माण यंत्रकुलाची सुरुवात केलेली असून २०२१ पर्यंत १० ते १३ हजार रोजगारांची निर्मिती होईल असे नमूद केलेले आहे. थ्रस्ट एयरक्राफ्ट खाजगी मर्यादित कंपनीने महाराष्ट्र शासनाबरोबर करार करून विमान निर्मितीचा कारखाना रुपये ३५,००० कोटी इतकी गुंतवणूक करून उभारण्यास सुरुवात केलेली आहे.

कासा एव्हरीज गॅब्झ या जर्मन बूट बनवणाऱ्या कंपनीने बुटांचे उत्पादन करणारे युनिट आग्रा येथे उभारले असून त्याद्वारे दरवर्षी ३ लाख बुटांच्या जोड्यांची निर्मिती करण्यात येणार आहे. या कंपनीची उद्योगातील प्रारंभिक गुंतवणूक ही ११० कोटी रुपये इतकी असणार आहे. बोईंग या विमान निर्मिती करणाऱ्या कंपनीने भारतात लढाऊ विमानांची निर्मिती करण्याचा कारखाना उभारण्याची घोषणा केलेली आहे.

भारतीय सेनेने देखील रुपये ५०,००० कोटी इतकी गुंतवणूक करून संरक्षण साहित्याच्या निर्मितीला सुरुवात केलेली आहे. यानुसार भारतीय डीआरडीओ कडून आर्मेनिया या देशाला रडार, जॉर्डनला हेलीकॉप्टर तर युएईला अस्त्र-क्षेपणास्त्र पुरवण्यास सुरुवात केली आहे.

सौदी आरामकोद्वारे भारतीय तेल शुद्धीकरण करणाऱ्या कंपन्यांशी प्रारंभिक बोलणी सुरु केली असून त्यानुसार या कंपनीद्वारे भारतामध्ये ४४ अब्ज डॉलर इतक्या प्रमाणात तेलशुद्धीकरण केंद्रे आणि पेट्रोकेमिकल यंत्रकुलांची उभारणी करण्यात येणार आहे.

पतंजली समूहाद्वारे आरोग्य विद्यापीठाच्या निर्मितीसाठी हरियाणा राज्यात ५००० कोटी रुपयांची गुंतवणूक केली गेली आहे. जपानच्या कोडॅक कंपनीने भारतामध्ये प्रत्यक्ष उत्पादन घेण्यास सुरुवात केली आहे. मेक इन इंडिया कार्यक्रमाची अंमलबजावणी ही जर भारतामध्ये व्यवस्थित आणि यशस्वीपणे झाली तर भारतीय अर्थव्यवस्था ही येत्या काही वर्षांमध्ये निर्यातदार अर्थव्यवस्था म्हणून उदयाला येईल.

ब) मेक इन इंडियाची उद्दिष्टे :

भारत सरकारने सुरू केलेल्या मेक इन इंडिया उपक्रमाचा उद्देश देशाला जागतिक उत्पादन केंद्रात रूपांतरित करणे आणि आर्थिक विकासाला चालना देणे हा आहे. मेक इन इंडियाच्या प्राथमिक उद्दिष्टांमध्ये पुढील घटक समाविष्ट आहेत:

१) उत्पादन क्षेत्राला चालना देणे :

देशांतर्गत उत्पादनाला प्रोत्साहन देऊन आणि आयातीवरील अवलंबित्व कमी करून सकल देशांतर्गत उत्पादनामध्ये भारताच्या उत्पादन क्षेत्राचे योगदान वाढवण्याचा या उपक्रमाचा प्रयत्न आहे.

२) थेट परकीय गुंतवणूक (FDI) आकर्षित करणे :

मेक इन इंडियाचे उद्दिष्ट नियम सुलभ करून, प्रोत्साहन प्रदान करून आणि परदेशी गुंतवणूकदारांसाठी अनुकूल पर्यावरण तयार करून, तंत्रज्ञान हस्तांतरण आणि कौशल्य वाढवून भरीव एफडीआय आकर्षित करणे आहे.

३) रोजगार निर्मिती :

विविध क्षेत्रांमध्ये उत्पादन क्रियाकलापांना प्रोत्साहन देऊन रोजगाराच्या संधी निर्माण करणे हा मुख्य उद्देश आहे. तरुणांमधील बेरोजगारीचे आव्हान दूर करण्यासाठी उपक्रम कार्यरत आहे.

४) नवकल्पना आणि तंत्रज्ञानाला प्रोत्साहन :

उपक्रमात स्पर्धात्मकता वाढवण्यासाठी नवकल्पना, संशोधन आणि विकासावर भर दिला जातो. प्रगत तंत्रज्ञान आणि सर्वोत्कृष्ट पद्धतींचा उद्योगांमध्ये वापर करण्यास प्रोत्साहन देणे हे त्याचे उद्दिष्ट आहे.

५) व्यवसाय सुलभ करणे :

मेक इन इंडिया नियम सुलभ करून, नोकरशाही प्रक्रिया सुव्यवस्थित करून आणि भ्रष्टाचार कमी करून, व्यवसायांसाठी अनुकूल पर्यावरण निर्माण करून देशात व्यवसाय करणे सुलभ करण्याचा प्रयत्न करते.

६) प्रमुख क्षेत्रांवर लक्ष केंद्रित :

विकास आणि गुंतवणुकीला प्रोत्साहन देण्यासाठी ऑटोमोबाईल्स, कापड, इलेक्ट्रॉनिक्स, संरक्षण, अक्षय ऊर्जा, फार्मास्युटिकल्स आणि पायाभूत सुविधा यासारख्या विशिष्ट क्षेत्रांवर या उपक्रमाचा भर आहे.

७) शाश्वत विकास :

मेक इन इंडियाचे उद्दिष्ट शाश्वत उत्पादन पद्धतींना चालना देणे, उत्पादन प्रक्रियेत पर्यावरणीय शाश्वतता आणि सामाजिक जबाबदारी यावर भर देणे आहे.

८) जागतिक स्पर्धात्मकता :

देशांतर्गत उद्योगांचे पालनपोषण करून, त्यांच्या गुणवत्ता मानकांमध्ये सुधारणा करून आणि त्यांच्या जागतिक एकात्मतेला चालना देऊन जागतिक बाजारपेठेत भारताची स्पर्धात्मकता वाढवणे हा या उपक्रमाचा उद्देश आहे.

९) सूक्ष्म, लघु आणि मध्यम उद्योगांची सुविधा करणे :

मेक इन इंडियाचे उद्दिष्ट सूक्ष्म, लघु आणि मध्यम उद्योगांना आवश्यक संसाधने पुरवून त्यांच्या वृद्धीस समर्थन देणे, त्यांना उत्पादन आणि रोजगारामध्ये महत्त्वपूर्ण योगदान देण्यास सक्षम करणे आहे.

१०) ब्रँड इंडियाचा प्रचार :

मेक इन इंडिया उपक्रम भारताला जागतिक उत्पादन गंतव्यस्थान म्हणून पुनर्स्थित करण्याचा आणि जागतिक बाजारपेठेत एक विश्वासार्ह आणि स्पर्धात्मक कर्ता म्हणून ब्रँड करण्याचा प्रयत्न करतो.

क) मेक इन इंडियाची वैशिष्ट्ये :

मेक इन इंडिया हा देशाला जागतिक उत्पादन केंद्रात रूपांतरित करण्याच्या आणि आर्थिक विकासाला चालना देण्याच्या उद्देशाने भारत सरकारने सुरू केलेला एक महत्त्वाकांक्षी उपक्रम आहे. त्याची काही प्रमुख वैशिष्ट्ये पुढीलप्रमाणे आहेत :

१) व्यवसाय करणे सुलभ :

मेक इन इंडिया नियमांचे सुलभीकरण करून, नोकरशाहीतील अडथळे कमी करून आणि व्यवसाय करण्याच्या सुलभतेत सुधारणा करून व्यवसायासाठी अनुकूल पर्यावरण तयार करण्यावर भर देते. भारतात व्यवसाय सुरू करणे आणि चालवणे सोपे करून देशांतर्गत आणि परदेशी गुंतवणूक आकर्षित करणे हा यामागचा उद्देश आहे.

२) गुंतवणुकीला प्रोत्साहन :

मेक इन इंडिया उत्पादन, पायाभूत सुविधा, वस्त्रोद्योग, ऑटोमोबाईल्स, फार्मास्युटिकल्स आणि अक्षय ऊर्जा यासारख्या अर्थव्यवस्थेच्या विविध क्षेत्रांमध्ये गुंतवणुकीला प्रोत्साहन देण्यावर लक्ष केंद्रित करतो. कर सूट, अनुदाने आणि प्रकल्पांना जलद मंजुरी यासारख्या प्रोत्साहनांद्वारे देशी आणि विदेशी गुंतवणूकदारांना आकर्षित करणे हे त्याचे उद्दिष्ट आहे.

३) पायाभूत सुविधांचा विकास :

मेक इन इंडिया उत्पादन क्रियाकलापांना समर्थन देण्यासाठी मजबूत पायाभूत सुविधांचे महत्त्व ओळखते. ते व्यवसायांसाठी सक्षम पर्यावरण निर्माण करण्यासाठी परिवहन नेटवर्क, वीज निर्मिती, लॉजिस्टिक आणि औद्योगिक पार्क यासारख्या पायाभूत सुविधा प्रकल्पांमध्ये गुंतवणूकीला प्राधान्य देते.

४) कौशल्य विकास :

मेक इन इंडिया कर्मचाऱ्यांची रोजगारक्षमता वाढवण्यासाठी आणि उत्पादन क्षेत्राच्या गरजा पूर्ण करण्यासाठी कौशल्य विकास आणि व्यावसायिक प्रशिक्षणावर भर देतो. स्किल इंडिया मिशन सारख्या उपक्रमांना चालना देऊन उद्योगाच्या गरजा आणि कर्मचाऱ्यांच्या कौशल्य संचामधील अंतर कमी करण्याचा प्रयत्न केला आहे.

५) क्षेत्र–विशिष्ट उपक्रम :

मेक इन इंडिया भारताला स्पर्धात्मक फायदा किंवा वाढीची क्षमता असलेल्या प्रमुख उद्योगांमध्ये उत्पादनाला चालना देण्यासाठी क्षेत्र–विशिष्ट दृष्टिकोन स्वीकारते. त्यात औषधनिर्मिती क्षेत्रासाठी फार्मा व्हिजन, ऑटोमोबाईल उद्योगासाठी ऑटोमोटिव्ह मिशन प्लॅन आणि वस्त्रोद्योग व वस्त्र क्षेत्रासाठी टेक्सटाइल इंडिया सारख्या उपक्रमांचा समावेश आहे.

६) निर्यात प्रोत्साहन :

देशांतर्गत उत्पादनाला चालना देण्याबरोबरच मेक इन इंडिया जागतिक बाजारपेठांमध्ये भारताची स्पर्धात्मकता वाढवण्यासाठी निर्यात वाढवण्यावर भर देते. जागतिक व्यापारात भारताचा वाटा वाढवण्याच्या उद्देशाने ते उत्पादकांना देशांतर्गत वापरासाठी आणि निर्यातीसाठी वस्तूंचे उत्पादन करण्यास प्रोत्साहित करते.

७) नवकल्पना आणि संशोधन व विकास :

मेक इन इंडिया पुढाकार उत्पादन वाढीसाठी नावीन्यपूर्ण आणि संशोधन व विकासाचे महत्त्व ओळखतो. हे उद्योजकता, नवकल्पना आणि तंत्रज्ञानावर आधारित उत्पादनाला चालना देण्यासाठी अटल इनोव्हेशन मिशन आणि स्टार्ट-अप इंडिया सारख्या उपक्रमांना प्रोत्साहन देते.

८) बौद्धिक संपदा अधिकार (IPR) संरक्षण :

मेक इन इंडिया बौद्धिक संपदा अधिकार संरक्षण मजबूत करण्याचा प्रयत्न करत आहे; जेणेकरून उत्पादन क्षेत्रात नावीन्य, सर्जनशीलता आणि गुंतवणूकीला प्रोत्साहन मिळेल. नवीन तंत्रज्ञान, उत्पादने आणि प्रक्रियांचा विकास व व्यावसायिकीकरण करण्यासाठी व्यवसायांसाठी अनुकूल पर्यावरण निर्माण करणे हे त्याचे उद्दिष्ट आहे.

९) शाश्वत उत्पादन :

मेक इन इंडिया पर्यावरणावरील प्रभाव कमी करण्यासाठी आणि संसाधन कार्यक्षमता वाढविण्यासाठी शाश्वत उत्पादन पद्धतींना प्रोत्साहन देतो. हे उत्पादन क्षेत्रात शाश्वत वृद्धी साध्य करण्यासाठी स्वच्छ तंत्रज्ञान, अक्षय ऊर्जा स्त्रोत आणि पर्यावरणास अनुकूल उत्पादन प्रक्रियांचा अवलंब करण्यास प्रोत्साहित करते.

१०) जागतिक एकीकरण :

मेक इन इंडिया गुंतवणूक, तंत्रज्ञान आणि उत्पादन क्षेत्रातील सर्वोत्तम पद्धतींना आकर्षित करण्यासाठी जागतिक समुदायाशी संलग्न होण्यासाठी एक सक्रिय दृष्टिकोन स्वीकारते. त्यात भारताची उत्पादन क्षमता दर्शविण्यासाठी आणि परदेशी भागीदार व गुंतवणूकदारांना आकर्षित करण्यासाठी आंतरराष्ट्रीय शिखर परिषद, व्यापार मेळावे आणि रोड शो आयोजित करणे यासारख्या उपक्रमांचा समावेश आहे.

४.५.३ सार्वजनिक-खाजगी भागीदारी (PPP) :

सार्वजनिक-खाजगी भागीदारी म्हणजे भारतीय शासनाने निर्धारित केल्याप्रमाणे शासकीय संस्था किंवा वैधानिक संस्था अथवा शासनाच्या मालकीची संस्था आणि खाजगी क्षेत्रातील संस्था यांच्यातील विशिष्ट काळातील सार्वजनिक क्षेत्रातील सुविधांच्या विकासासाठी केला गेलेला करार ज्यान्वये एखाद्या विशिष्ट क्षेत्राच्या देखभालीसाठी अथवा नूतनीकरणासाठी एखादी खाजगी संस्था गुंतवणूक करते.

अ) अर्थ :

सार्वजनिक-खाजगी भागीदारीमध्ये खाजगी क्षेत्राचा गुंतवणुक रूपाने सहभाग हा पायाभूत सोयी आणि सुविधांच्या विकासासाठी शासन आणि खाजगी संस्था यांच्या गुंतवणुकीच्या माध्यमातून घेतला जातो. सार्वजनिक-खाजगी भागीदारीची एक आणि एकच अशी निश्चित व्याख्या सांगता येत नाही. पण थोडक्यात असे सांगता येते की, सार्वजनिक आणि खाजगी क्षेत्रातील संस्थांमध्ये दीर्घकाळासाठी कराराच्याद्वारे भागीदारी केली जाते ज्याद्वारे वित्तीय, आरेखनाच्या, अंमलबजावणीच्या आणि पायाभूत सोयी-सुविधांच्या कार्यसंचलनाच्या कृती केल्या जातात.

ब) सार्वजनिक -खाजगी भागीदारीची उद्दिष्टे :

सार्वजनिक-खाजगी भागीदारीची उद्दिष्टे पुढीलप्रमाणे स्पष्ट करता येतील :

१) मर्यादित संसाधने आणि वित्त :

स्वातंत्र्योत्तर काळामध्ये अनेक आर्थिक क्षेत्रामध्ये सरकारने आपली मालकी विकासाच्या हेतूने प्रस्थापित केली, पण कालांतराने निर्माण झालेली शासकीय संसाधनांची मर्यादा आणि वित्तीय सहभागातील मर्यादा यामुळे पायाभूत सोयी-सुविधांचा विकास आणि आर्थिक साध्यतेची उद्दिष्टे यांतील अंतर भरून काढण्याच्या हेतूने सार्वजनिक-खाजगी भागीदारी स्वीकारण्यात आली.

२) विविध संस्थात्मक यंत्रणांची आवश्यकता :

सरकारी पायाभूत सोयी-सुविधा आणि अन्य सार्वजनिक क्षेत्रातील उद्योगांचा विकास करण्यासाठी शासकीय यंत्रणेव्यतिरिक्त अन्य संस्थात्मक यंत्रणेची आवश्यकता निर्माण झाली. ज्यामुळे खाजगी सार्वजनिक भागीदारीची आवश्यकता निर्माण झाली.

३) जोखमीचे विभाजन आणि शमन :

सार्वजनिक-खाजगी भागीदारीचे महत्त्वाचे वैशिष्ट्य म्हणजे जोखीमांचे भागीदारीमध्ये केले जाणारे विभाजन हे होय. सार्वजनिक आणि खाजगी भागीदारीमुळे प्रकल्पादरम्यान अनेक जोखीमांचे विभाजन हे कराराद्वारे केले जाते.

क) सार्वजनिक-खाजगी क्षेत्राच्या भागीदारीची आवश्यकता :

सार्वजनिक-खाजगी क्षेत्राच्या भागीदारीची आवश्यकता पुढीलप्रमाणे स्पष्ट करता येईल :

१) चांगल्या स्वरूपाच्या पायाभूत सोयी -सुविधा :

शासनाला अनेक विकास कामांना तसेच विविध शासकीय उपक्रमांच्या पूर्ततेला आणि देखभालीला वारंवार वित्तपुरवठा करणे शक्य होत नाही, त्यामुळे पायाभूत सोयी-सुविधा आणि उपलब्ध होणारा निधी यामध्ये जे निर्माण होणारे अंतर असते ते या सार्वजनिक-खाजगी भागीदारीच्या माध्यमातून भरून काढले जाते.

२) जोखीम विभाजन :

शासनापेक्षा खाजगी संस्था या संपादन आणि उपयोगिता वितरणाचा एक चांगला स्रोत मानला जातात. परिणामी शासनाद्वारे केल्या जाणाऱ्या कृतींवर येणाऱ्या मर्यादा लक्षात घेऊन सार्वजनिक-खाजगी भागीदारीद्वारे जोखीमांचे विभाजन केले जाते. परिणामी सार्वजनिक क्षेत्रांतील संस्था आणि खाजगी संस्था हे दोन्हीही घटक निर्माण होणाऱ्या जोखीमेला समानपणे जबाबदार असतात.

३) संसाधनांचे पर्याप्त वाटप :

सार्वजनिक-खाजगी भागीदारीच्या माध्यमातून पायाभूत सोयी-सुविधांच्या विकासासाठी सार्वजनिक संसाधनांचे योग्य आणि न्याय रीतीने वाटप केले जाते. परिणामी होणारा जो व्यय असतो तो मर्यादित राहतो.

४) नवोपक्रम :

सार्वजनिक उपभोग्यता सेवा ज्या आहेत त्या लोकांपर्यंत कार्यक्षमतेने पोहचवायचे काम हे खाजगी क्षेत्राकडून चोखपणे पार पाडले जाते. परिणामी सार्वजनिक क्षेत्रातील ज्या व्यक्ती आहेत त्या व्यक्ती खाजगी क्षेत्रातील उद्योगांप्रमाणे संशोधन आणि विकास कार्य फार मोठ्या प्रमाणावरती हातात घेतात.

५) अन्य क्षेत्रांच्या विकासास सहकार्य :

सार्वजनिक-खाजगी क्षेत्रातील भागीदारीमुळे शासन आणि खाजगी क्षेत्र करारानुसार अन्य सार्वजनिक सेवा आणि आर्थिक क्षेत्रांसाठी पैसे खर्च करू शकतात आणि अर्थव्यवस्थेतील रोख नगद प्रवाह हा त्यामुळे चांगला राखण्यास मदत होते. परिणामी अर्थव्यस्थेच्या अन्य क्षेत्रांचा देखील विकास होण्यास मदत मिळते.

६) अर्थव्यस्थेचे वाहक :

सार्वजनिक-खाजगी क्षेत्रातील भागीदारीमुळे खाजगी क्षेत्रातील बाजारपेठेमध्ये देखील खाजगी क्षेत्राला प्रवेश करता येतो. परिणामी सार्वजनिक बाजारपेठेतील किमती आणि व्यय यांचे अचूकरीतीने आणि प्रभावीपणे व्यवस्थापन होते. परिणामी चालू असणाऱ्या प्रकल्पांमधून योग्य तो नफा प्राप्त होतो आणि दीर्घकालीन आधारावर्ती गुंतवणुकीचे परतावे प्राप्त होतात.

७) अधिकाधिक रोजगारांची निर्मिती :

देशातील पायाभूत सोयी-सुविधांचा विकास करत असताना त्या विकासाच्या कामासाठी कुशल मनुष्यबळाची आवश्यकता असते. सार्वजनिक-खाजगी भागीदारीच्या माध्यमातून या कुशल मनुष्यबळासाठी मोठ्या प्रमाणावरती रोजगारांची निर्मिती होते.

८) देशाची प्रतिमा सुधारणे :

सार्वजनिक खाजगी भागीदारीच्या माध्यमातून चांगल्या प्रकारच्या पायाभूत सोयी आणि सुविधांची निर्मिती होते तसेच चांगल्या प्रकारच्या सेवा देखील पुरवल्या जातात. परिणामी देशाच्या प्रतिमेमध्ये सुधारणा होते आणि त्याचा परिणाम अनेक राष्ट्रीय तसेच आंतरराष्ट्रीय पर्यटक हे देशाकडे आकर्षित होतात.

ड) सार्वजनिक-खाजगी भागीदारीचे फायदे :

सार्वजनिक-खाजगी भागीदारीचे फायदे पुढीलप्रमाणे स्पष्ट करता येतील :

१) खाजगी क्षेत्रातील वित्ताचा वापर हा विविध क्षेत्रांच्या विकासासाठी करता येतो.

२) जोखीमांचे हस्तांतरण हे काही प्रमाणात खाजगी संस्थेकडे केले जाते तसेच खाजगी क्षेत्रातले जे आवश्यक कौशल्य आहे त्याचा देखील वापर करत येतो.

३) पारदर्शकतेमध्ये वाढ घडून येते.

४) पायाभूत सोयी आणि सुविधा या सुस्थितीत राखण्यासाठी जी देखभाल करावी लागते त्याची जबाबदारी ही काही प्रमाणात खाजगी संस्थेकडे हस्तांतरीत केली जाते. ज्यामुळे पायाभूत सोयी आणि सुविधा यातील सेवांचा विस्तार होतो.

५) सार्वजनिक-खाजगी भागीदारीमुळे शासनावरती येत असणारे बांधकाम व्यय, कार्यसंचलन व्यय याचे जे ओझे आहे ते कमी होण्यास मदत होते.

४.६ भारतातील सार्वजनिक आणि खाजगी क्षेत्राची बदलती भूमिका आणि कामगिरी :

कोणत्याही देशाला त्याच्या पूर्ण क्षमतेने काम करण्यासाठी सार्वजनिक क्षेत्र आणि खाजगी क्षेत्र दोन्ही आवश्यक असतात. दोघांमध्ये बरेच फरक आहेत परंतु मजबूत आर्थिक आणि वित्तीय प्रणालीमध्ये या दोन्ही क्षेत्रांशी संबंधित कंपन्यांचे पुरेसे मिश्रण असणे आवश्यक आहे. भारताच्या अर्थव्यवस्थेच्या वृद्धीचा निर्णय घेण्यात सार्वजनिक क्षेत्र आणि खाजगी क्षेत्र यांचा मोठा वाटा आहे.

४.६.१ भारतातील सार्वजनिक क्षेत्र :

सार्वजनिक क्षेत्र, बहुतेकदा राज्य क्षेत्र म्हणून ओळखले जाते, जे प्रामुख्याने वैयक्तिक राज्यांचा एक भाग आहे, जे उत्पादन, वाटप तसेच विविध वस्तू किंवा सेवांचे नागरिक किंवा सरकार यांच्याद्वारे वितरण करते. या क्षेत्रामध्ये शहरी नियोजन प्रशासन, सामाजिक सुरक्षा वितरण आणि राष्ट्रीय संरक्षणाची संघटना समाविष्ट आहे. सार्वजनिक मालकीची कंपनी किंवा महामंडळ आणि आंशिक किंवा पूर्णपणे आउटसोर्स कंपन्यांना सार्वजनिक क्षेत्रातील कंपनी म्हणून संबोधले जाऊ शकते. सध्या भारतातील सार्वजनिक क्षेत्रात कोळसा उद्योग, तेल आणि पेट्रोलियम उद्योग, पोलाद उद्योग, बँकिंग उद्योग, औष्णिक ऊर्जा उद्योग, ज्यूट उद्योग, अन्न उद्योग, विमा उद्योग, दूरसंचार उद्योग, विमान वाहतूक उद्योग, सेवा उद्योग, कृषी उद्योग, उत्पादन उद्योग, खाण उद्योग, विद्युत उद्योग, अभियांत्रिकी उद्योग यासारख्या क्षेत्रांचा समावेश आहे.

अ) सार्वजनिक क्षेत्राची कामगिरी :

सार्वजनिक क्षेत्रातील उद्योगांचे संरचनात्मक परिवर्तन हे राज्य-मालकीच्या किंवा सरकार-नियंत्रित उद्योगांच्या संघटनात्मक आणि कार्यात्मक वैशिष्ट्यांमध्ये बदल करण्याच्या प्रक्रियेस संदर्भित करते. या परिवर्तनामध्ये या क्षेत्रामधील कार्यक्षमता, उत्पादकता आणि स्पर्धात्मकता सुधारण्याच्या उद्देशाने विविध धोरणे आणि सुधारणांचा समावेश असू शकतो. मुख्य उद्दिष्टे सहसा आर्थिक वृद्धी वाढवणे, सार्वजनिक वित्तावरील भार कमी करणे आणि जनतेला सेवा प्रदान करणे ही असतात. सार्वजनिक क्षेत्रातील उद्योगांच्या संरचनात्मक परिवर्तनाच्या काही प्रमुख पैलूंमध्ये खालील बाबी समाविष्ट आहेत :

१) खाजगीकरण :

खाजगीकरण हा सार्वजनिक क्षेत्रातील उद्योगांच्या संरचनात्मक परिवर्तनाचा एक महत्त्वाचा घटक आहे. यात सरकारी मालकीच्या उपक्रमांची मालकी आणि नियंत्रण खाजगी संस्थांकडे हस्तांतरित करणे समाविष्ट आहे. खाजगीकरणाचे उद्दिष्ट बाजारपेठेला शिस्त लावणे, स्पर्धा वाढवणे आणि पूर्वीच्या सरकारी उद्योगांची कार्यक्षमता आणि नफा सुधारणे हे आहे.

२) नियमनमुक्ती :

नियमनमुक्तीमध्ये सार्वजनिक क्षेत्रातील उद्योगांमध्ये स्पर्धा आणि नवकल्पना यांना अडथळा आणणारे सरकारने लादलेले नियम आणि अडथळे कमी करणे किंवा काढून टाकणे समाविष्ट आहे. या क्षेत्रांचे नियंत्रणमुक्त करून, सरकार खाजगी क्षेत्राच्या सहभागाला आणि गुंतवणुकीला चालना देण्याचे उद्दिष्ट ठेवते, ज्यामुळे कार्यक्षमता आणि बाजारपेठेतील प्रतिसाद सुधारतो.

३) बाजारपेठ उदारीकरण :

बाजारपेठ उदारीकरण म्हणजे सार्वजनिक क्षेत्रातील उद्योगांना खाजगी क्षेत्रातील स्पर्धेसाठी खुले करणे होय. या प्रक्रियेमध्ये अनेकदा खाजगी कंपन्यांना सरकारी मालकीच्या उद्योगांचे वर्चस्व असलेल्या क्षेत्रांमध्ये प्रवेश आणि कार्य करण्यास परवानगी दिली जाते. बाजारपेठेतील उदारीकरण नवकल्पना, कार्यक्षमता आणि ग्राहकांची निवड वाढवते.

४) व्यावसायीकरण :

व्यावसायीकरणामध्ये राज्य-मालकीच्या उपक्रमांना अधिक व्यावसायिक-उन्मुख संस्थांमध्ये रूपांतरित करणे समाविष्ट आहे. यामध्ये कार्यप्रदर्शन-आधारित व्यवस्थापन पद्धती, खर्च कार्यक्षमतेचे उपाय आणि नफा-चालित निर्णय घेण्याचा समावेश आहे.

५) सार्वजनिक-खाजगी भागीदारी (PPP) :

सार्वजनिक-खाजगी भागीदारी ही अशी व्यवस्था आहे जिथे सरकार सार्वजनिक सेवा किंवा पायाभूत सुविधा प्रकल्प वितरित करण्यासाठी खाजगी कंपन्यांशी सहयोग करते. सेवा वितरण सुधारण्यासाठी आणि पायाभूत सुविधांचा विकास वाढविण्यासाठी सार्वजनिक-खाजगी भागीदारीत दोन्ही क्षेत्रांच्या सामर्थ्याचा फायदा घेतला जातो.

६) पुनर्रचना आणि फेरबदल :

सार्वजनिक क्षेत्रातील उद्योगांचे कामकाज सुव्यवस्थित करणे हे पुनर्रचना आणि फेरबदलाचे उद्दिष्ट आहे. या प्रक्रियेमध्ये आकार कमी करणे, मालमत्तेचे विनिवेश आणि अनावश्यकता दूर करण्यासाठी आणि एकूण कार्यक्षमता सुधारण्यासाठी कार्यपद्धतीचे एकत्रीकरण यांचा समावेश असू शकतो.

७) कामगिरी–आधारित प्रोत्साहन :

सार्वजनिक क्षेत्रातील उद्योगांमधील कर्मचाऱ्यांसाठी कामगिरी–आधारित प्रोत्साहन आणि बक्षिसे लागू केल्याने कामगारांना उत्पादकता आणि सेवा वितरण सुधारण्यास प्रवृत्त करता येते.

८) तंत्रज्ञानाचा अवलंब :

नवीन तंत्रज्ञानाचा अवलंब केल्याने सार्वजनिक क्षेत्रातील उद्योगांमध्ये कार्यक्षमता वाढू शकते. प्रगत प्रणाली आणि डिजिटल उपाययोजनांची अंमलबजावणी प्रक्रिया स्वयंचलीकरण सुधारू शकते, खर्च कमी करू शकते आणि सेवेची गुणवत्ता वाढवू शकते.

९) कार्यक्षमता निर्मिती आणि प्रशिक्षण :

सार्वजनिक क्षेत्रातील उद्योगांमधील कामगारांची कौशल्ये आणि कार्यक्षमता विकसित करणे यशस्वी परिवर्तनासाठी महत्त्वपूर्ण आहे. प्रशिक्षण कार्यक्रम कर्मचाऱ्यांना नवीन प्रक्रिया आणि तंत्रज्ञानाशी जुळवून घेण्यास आणि त्यांची कार्यक्षमता वाढविण्यात मदत करू शकतात.

१०) शासन आणि पारदर्शकता :

कॉर्पोरेट गव्हर्नन्स मजबूत करणे आणि सार्वजनिक क्षेत्रातील उद्योगांमध्ये पारदर्शकता वाढवणे भ्रष्टाचार रोखण्यासाठी आणि निर्णयक्षमता सुधारण्यासाठी आवश्यक आहे. त्यादृष्टीने प्रयत्न होतांना दिसत आहेत.

ब) सार्वजनिक क्षेत्रातील उद्योगांची बदलती भूमिका :

सार्वजनिक क्षेत्राची भूमिका १९९० च्या दशकाच्या सुरुवातीला जशी होती त्यापेक्षा खूप बदलली आहे. १९४७ मध्ये गरीब आर्थिक परिस्थितीमुळे, भारत एक मजबूत औद्योगिक पाया स्थापित करू शकला नाही आणि कृषी क्षेत्रावर अवलंबून होता. लवकरच, सरकारने सार्वजनिक क्षेत्रातील उद्योगांना प्रोत्साहन देण्यास सुरुवात केली कारण त्यांच्याकडे अधिक महसूल मिळवून देणाऱ्या अवजड उद्योगांमध्ये प्रवेश करण्यासाठी आवश्यक साधनसामग्री आणि आर्थिक क्षमता होती. गेल्या काही वर्षांत, त्यांच्या भूमिका किमती स्थिरीकरण पूर्ण करण्यात मदत करण्यापासून ते जागतिक देशांशी स्पर्धा करण्यापर्यंत बदलल्या आहेत.

१) सार्वजनिक क्षेत्राचे महत्त्व :

स्वतंत्र भारतात अनेक सार्वजनिक क्षेत्रातील उपक्रमांच्या मदतीने औद्योगिक विकासाने यशाकडे मोठी झेप घेतली. १९९१ मध्ये त्यांच्या भूमिकांबाबत पुनर्विचार करण्यात आला आणि सार्वजनिक क्षेत्रांच्या व्यवस्थापनामध्ये अकार्यक्षमता आणि अनुत्पादक वर्तनाची अनेक उदाहरणे लक्षात आली. अकार्यक्षमता आणि संघटनेच्या अभावामुळे कंपन्यांचे मोठे नुकसान झाल्याच्या घटना समोर आल्या. तथापि, बऱ्याच काळापासून, सार्वजनिक क्षेत्रांनी अनेक प्रमुख क्षेत्रे व्यवस्थापित केली आहेत जी भारताची आर्थिक स्थिती सुधारण्यासाठी जबाबदार होती.

i) पायाभूत सुविधांचा विकास :

आर्थिक पाठबळाच्या कमतरतेमुळे, खाजगी क्षेत्रे पायाभूत सुविधांच्या प्रकल्पांमध्ये मोठ्या प्रमाणात पैसे गुंतवू शकले नाहीत. त्यामुळे, सार्वजनिक क्षेत्रांनी स्टील प्लांट, रेल्वे, नागरी विमान वाहतूक इत्यादी उद्योगांना पायाभूत सुविधा उपलब्ध करून देण्यात मोठी भूमिका बजावली. त्यांनी पैशाची, प्रगत तंत्रज्ञानाची किंवा अगदी कर्मचाऱ्यांची कमतरता नाही याचीही काळजी घेतली.

ii) रोजगार निर्मिती :

बेरोजगारी ही विकास प्रक्रियेतील सर्वात मोठी कमतरता आहे आणि भारतातील सार्वजनिक क्षेत्राची भूमिका पुरेशा नोकऱ्या निर्माण करण्याची आवश्यकता पूर्ण करण्याची होती. कामगारांना कामाच्या परिस्तितीत आणि राहणीमानातही सरकारी मदतीचा फायदा झाला.

iii) प्रादेशिक संतुलन राखणे :

खाजगी क्षेत्रांनी औद्योगिक क्षेत्राच्या विकासावर भर दिला, तर सार्वजनिक क्षेत्रांनी प्रादेशिक समतोल राखण्यावर भर दिला. छोटी शहरे आणि सर्व मागासलेले क्षेत्र जिथे लोक आर्थिक वृद्धीमध्ये खूप मागे होते त्यांची स्थिती अजूनही खराब होती. ग्रामीण आणि शहरी दोन्ही भागात सुधारणा दिसू लागल्यावर देशाचा आर्थिक विकास होतो. मागासलेल्या ठिकाणी पाणीपुरवठा, वीज, कर्मचारी वर्ग आदी सुविधा पुरवण्यात खासगी क्षेत्राची भूमिका दिसून आली. सुरुवातीला नसलेली आर्थिक शक्ती पुनर्संचयित करण्यात त्यांनी महत्त्वाची भूमिका बजावली असली तरी, अनेक नवीन सरकारी धोरणांसह, सार्वजनिक क्षेत्राची बदलती भूमिका दृश्यमान होती.

२) सरकारी धोरणात बदल :

१९९१ मध्ये भारतीय अर्थव्यवस्था आणि उद्योग या दोघांमध्येही सरकारी धोरणांमध्ये लक्षणीय बदल झाला. तथापि, १९५६ च्या औद्योगिक क्रांतीने ही प्रक्रिया सुरू झाली, जिथे सुमारे १७ उद्योग सार्वजनिक क्षेत्राखाली होते. नंतर, १९९१ मध्ये ही संख्या ८ पर्यंत कमी करण्यात आली. इतर काही बदल खालीलप्रमाणे आहेत.

i) निर्गुंतवणूक :

निर्गुंतवणूक ही सार्वजनिक क्षेत्रातील उद्योगांचे समभाग खाजगी क्षेत्राला विकण्याची प्रक्रिया होती. दीर्घकालीन उद्दिष्टे साध्य करण्यासाठी कार्यक्षमता आणि चांगली आर्थिक शिस्त आणणे ही खाजगी क्षेत्राची भूमिका असल्याने याचा सकारात्मक परिणाम झाला. या प्रक्रियेमुळे सरकारला सामाजिक कार्यक्रम आणि सार्वजनिक आरोग्य आणि स्वच्छतेसाठी अतिरिक्त निधी ठेवण्यास मदत झाली. याव्यतिरिक्त, यामुळे ग्राहकांना कमी किमतीत उत्पादने मिळू शकतात.

ii) सामंजस्य करार :

सार्वजनिक क्षेत्रातील उद्योगांना त्यांची कामगिरी पुनर्प्राप्त करण्याची संधी देण्यासाठी सरकारने ही प्रणाली सुरू केली. सरकारने ठरवून दिलेली विशिष्ट उद्दिष्टे पूर्ण करणे हे निकष होते आणि ते साध्य केल्याने त्या उद्योगांना त्यांचे स्थान परत मिळण्यास मदत होणार होती.

iii) आजारी उद्योग बंद करणे :

या नवीन धोरणांतर्गत, असे ठरविण्यात आले की औद्योगिक आणि आर्थिक पुनर्रचना मंडळ सर्व सार्वजनिक क्षेत्रातील उद्योग आणि त्यांच्या स्थितीचा आढावा घेईल. ते खराब झालेल्या स्थितीतून सावरता येतील की कायमचे कोसळले जातील हे तपासण्यावर लक्ष केंद्रित केले गेले. लवकरच हे लक्षात आले की त्या उद्योगांची पुनर्रचना होऊ शकत नाही; त्यामुळे कामगारांना त्यांच्या नोकऱ्या गमावण्यासाठी सुरक्षा जाळी मिळाली.

सरकारने ठरवलेल्या या सर्व नवीन धोरणांमुळे भारतीय अर्थव्यवस्थेतील खाजगी क्षेत्राची भूमिका लोकांच्या लक्षात येऊ लागली. सार्वजनिक क्षेत्रांच्या सहाय्याने औद्योगिक विकासाचा मोठा भाग साध्य झाला असला तरी त्यांचा विस्तार करण्यात खाजगी क्षेत्रे मोठा वाटा उचलत आहेत. सेवांच्या विस्तृत श्रेणीमुळे, सामान्य लोक बेरोजगारीच्या समस्यांपासून मुक्त झाले आहेत. वाहतुकीपासून ते किरकोळ उद्योगांपर्यंत, आपल्या अर्थव्यवस्थेत खाजगी क्षेत्राची प्रमुख भूमिका दिसून येते.

४.६.२ भारतातील खाजगी क्षेत्र :

खाजगी क्षेत्रातील उद्योग हे असे व्यवसाय आणि उपक्रम आहेत जे सरकार किंवा सार्वजनिक प्राधिकरणांच्या मालकीच्या नियंत्रित न राहता खाजगी व्यक्ती किंवा संस्थांद्वारे मालकी, व्यवस्थापित आणि संचालित केले जातात. खाजगी क्षेत्र हे अर्थव्यवस्थेत महत्त्वपूर्ण भूमिका बजावते, कारण ते रोजगार निर्मिती, नवकल्पना, आर्थिक वाढ आणि सर्वांगीण विकासामध्ये महत्त्वपूर्ण योगदान देते.

अ) खाजगी क्षेत्राची कामगिरी :

खाजगी क्षेत्रातील उद्योगांचे संरचनात्मक परिवर्तन हे त्या प्रक्रियेला सूचित करते ज्याद्वारे हे उद्योग त्यांच्या रचना, संघटना आणि क्रियाकलापांमध्ये कालांतराने महत्त्वपूर्ण बदल घडवून आणतात. हे परिवर्तन अनेकदा तांत्रिक प्रगती, ग्राहकांच्या पसंतींमधील बदल, बाजारातील गतिशीलता, जागतिकीकरण आणि सरकारी धोरणांसह विविध घटकांद्वारे चालते. खाजगी क्षेत्रातील उद्योगांच्या संरचनात्मक परिवर्तनाचे काही प्रमुख पैलू येथे आहेत :

१) तांत्रिक प्रगती :

संरचनात्मक परिवर्तनाचा एक प्राथमिक एकक म्हणजे तांत्रिक प्रगती होय. स्वयंचलन, कृत्रिम बुद्धिमत्ता, बिग डेटा, रोबोटिक्स आणि इतर उदयोन्मुख तंत्रज्ञानातील नवकल्पना उद्योगांच्या कार्यपद्धतीत क्रांती घडवू शकतात. ज्यामुळे कार्यक्षमता, उत्पादकता आणि नवीन व्यवसाय प्रारूपे वृद्धिंगत होतात.

२) रोजगार पद्धतींमध्ये बदल :

उद्योग नवीन तंत्रज्ञान आणि उत्पादन पद्धतींचा अवलंब करत असल्याने रोजगाराच्या पद्धतींमध्ये बदल होऊ शकतो. काही पारंपारिक नोकर्या स्वयंचलित किंवा अप्रचलित होऊ शकतात, तर नवीन नोकरीच्या भूमिका उदयास येतात, ज्यासाठी विविध कौशल्य संच आणि पात्रता आवश्यक असतात.

३) विविधीकरण :

संरचनात्मक परिवर्तनामध्ये बहुधा विविधीकरणाचा समावेश होतो, जेथे कंपन्या नवीन बाजारपेठेत प्रवेश करण्यासाठी त्यांचे उत्पादन किंवा सेवा ऑफर वाढवतात आणि एकाच उत्पादनावर किंवा क्षेत्रावरील अति-विश्वासाशी संबंधित जोखीम कमी करतात.

४) जागतिकीकरण आणि बाजारपेठ विस्तार :

जागतिकीकृत अर्थव्यवस्थेमुळे खाजगी क्षेत्रातील उद्योगांना सीमा ओलांडून त्यांचे कार्य विस्तारण्याची परवानगी मिळते. आंतरराष्ट्रीय व्यापार आणि गुंतवणुकीत गुंतलेल्या खाजगी क्षेत्रातील उपक्रमांची बहुराष्ट्रीय कंपन्या ही प्रमुख उदाहरणे आहेत.

५) डिजिटल प्लॅटफॉर्मचे एकत्रीकरण :

ई-कॉमर्स आणि डिजिटल अर्थव्यवस्थेच्या वाढीसह, अनेक खाजगी क्षेत्रातील उद्योगांनी त्यांच्या व्यवसाय प्रारूपांमध्ये डिजिटल प्लॅटफॉर्म समाकलित केले आहेत. ज्यामुळे ते व्यापक ग्राहक आधारापर्यंत पोहोचू शकतात आणि ग्राहक अनुभव वाढवू शकतात.

६) टिकाऊपणावर लक्ष केंद्रित :

पर्यावरण आणि सामाजिक शाश्वतता, पर्यावरणपूरक पद्धती, शाश्वत सोर्सिंग आणि कॉर्पोरेट सामाजिक उत्तरदायित्व उपक्रमांचा अवलंब करण्यासाठी खाजगी क्षेत्रातील उद्योगांचे नेतृत्व करण्यावर वाढता भर आहे.

७) सहयोगी आणि नेटवर्क संरचना :

काही उद्योग अधिक सहयोगी आणि नेटवर्क संरचनांकडे वळले आहेत. एकमेकांच्या सामर्थ्याचा आणि संसाधनांचा फायदा घेण्यासाठी ते इतर कंपन्यांशी भागीदारी आणि युती वाढवत आहेत.

८) सानुकूलन आणि वैयक्तिकरण :

तंत्रज्ञान आणि डेटा ॲनालिटिक्समधील प्रगतीमुळे उद्योगांना वैयक्तिक ग्राहकांच्या पसंती आणि गरजा पूर्ण करून अधिक वैयक्तिक उत्पादने आणि सेवा देऊ करण्यास सक्षम केले आहे.

९) सेवाभिमुख दृष्टीकोन :

अनेक खाजगी क्षेत्रातील उद्योग सेवा-केंद्रित दृष्टिकोनाकडे वाटचाल करत आहेत, जेथे ते ग्राहक सेवेला प्राधान्य देतात आणि ग्राहकांशी दीर्घकालीन संबंध निर्माण करण्यावर लक्ष केंद्रित करतात.

१०) चपळता आणि लवचिकता :

संरचनात्मक परिवर्तनामध्ये कंपन्या अधिक जलद आणि बदलत्या बाजारपेठेतील परिस्थिती आणि ग्राहकांच्या मागणीला त्वरित प्रतिसाद देण्यासाठी अनुकूल बनतात.

ब) खाजगी क्षेत्रातील उद्योगांची बदलती भूमिका :

विविध जागतिक प्रवाह आणि आव्हानांना प्रतिसाद म्हणून खाजगी क्षेत्रातील उद्योगांच्या भूमिकेत अनेक बदल होत आहेत. तथापि, हे लक्षात घेणे महत्त्वाचे आहे की व्यवसायाचा आवाका सतत विकसित होत आहे आणि तेव्हापासून खाजगी क्षेत्रातील उद्योगांची भूमिका अधिक विकसित झाली आहे. खाली काही प्रमुख प्रवाह आणि बदल आहेत जे खाजगी क्षेत्रातील उद्योगांच्या भूमिकेला आकार देतात :

१) डिजिटल परिवर्तनावर भर :

खाजगी क्षेत्रातील उद्योग कार्यक्षमता सुधारण्यासाठी, कार्यप्रणाली सुव्यवस्थित करण्यासाठी, ग्राहकांचे अनुभव वाढवण्यासाठी आणि वाढत्या डिजिटल बाजारपेठेचे भांडवल करण्यासाठी डिजिटल तंत्रज्ञानाचा स्वीकार करत आहेत.

२) शाश्वतता आणि कॉर्पोरेट सामाजिक जबाबदारी (CSR) वर लक्ष :

खाजगी क्षेत्रातील उद्योग शाश्वतता आणि कॉर्पोरेट सामाजिक जबाबदारी उपक्रमांचे महत्त्व मान्य करत आहेत. अधिक कंपन्या त्यांच्या व्यावसायिक धोरणांमध्ये पर्यावरणीय जबाबदार पद्धती आणि सामाजिक प्रभाव उपक्रम एकत्रित करत आहेत.

३) दूरस्थ काम आणि लवचिक कामाच्या व्यवस्थेचा अवलंब :

कोविड-१९ महामारीने दूरस्थ काम आणि लवचिक कामाच्या व्यवस्थेचा अवलंब करण्यास गती दिली. अनेक खाजगी क्षेत्रातील कंपन्या त्यांच्या पारंपारिक कामाच्या संरचनेचे संकरित किंवा पूर्णपणे दूरस्थ काम (रिमोट वर्क) संरचना सामावून घेण्यासाठी पुनर्मूल्यांकन करत आहेत.

४) ई-कॉमर्स आणि डायरेक्ट-टू-कंझ्युमर (D2C) प्रारूपाचा उदय :

खाजगी क्षेत्रातील उद्योग, विशेषत: किरकोळ आणि ग्राहकोपयोगी वस्तू, ग्राहकांपर्यंत थेट पोहोचण्यासाठी आणि पारंपारिक वितरण वाहिन्यांवरील अवलंबित्व कमी करण्यासाठी ई-कॉमर्स आणि डायरेक्ट-टू-कंझ्युमर पद्धतींचा अवलंब करत आहेत.

५) माहितीची गोपनीयता आणि सुरक्षितता :

व्यवसाय कार्यप्रणालीमध्ये तंत्रज्ञान आणि माहितीच्या वाढत्या वापरामुळे, खाजगी क्षेत्रातील उद्योगांना माहितीची गोपनीयता आणि सायबर सुरक्षिततेबद्दल वाढत्या चिंतेचा सामना करावा लागतो. संवेदनशील माहितीचे संरक्षण करण्यासाठी कंपन्या मजबूत सुरक्षा उपायांमध्ये गुंतवणूक करत आहेत.

६) सहयोग आणि भागीदारी :

खाजगी क्षेत्रातील उद्योग संसाधने एकत्र करण्यासाठी, नवीन बाजारपेठांमध्ये प्रवेश करण्यासाठी आणि नवकल्पना वाढवण्यासाठी इतर कंपन्या, स्टार्ट-अप आणि अगदी सरकार यांच्याशी अधिक सहयोग आणि भागीदारी करत आहेत.

७) विकसीत पुरवठा साखळी :

साथीच्या रोगामुळे उद्भवलेल्या जागतिक व्यत्ययाने पुरवठा साखळीतील असुरक्षा उघड केल्या आहेत. खाजगी क्षेत्रातील उद्योग लवचिकता वाढवण्यासाठी आणि जोखीम कमी करण्यासाठी त्यांच्या पुरवठा साखळींचे पुनर्मूल्यांकन आणि पुनर्रचना करत होते.

८) व्यत्यय आणणारे व्यवसाय प्रारूप :

खाजगी क्षेत्रातील उद्योगांमध्ये स्टार्ट–अप्स आणि तंत्रज्ञान–चालित नवकल्पनांमुळे विस्कळीत व्यवसाय प्रारूपाचा उदय होताना दिसत आहे. प्रस्थापित कंपन्या या अडथळ्यांना तोंड देत स्पर्धात्मक राहण्यासाठी त्यांच्या धोरणांचा अवलंब करतांना दिसतात.

९) कृत्रिम बुद्धिमत्ता आणि स्वयंचालतीकरणाचा प्रभाव :

कृत्रिम बुद्धिमत्ता आणि स्वयंचलतीकरण विविध उद्योगांमध्ये परिवर्तन घडवून आणत आहे. ज्यामुळे उत्पादकता वाढली, प्रक्रिया सुव्यवस्थित झाली आणि कामगारांच्या गतिशीलतेमध्ये घडून आला.

१०) पर्यावरण, सामाजिक आणि प्रशासन गुंतवणूक :

गुंतवणूकदार पर्यावरण, सामाजिक आणि प्रशासन घटकांमध्ये जास्त स्वारस्य दाखवत आहेत. खाजगी क्षेत्रातील कंपन्यांना त्यांच्या धोरणांना शाश्वतता उद्दिष्टे आणि जबाबदार व्यवसाय पद्धतींसह सरेखित करण्यासाठी प्रभावित करतात.

११) व्याप्तीचा विस्तार :

आर्थिक तंत्रज्ञान क्षेत्र झपाट्याने वाढत आहे, आर्थिक उद्योगाला आकार देत आहे आणि बँकिंग, पेमेंट, कर्ज आणि गुंतवणूक यासाठी नवीन उपाय देत आहेत.

सरावासाठी प्रश्न

प्र. १. खालील प्रश्नांची वीस शब्दात उत्तरे लिहा.

१) औद्योगिक वित्तपुरवठा म्हणजे काय?
२) औद्योगिक वित्तपुरवठ्याची व्याख्या सांगा.
३) परकीय भांडवल म्हणजे काय?
४) प्रत्यक्ष परकीय गुंतवणूक (FDI) म्हणजे काय?
५) परकीय संस्थात्मक गुंतवणूक (FII) म्हणजे काय?
६) जागतिक डिपॉझिटरी रिसीट्स (GDRs) म्हणजे काय?
७) अमेरिकन डिपॉझिटरी रिसीट्स (GDRs) म्हणजे काय?
८) बाह्य व्यावसायिक कर्ज (ECB) म्हणजे काय आहे?
९) युरो-इश्यू म्हणजे काय?
१०) विशेष आर्थिक क्षेत्र (SEZ) म्हणजे काय?
११) सार्वजनिक-खाजगी भागीदारी म्हणजे काय?
१२) 'मेक इन इंडिया' म्हणजे काय?

प्र. २. खालील प्रश्नांची सविस्तर उत्तरे लिहा.

१) औद्योगिक वित्तपुरवठा म्हणजे काय? औद्योगिक वित्तपुरवठ्याची व्याप्ती स्पष्ट करा.
२) औद्योगिक वित्तपुरवठ्याचे महत्त्व स्पष्ट करा.
३) सार्वजनिक क्षेत्रातील वित्तपुरवठा स्त्रोतांबद्दल विवेचन करा.
४) खाजगी क्षेत्रातील वित्तपुरवठा स्त्रोतांबद्दल माहिती लिहा.
५) प्रत्यक्ष परकीय गुंतवणूक (FDI) म्हणजे काय? प्रत्यक्ष परकीय गुंतवणुकीची गरज आणि फायदे स्पष्ट करा.
६) परकीय संस्थात्मक गुंतवणूक (FII) याबद्दल तपशीलवार माहिती सांगा.
७) युरो-इश्यू म्हणजे काय? त्याबाबत सविस्तर माहिती सांगा.
८) अमेरिकन डिपॉझिटरी रिसीट्स (DRs) बद्दल विवेचन करा.
९) जागतिक डिपॉझिटरी रिसीट्स (GDRs) स्पष्ट करा.
१०) बाह्य व्यावसायिक कर्ज (ECB) याबद्दल माहिती लिहा.
११) भारतातील विशेष आर्थिक क्षेत्रांबद्दल विवेचन करा.
१२) विशेष आर्थिक क्षेत्राची उद्दिष्टे आणि वैशिष्ट्ये स्पष्ट करा.
१३) आर्थिक विकासातील विशेष आर्थिक क्षेत्राची (SEZ) भूमिका विशद करा.
१४) 'मेक इन इंडिया ची रुपरेषा स्पष्ट करा.
१५) मेक इन इंडियाची उद्दिष्टे आणि वैशिष्ट्ये स्पष्ट करा.
१६) सार्वजनिक-खाजगी भागीदारीबद्दल माहिती लिहा.
१७) भारतातील सार्वजनिक क्षेत्राची बदलती भूमिका आणि कामगिरी स्पष्ट करा.
१८) भारतातील खाजगी क्षेत्राची बदलती भूमिका आणि कामगिरी विशद करा.

www.ingramcontent.com/pod-product-compliance
Lightning Source LLC
LaVergne TN
LVHW082039051026
849532LV00011B/3416
* 9 7 8 8 1 1 9 9 3 9 2 0 6 *